உடல் வடித்தான்

ஸீரோ டிகிரி பப்ளிஷிங் – தமிழரசி அறக்கட்டளை இலக்கிய விருது 2021

ஆறுதல் பரிசு பெற்ற நாவல்

உடல் வடித்தான்

ஸீரோ டிகிரி பப்ளிஷிங் – தமிழரசி அறக்கட்டளை இலக்கிய விருது 2021

ஆறுதல் பரிசு பெற்ற நாவல்

அபுல் கலாம் ஆசாத்

எழுத்து
பிரசுரம்

Title : Udal Vadiththaan
Author's Name: Abul Kalam Azad

Published by Ezutthu Prachuram

Ezutthu Prachuram
(An imprint of Zero Degree Publishing)
No. 55(7), R Block, 6th Avenue,
Anna Nagar,
Chennai - 600 040

Website: www.zerodegreepublishing.com
E Mail id: zerodegreepublishing@gmail.com
Phone : 89250 61999

Ezutthu Prachuram First Edition: December 2021
ISBN: 978-93-91748-62-3
TITLE NO EP: 273

Rs. 270/-

Cover Design & Layout: Vijayan
Printed at Manipal Technologies, India.

சமர்ப்பணம்:

உடற்பயிற்சிக் கலையை வாழவைக்கும் அனைவருக்கும்.

நன்றி:
Tamilnadu Amateur Bodybuilding Association
டி. விக்னேஷ், 3 x Mr. Tamilnadu
சுரையா பானு ஆசாத்

1

குறிப்பு:

ஆணழகன் போட்டிகளில், பன்னாட்டு ஆணழகர் கூட்டமைப்பின் வழிகாட்டலில் 'மேன்டேட்டரி போசஸ்' என்று சொல்லப்படும் கட்டாய நிற்றல் நிலைகள் ஏழு. இந்த ஏழு தனித்தனி நிலைகளில் ஆணழகர்கள் மார்பு, தோள்கள், பின் முதுகு, கைகள், வயிறு, தொடைகள், கால்கள் என ஒவ்வொரு தசையையும் முறுக்கேற்றிக் காட்டுவார்கள்.

★

*5:45*க்கு மௌலிவாக்கம் ஆர்.டி. உடற்பயிற்சிக் கூடத்தில் இருந்து மாங்காட்டுக்கு அவனுக்கு ஒரு சவாரி இருந்தது. அப்துல் தன்னுடைய நோக்கியா 3310ஐ எடுத்து மணியைப் பார்த்தான். காலை 5:20ஐக் காட்டியது. முதலில் ஒரு 'கலர் செல்போன்' வாங்கவேண்டும் என நினைத்தான். தன்னுடைய ஆட்டோவிலிருந்து கீழே இறங்கி ஓட்டுநர் இருக்கைக்குக் கீழே செருகியிருந்த துணியை எடுத்துப் பயணிகள் அமரும் இருக்கையைத் துடைத்தான். ஓட்டுநர் இருக்கையையும் கைப்பிடிகளையும் துடைத்தான். கண்ணாடியின் உட்புறத்தையும் வெளிப்புறத்தையும் துடைத்துவிட்டு, மீண்டும் நேரத்தைப் பார்த்தான். 5:25 ஆகியிருந்தது. பாய்க்கடை பேருந்து நிலையத்தைப் பார்த்தான். விடியற்காலையில் மௌலிவாக்கம்,

சென்னை-600125, பாய்க்கடை பேருந்து நிலையம் கண்விழித்து எழுந்து சோம்பல் முறித்து சுறுசுறுப்பாக இருந்தது. மக்கள் பேருந்துக்காக நின்றிருந்தார்கள். பேருந்து நிலையத்தின் சுவர் முழுதும் குன்றத்தூர் திரையரங்கில் மூன்றாவது வாரமாக ஓடிக்கொண்டிருக்கும் எந்திரன் திரைப்படத்தின் சுவரொட்டி ஒட்டப்பட்டிருந்தது. பேருந்துக்காக நின்றிருந்தவர்களுள் யாருடைய கைபேசியிலிருந்தோ 'அரிமா அரிமா நானோ ஆயிரம் அரிமா' ஒலித்துக்கொண்டிருந்தது.

பேருந்து நிறுத்தத்தில் நின்றிருந்த மக்கள் கூட்டத்தைத் தன்னுடைய ஆட்டோவில் அமர்ந்தபடி அப்துல் கண்களால் கணக்கெடுத்தான். அவனுடைய முழுப் பெயர் அப்துல் கரீம். முன்பு கரீம் என்றே அழைக்கப்பட்டவனை ஒருவர் கேள்வி கேட்டார். கேட்டவர் சவூதி அரேபியாவிலிருந்து விடுமுறையில் வந்தவர். கரீம் என்பது இறைவனின் திருப்பெயர். அப்துல் கரீம் என்றால் கருணையாளனின் அடியான், அப்படிப்பட்ட அழகிய பெயரைச் சுருக்கி 'கரீம்' என்று அழைப்பதால், அது இறைவனின் திருப்பெயரைச் சொல்லி அழைத்ததாகுமே, மனிதனின் பெயரை இறைவனின் திருப்பெயரால் அழைப்பது சரியாகுமா எனக் கேள்வி எழுப்பினார். கரீம் பொதுவாகவே விவாதங்களில் கலந்துகொள்பவன் அல்லன். குறிப்பாக மார்க்கம் தொடர்பான விவாதங்கள் எனில் அதில் இருந்து விலகி இருப்பான். அவன் வாடகைக்கு எடுத்து ஓட்டும் ஆட்டோவின் முன் கண்ணாடியில் 'பேச்சியம்மன் துணை' எழுதப்பட்டிருக்கும். இதுவரையில் பேச்சியம்மன் யார் என அவன் அறிந்துகொள்ள முற்பட்டதில்லை. போலவே கரீம், ரகுமான், ராசிக், ரகீம் என்று இஸ்லாமியப் பெயர்களைக் கொண்ட நண்பர்களை, அப்படியே ரகீம், ராசிக் எனப் பெயர் சொல்லி அழைக்கவும் அவன் தயங்கியதில்லை. இந்தப் பின்னணியில் சவூதி அரேபியாவிலிருந்து வந்து தனக்குப் பெயர் விளக்கம் சொல்பவருடன் விவாதம் செய்வதற்கு அவன் விருப்பப்படவில்லை. யார் கண்டது? என்றேனும் அவர் வழியாகவும் அப்துலுக்கு சவூதி அரேபியாவில் வண்டி ஓட்டுநராக வேலைக்குச் செல்லும் வாய்ப்பு வந்தாலும்

வரலாம். எதற்கு விவாதித்து எதிர்ப்பைக் காட்டவேண்டும் என அன்றிலிருந்து யாராவது பெயரைக் கேட்டால் 'அப்துல்' என்று சொல்லி வருகிறான். பழைய ஆள்கள் அவனை இன்னமும் கரீம் என்றுதான் அழைக்கிறார்கள். அவனுக்கு அதனாலும் எந்தப் பிரச்சனையும் இல்லை.

பேருந்து நிறுத்தத்தில் இருந்த கூட்டத்தைக் கணக்கெடுத்த அப்துல், பாய்க்கடையிலிருந்து போரூர் சந்திப்புக்கு ஆட்டோவில் 'டிக்கெட் போடலாமா' என யோசித்தான். 'டிக்கெட் போடுவது' என்பது முந்தைய தலைமுறை சென்னை நகர ஆட்டோ ஓட்டுநர்கள் அறிந்த வார்த்தை. ஷேர் ஆட்டோ என்ற பெயர் பரவலாகப் புழக்கத்தில் வருவதற்கு முன்பு ஷேர் ஆட்டோவைப் போலப் பயணிகளை ஏற்றிச் செல்லும் வழக்கத்துக்கு சென்னை ஆட்டோ ஓட்டுநர்களிடம் புழங்கிய பெயர் 'டிக்கெட் போடுவது'. ஷேர் ஆட்டோ பெயர் பரவலாகப் பயன்பாட்டிற்கு வந்த பின்னும் சில முந்தைய தலைமுறை ஓட்டுநர்கள் தங்களுக்குள் உரையாடும்போது அதை 'டிக்கெட் போடு'வதாவே குறிப்பிட்டனர். அப்துல், முந்தைய தலைமுறை ஆட்டோ ஓட்டுநர் கிடையாது, ஆனால் அவனுடைய தொழில் முன்னோடிகள் பலர் முந்தைய தலைமுறையில் 'டிக்கெட்' போட்டு ஆட்டோ ஓட்டியவர்கள். அவர்களிடமிருந்து அந்த வார்த்தை அவனிடம் ஒட்டிக்கொண்டது. டிக்கெட் போட யோசித்தான்.

பாய்க்கடையிலிருந்து போரூரைத் தொட்டு ஆற்காடு சாலை வழியாகச் செல்லும் பயணிகளும், நந்தம்பாக்கம், கத்திப்பாரா வழியாகச் செல்லும் பயணிகளும் அப்துலுக்கு இலக்கு கிடையாது. அந்தப் பயணிகள் பாய்க்கடையிலிருந்து போரூருக்கு 'டிக்கெட்' போடும் ஆட்டோக்களில் ஏற மாட்டார்கள். போலவே, சாதாரணக் கட்டணத்தில் இயங்கும் அரசுப் பேருந்தில் போரூர் வரை செல்லக் காத்திருக்கும் பயணிகளும் ஷேர் ஆட்டோவில் ஏற மாட்டார்கள். அரசுப் பேருந்தின் கட்டணத்துக்கு இருமடங்கு விலை கொடுத்து ஆட்டோவில் செல்லும் அவசரம் அவர்களுக்கு இல்லை. அப்துலின் இலக்கு

ஷேர் ஆட்டோவிற்குப் பணம் கொடுத்து பாய்க்கடையிலிருந்து போரூர் வரை செல்லும் பயணிகள் மட்டும்.

ஆற்காடு சாலை போரூர் சந்திப்பைத் தொட்டு அங்கிருந்து குன்றத்தூர் சாலையாகப் பெயர் மாற்றம் பெற்று குன்றத்தூர் நோக்கிச் செல்லும். அந்தப் பாதையில் மதனந்தபுரம், மௌலிவாக்கம், கெருகம்பாக்கம், பெரியபணிச்சேரி, கோவூர் என ஊர்களாகத் தொடர்ந்தவை இப்போதோ அப்போதோ எனச் சென்னைப் பெருநகருக்குள் வருவதற்குத் துடித்துக்கொண்டிருந்தன. அதில் மதனந்தபுரத்தை அடுத்து வரும் மௌலிவாக்கத்திலிருந்து மாங்காடு செல்ல ஒரு பாதை பிரியும். நேராகத் தொடரும் பாதை கெருகம்பாக்கம் வழியாக குன்றத்தூர் வரையில் செல்லும். மாங்காட்டுக்கும் குன்றத்தூருக்கும் பாதைகள் செல்லும் அந்தச் சந்திப்புக்கு பாய்க்கடை என்று பெயர்.

அந்நாள்களில் பாய்க்கடை சந்திப்பில் இஸ்லாமியர் ஒருவர் நடத்திய உணவகம் இருந்தது. இஸ்லாமியர் நடத்தியதால் அது பாய்க்கடையானது. பின்னாளில் அந்த 'பாய்' கடையைக் கைமாற்றிவிட்டார். அதற்குப் பின் பலரிடம் கைமாறிய பின்னும் அதே பெயர் தொடர்ந்தது. பேருந்தை நிறுத்துவதற்கு அடையாளமாகச் சொல்லப்பட்ட பாய்க்கடை, அந்த நிறுத்தத்தின் பெயராகவே மாறியது. இப்போதும் அந்தச் சந்திப்பில் அதே இடத்தில் அதே உணவகம் சென்னைப் புறநகரின் முகங்களுள் ஒன்றான 'ஃபாஸ்ட் ஃபுட்' அடையாளத்தைத் தாங்கி நிற்கிறது.

பாய்க்கடை சந்திப்பில், நகருக்குள் செல்வதற்குப் பெருமாள் கோயில் அலங்கார வளைவு ஒன்று உண்டு, மௌலிவாக்கம் ஊராட்சி அலுவலகம் உண்டு, ஆதி திராவிடர் நலப் பள்ளிக்கூடம் உண்டு, இப்போது அங்கு அருகருகில் உணவகங்களும், கட்டுமானப் பொருள் கடைகளும், இனிப்புக் கடைகளும், வெற்றிலை பாக்குப் பெட்டிக் கடைகள், கோழியிறைச்சிக் கடை, நகலகங்கள், வீடுகள் வாங்க விற்க,

தூதஞ்சல் அலுவலகக் கிளைகள், பாத்திரக் கடைகள், செருப்புக் கடைகள், துணிக்கடைகள் எனப் புறநகர்ப் பேருந்து நிறுத்தத்தின் அனைத்துத் தேவைகளையும் பூர்த்தி செய்யும் கடைவீதியாக மாறி போக்குவரத்து நெரிசல் நிறைந்த சந்திப்பாக இருந்தாலும், மௌலிவாக்கம் பேருந்து நிறுத்தத்தின் பெயர் பாய்க்கடை பேருந்து நிறுத்தம்.

நின்றுகொண்டிருந்த அப்துலின் ஆட்டோவைக் கடந்து இன்னொரு ஆட்டோ பேருந்து நிலையத்தை மெதுவாக நெருங்கி நின்றது. 'போரூர் போரூர் போரூர்' பயணிகளை அழைத்த ஆட்டோ ஓட்டுநரின் குரல் கைபேசியிலிருந்து ஒலித்த அரிமா அரிமா பாடலுடன் இணைந்து ஒலித்தது. ஓட்டுநரின் அழைப்புக்கு யாரிடமும் அசைவு இல்லை. ஆட்டோவுக்கும் பின்னால் பாதையில் பார்வையைக் குவித்துப் பேருந்தை எதிர்பார்த்தார்கள். மாங்காடு சவாரியை எடுப்பதற்கு முன் கிடைத்த நேரத்தில் போரூர் வரை சென்று வரும் திட்டத்தை அப்துல் கைவிட்டான். ஆட்டோவிலிருந்து இறங்கி டீக்கடைக்குச் சென்றான்.

"மாஸ்டர் ஒரு டீ. தேங்கா பிஸ்கெட் ஒண்ணு எடுக்றேன்..."

"இன்னா கரீமு லாங் ரூட் சவாரிக்கு வெய்ட்டிங்கா?"

"இல்ல மாஸ்டர், பரமேசுவரன் அண்ணன் வரச் சொன்னாரு. 5:45 க்கு மாங்காட்டுக்குப் போகணுமாம்."

"அவருக்குதான் புல்லட் இருக்கப்பா."

"சர்வீஸுக்குக் குடுத்திருக்காரு. சர்வீஸ்ல லேட்டாவுதான். இன்னிக்குக் காலைலதான் புல்லட்டை சர்வீஸ்லேர்ந்து எடுப்பாங்களாட்டம் இருக்கு."

"செரி, தேங்கா பிஸ்கெட்டோட கீரைவடை எடு கரீம். இப்பதான் சூடா போட்டது."

"வேணாம்... தேங்கா பிஸ்கெட் போதும், கீரைவடை இப்ப

சாப்புட்டுட்டா அப்புறம் நாஷ்டா சாப்ட முடியாது” தேங்காய் பிஸ்கெட்டைத் தின்று தேநீரைக் குடித்து முடிக்கும்போது மணி ஐந்து முப்பத்தைந்து. அப்துல் ஆட்டோவை எடுத்துக்கொண்டு பரமேசுவரனைப் பார்க்கப் புறப்பட்டான்.

பாய்க்கடை சந்திப்பிலிருந்து அரைகிலோ மீட்டரில் ஆர்.டி. ஜிம் இருந்தது. பரமேசுவரன் அப்துலை 5:45க்கு ஆர்.டி. ஜிம்முக்கு வரச்சொல்லியிருந்தார். பயிற்சிக்கூடத்திலிருந்து மாங்காடு செல்வதற்கு ஏற்பாடு. சரியாக ஐந்து நாற்பதுக்கு அப்துல் பயிற்சிக்கூடத்தின் வாசலில் நின்றான். ஐந்து நாற்பத்தைந்து வரையில் பரமேசுவரன் வரவில்லை. பரமேசுவரனை கைபேசியில் அழைத்து தான் வாசலில் காத்திருப்பதைச் சொல்ல அவனால் முடியாது. ஓரமாக ஆட்டோவை நிறுத்திவிட்டு ஆர்.டி. உடற்பயிற்சிக் கூடத்துக்குள் சென்றான். உடற்பயிற்சிக் கூடத்துக்குள் கூட்டம் இல்லை. அதிகாலையில் பயிற்சி பெறுவோர் ஒன்றிரண்டு பேர் இருந்தார்கள். பயிற்சிக்கூடத்தில் மூலையில் சுவரில் அர்னால்டு ஷ்வாஸ்னெகர் பக்கவாட்டு மார்பைக் காட்டும் கருப்பு வெள்ளைப் படத்தின் கீழே மாஸ்டர் அமர்ந்திருந்தார். மாஸ்டரின் முன்னே பெரிய மேசை இருந்தது. மேசையில் ஆணழகன் வடிவத்தில் இருக்கும் வெற்றிக்கோப்பைகள் வரிசையாக அடுக்கி வைக்கப்பட்டிருந்தன. கோப்பைகளின் கழுத்தில் பதக்கங்கள் தொங்கவிடப்பட்டிருந்தன. அர்னால்டு கிளாசிக், காஞ்சிபுரம் மாவட்டம், மாமல்லன் கிளாசிக் திருவள்ளூர் மாவட்டம், செங்கை மாவட்டம், கோவை, சென்னை என மாவட்ட வாரியாக ஆர்.டி. பயிற்சிக்கூடத்தின் மாணவர்கள் ஆணழகன் போட்டிகளில் வென்ற கோப்பைகளில் பெயர்களைப் படிக்க ஐந்து நிமிடங்களாவது ஆகும். ஆங்கில ‘வி’ வடிவில் ஸ்பிரிங் பொருத்தப்பட்டு பச்சை நிறத்தில் விரல்களை இறுக்கும் பயிற்சிப் பிடிகள் இரண்டு மாஸ்டரின் மேசையில் இருந்தன. ‘BEAST MODE’ என்ற வாசகம் எழுதப்பட்ட டீ ஷர்ட்டை மாஸ்டர் அணிந்திருந்தார்.

அப்துலைக் கண்டதும் “பரமுண்ணாவா?” என்றார்.

“ஆமா மாஸ்டர்.”

“லாஸ்ட் செட் போடப் போனாரு. முடிச்சுடுவாரு. ஒக்காரு.”

“பரமேசுவரன் அண்ணாட்ட சொல்லிட்டு வந்துர்றேன். எங்க இருக்காரு?”

“அந்த லாஸ்ட்ல, லெக்ப்ரஸ் அடிச்சுக்குனு இருப்பார்.”

அப்துலுக்குப் புரியவில்லை. தயங்கினான். மாஸ்டர் அவனுடைய தயக்கத்தைப் புரிந்துகொண்டு, “அந்த கார்னர்ல, படுத்துக்குனு காலால வெய்ட்டை மேல கீழ தூக்கி எறக்கி எக்சர்சைஸ் பண்ற மெஷின் இருக்கு. அதுல இருப்பார்.”

குறுக்கும் நெடுக்குமாக நீட்டிக்கொண்டிருந்த பயிற்சிக்கூடப் பொறிகள், எடைக்கற்கள், கம்பிகளின் இடையே கவனமாக நுழைந்து மூலையை அடைந்தான். பயிற்சிக்கூடத்தில் உடற்பயிற்சி செய்த ஒருவர் எடைகளை உயர்த்தித் தாழ்த்திப் பயிற்சி செய்யும்போது எடைக்கற்கள் ஒன்றுடன் ஒன்று இடித்து க்ளாங் க்ளீங் ஒலியெழுப்பின. அப்துல், பரமேசுவரனை நெருங்கினான். கால் அழுத்தப் பயிற்சிக் கருவியில் எடைக்கற்கள் மேலும் கீழும் சென்றுவரும்போது இரும்புக் கம்பிகளில் ஏற்படும் உராய்வுச் சத்தம் கர் கர் எனக் கேட்டது. பரமேசுவரன் படுத்துக்கொண்டு கால்களால் எடைக் கற்களை உந்தித் தள்ளினார். அப்துலைப் பார்த்து எதுவும் சொல்லவில்லை, கண்களை மட்டும் ஒருமுறை அழுத்தமாக மூடித் திறந்து புன்னகைத்தார். பயிற்சியை முடித்துவிட்டு எழுந்து மூச்சிரைப்புடன்...

“வந்துட்டியா கரீம். அஞ்சு நிமிஷத்துல ரெடியாயிர்றேன். போயிரலாம். ஒக்காரு.”

“இருக்கட்டுண்ணா. கீழ வண்டில வெய்ட் பண்றேன். வந்துட்டேன்னு சொல்றதுக்குதாண்ணா மேல வந்தேன்.”

“சரி செய், பின்னாலயே வந்துர்றேன்.”

போரூருக்கு ‘டிக்கெட்’ போட்டுவிட்டே வந்திருக்கலாமோ?

இல்லையே, பேருந்து நிலையத்தில் நின்றிருந்தவர்கள்தான் அசையவில்லையே. பரமேசுவரனுடன் செல்வதற்குக் கிடைத்த வாய்ப்பை நழுவவிடக் கூடாது. அவரிடம் பேசி ஏதாவது வேலைக்கு ஏற்பாடு செய்ய முடியுமா எனக் கேட்க வேண்டும். இல்லையென்றால் இந்த வாடகை வண்டியை விட்டு சொந்த வண்டி வாங்க முயற்சி செய்யவேண்டும். சொந்த வண்டிக்கு பரமேசுவரனிடம் சொல்லத் தேவையில்லை. கொஞ்சம் கைக்காசு சேர்த்துப் பின்னர் மௌலிவாக்கம் ஆட்டோ நிறுத்தத்தில் இருக்கும் முன்னோடிகளிடம் கேட்டால், நல்ல 'ஃபைனான்சியரை' அடையாளம் காட்டுவார்கள், வண்டி எடுக்கலாம். முன்பணம் சேர்க்க வேண்டுமே? பரமேசுவரனின் சிபாரிசில் எங்காவது வேலை கிடைக்குமாவெனப் பார்க்கவேண்டும். இன்று எப்படியாவது தன்னுடைய வேலைக்கான கோரிக்கையை அவரிடம் முன்வைக்க வேண்டும் என அப்துல் முடிவு செய்தான்.

"கௌம்பு கரீம். மாங்காடு கோயில் தாண்டுனதும் லெஃப்ட்ல எடு. அந்த ரோடு ஹைவேல போயி முட்டுதுல்ல அங்க பிரிட்ஜுக்குக் கீழ போயி ரைட் எடு. திருமழிசைக்குப் போறதுக்கு முன்ன சைடுல வேக்கண்ட் லேண்ட் வரும். அங்க நிறுத்து."

"அண்ணா, போரூர் போயி, மவுண்ட் பூந்தமல்லி புடிச்சு போயிரட்டாண்ணா? இந்தப் பக்கம் சின்ன ரோடுண்ணா? இவ்ளோ காலைல போரூர்ல ஒண்ணும் பெரிய டிராஃபிக் இருக்காதுண்ணா. ஃப்ரீயா இருக்கும்."

"கரீம், சொல்றத செய்டான்னா, பேசிக்கினு. எனுக்குத் தெரியாதா? நம்ப போரூர்ல லெஃப்ட் எடுத்துப் போறதை சிக்னல்ல ரெண்டு மூணு பார்ட்டிங்க பார்த்துட்டு ரூட்டு எடுப்பானுங்க. போரூர் பக்கமே போவாத, பட்டூர் ரூட்ல போ, தெர்தா?" பரமேசுவரன் சிடுசிடுத்துக் குரல் உயர்த்தினார்.

"சாரிண்ணா, தோ லெஃப்ட் எடுத்துட்டண்ணா?"

இன்று பரமேசுவரனிடம் ஏதாவது பேசலாம் என முடிவெடுத்தபோது தனக்கு முன்னால் தன் அதிகப்பிரசங்கித்தனம் சென்று காரியத்தைக் கெடுத்ததாக உணர்ந்தான். பரமேசுவரனின் அரசியல் செல்வாக்குக்கு அவர் வரச்சொன்னால் வருவதற்கு ஆட்டோ நிறுத்தத்தில் ஓட்டுநர்கள் காத்திருக்கையில் தனக்கு வாய்ப்புக் கிடைத்தது பெரிய விஷயம். அதுவும் எந்தப் பலனும் இல்லாமல் போய்விடுமோ என்னும் கவலை அவனுக்கு வந்தது. யோசித்தான். வழி, பாதை, போரூர் அனைத்தையும் விடுத்துப் புதிதாக என்ன கேட்பது? பாய்க்கடை சந்திப்பிலிருந்து பட்டூர் வழியாக மாங்காடு செல்லும் பாதையில் வண்டியைத் திருப்பி பைபாஸ் சாலை தலைக்கு மேலே கடக்கும் வரையில் எதுவும் பேசாமல் அமைதியாக ஓட்டினான்.

அரசியலில் இருக்கும் பரமேசுவரனுக்கு உடற்பயிற்சியில் ஆர்வம் அதிகம் என்பது மௌலிவாக்கம் ஊராட்சி முழுக்க அறிந்த விஷயம். கபடிப் போட்டிகளை ஊக்குவிப்பதில், கபடிப் போட்டிகளுக்குத் தலைமை தாங்க காவல்துறை ஆய்வாளர்களை அழைத்து வருவதில் பரமேசுவரனுக்குப் பெரும் பங்கு உண்டு. மௌலிவாக்கம் ஊராட்சி அலுவலகத் திடலில் சென்னை காஞ்சிபுரம் செங்கல்பட்டு திருவள்ளூர் மாவட்டங்களுக்கு இடையில் மாபெரும் சிலம்பப் போட்டியை முன்னின்று நடத்தினார். அவருடைய கோபத்தைக் குறைக்கவேண்டுமெனில் அப்துல் உடற்பயிற்சி குறித்துதான் அவருடன் பேசியாக வேண்டும். தயங்கித் தயங்கித் தன் கேள்வியை முன்வைத்தான்.

"அண்ணா கால்ல அந்த வெய்ட் போட்டீங்களே... அது எத்தினி கிலோ இருக்கும்ணா?"

இறுக்கம் தளர்ந்து பரமேசுவரன் புன்னகைத்தார்.

"லெக் ப்ரஸ்ஸா கேக்குற? நீ வரும்போது அடிச்சுக்கினு இருந்தனே அதுவா?"

"ஆமாண்ணா."

"ஃபோர் ஹண்ரட் கேஜிடா."

“சான்சே இல்லண்ணா. நானூறு கிலோ. ஆட்டோ வெய்ட்டுக்கும் அம்பது கிலோ ஜாஸ்திண்ணா. ஆர்.டி. ஜிம்முல எவ்ளோ மெடலுங்க ஷீல்டுங்க கப்புங்கண்ணா. இப்பதான் ஃபர்ஸ்ட் டைம் பார்க்குறேன். ஒருநாளு மாஸ்டர்ட்ட சொல்லிட்டு எதெது என்னென்ன கப்புங்க ஷீல்டுங்க மெடலுங்க எல்லாத்தையும் பார்க்கணும்ணா.”

“நான் அந்தக் காலத்துல அடிச்ச கப்புங்களும் அங்க இருக்கும்டா.”

“அப்படியாண்ணா?”

வெற்றி பெற்றால் பரிசுத்தொகை எவ்வளவு எனக் கேட்கத் தொண்டைவரையில் வந்த கேள்வியை அப்படியே விழுங்கினான். தன்னுடைய இளமைக்கால வெற்றிகளை ஒரு பெரிய மனிதர் பேசும்போது அதைப் பணத்துடன் இணைத்துப் பேசுவது தவறு. எப்படித் தொடர்வது என நினைக்கும்போது, பரமேசுவரனின் கைபேசி ஒலித்தது. பட்டூர் தாண்டிவிட்டதாகவும் இன்னும் சில நிமிடங்களில் மாங்காட்டைத் தொட்டுவிடுவதாகவும் சொன்னார்.

“அப்துல், என்ன கேட்ட?”

“ஒண்ணுமில்லண்ணா.”

“பாடிபில்டிங் பத்தி எதுனா கேட்டியா? அது எக்ஸ்பென்சிவ் ஸ்போர்ட்ஸ்ரா. ஆனா, செஞ்சுட்டா அதுக்கப்புறம் உன்னைப் புடிக்க முடியாது. எத்தினி பேர் காம்படீஷன்ல கப்பு அடிச்சு சென்ட்ரல் கவர்ன்மென்ட்ல வேலைக்குப் போயிருக்காங்க தெரியுமா?”

எது குறித்து பரமேசுவரனிடம் எப்படியாவது கேட்கவேண்டுமென நினைத்தானோ அதை அவர் பேசுகிறார்.

அப்துல் உழைப்பதற்குத் தயங்காத இளைஞன், ஆனால் படிப்பு கிடையாது. குன்றத்தூர் சேக்கிழார் அரசு ஆண்கள் பள்ளியில் பத்தாம் வகுப்பு வரையில் வந்ததே அப்துலுக்குப்

பெரும்பாடு. பத்தாம் வகுப்பில் தேர்ச்சி பெறவில்லை. அவன் பத்தாம் வகுப்பில் தேர்ச்சி பெற்றால்தான் மேற்கொண்டு எதுவும் செய்யமுடியும் என்றார்கள். இரண்டு முறை முயற்சி செய்தான், முடியவில்லை. யாரிடமும் எதுவும் பேசாமல் கோவூரில் ஒரு காலணி தயாரிக்கும் தொழிற்சாலையில் தினக்கூலிக்கு வேலைக்கு சேர்ந்தான். அவனுடன் படித்தவர்கள் +2 முடித்தார்கள். அப்துல் காலணித் தொழிற்சாலையிலிருந்து விலகி குன்றத்தூரில் கட்டுமானப் பொருள்கள் விற்கும் ‘ஹார்ட்வேர்’ கடையில் வேலைக்குச் சேர்ந்தான். ஓரிரு ஆண்டுகளில் ஓட்டுநர் உரிமம் எடுத்து, ஆட்டோ ஓட்டவும் பழகி அந்த உரிமமும் எடுத்துக்கொண்டான். உரிமம் எடுத்த கையோடு மௌலிவாக்கம் பாய்க்கடை ஆட்டோ நிறுத்தத்தில் வேண்டப்பட்டவர்களின் சிபாரிசால் ‘பேச்சியம்மன் துணை’ எழுதப்பட்ட ஆட்டோ வாடகைக்குக் கிடைத்தது.

வாடகைக்கு ஆட்டோ எடுத்து ஓட்டி அதில் வருகின்ற வருமானத்தில் பணம் சேர்த்து சொந்தமாக ஆட்டோ வாங்கும் கனவு ஒன்றும் அப்துலுக்கு இதயத்தின் மூலையில் உண்டு. அதற்குப் பணம் சேர்க்கவேண்டும். எப்படி சேர்த்தாலும் ஆண்டுகள் ஆகிவிடும். பெரிய படிப்பு இல்லாததால் அதிக முன்னேற்றம் தரும் வேலைகளில் சேர்வது அவனால் நினைத்துப் பார்க்கவும் முடியாத எல்லை. இப்படியான நிலையில் உடலை வளர்த்து ஆணழகன் போட்டிகளில் வென்றால் வேலை கிடைக்கும் என்னும் செய்தி அவனுக்குப் புதிதாகவும், நம்பிக்கை ஊட்டுவதாகவும் இருந்தது.

“அண்ணா, ஜிம்முக்குப் போனா வேலை கிடைக்குமாண்ணா?”

“டேய் கரீம், ஜிம்முக்குப் போனா வேலை கிடைக்கும்னா இன்னிக்கு எல்லாரும் ஜிம்முலதான் கியூவுல நிப்பாங்க. அது பெரிய ப்ராஸஸ். அரசாங்கத்துல வேலை கெடைக்க நார்ம்ஸ் இருக்கு. நார்ம்ஸுக்குள்ள வந்தியான்னா வேலை கிடைக்கும்.”

“படிப்பு இருக்கணுமாண்ணா?”

“நீ எதுவரைக்கும்டா படிச்சிருக்க?”

“சாரிண்ணா. டென்த் ஃபெயில்ண்ணா...”

“அது பிரச்சனையில்ல, அதுக்கேத்த வேலை கிடைக்கும். இப்ப உனக்கு வயசு?”

“இருவத்தொண்ணுண்ணா.”

“இருவத்து நாலு வயசுக்குள்ள ஒரு நேஷனல் லெவல் மெடல் அடிக்கணும்டா. அட்லீஸ்ட் தமிழ்நாட்டையாவது நேஷனல் லெவல்ல ரெப்ரசன்ட் பண்ணணும். முடியுமா உன்னால? இன்னும் மூணு வருஷத்துக்குள்ள?”

“தெர்லண்ணா.”

“மொதல்லயே சொன்னேல்ல, இது எக்ஸ்பென்சிவ் ஸ்போர்ட்ஸ்ன்னு. ஜிம்முக்கு ஃபீஸ் கட்டணும், சாப்பாடு சிக்கனும் முட்டையுமா சாப்புடணும், தேவைன்னா ஃபுட் சப்ளிமென்ட் எடுக்கணும்டா. ஃபுட் சப்ளிமென்ட்டுன்னா சாப்பாட்டுக்கும் மேல புரோட்டீனுக்காக சாப்புடுறது. எல்லாத்துக்கும் செலவு ஆகும். அதுவும் உனக்கு ஜிம்முன்னா என்னன்னே தெரியாதுல்ல. உன் லைனே வேறடா. பாடிபில்டிங்க்ல பேஷன் இருந்து, அப்படியே அது உனக்கு வேலை கிடைக்க உதவுதுன்னா அது வழி வேற. வேலைக்குன்னு பாடிபில்டிங்னா அது வேறடா. முடியாதுன்னு இல்ல, உழைக்கணும், ரொம்ப உழைக்கணும், நீ உழைப்படா அது தெரியும், ஆனா செலவு செய்யணும். காம்ப்படீஷன் போற பாடிபில்டருங்களே ஸ்பான்சர் கிடைக்குமானு கேக்குறாங்க. உன்னால செலவு பண்ண முடியுமா?”

“யோசிக்கணும்ணா. கவர்மென்ட் வேலை கெடைக்கும்ன்னா செய்துதானண்ணா ஆகணும். எனக்குப் படிப்பும் இல்ல.”

“கரீம், ஸ்போர்ட்ஸ் கோட்டால எதுனா ஹெல்ப்பரா கில்ப்பரா உள்ள போய்ட்டாலும் பதவி உயரணும்னா படிச்சுதாண்டா

ஆகணும். இன்டர்நேஷனல் லெவல் போறவரைக்கும் பாடிபில்டிங்கை நிறுத்தக் கூடாது. அதுக்கு அப்புறமும் நிறுத்தக் கூடாது. டெடிகேட்டடா செய்யணும். முடியுமா? ரொம்பப் பொறுமை வேணும்டா. உங்கிட்ட அவ்ளோ பொறுமை இருக்கா?"

"தெர்லண்ணா. கேக்கும்போதே மெரட்டுதுண்ணா. இங்க ஜிம்முக்கு எவ்ளோண்ணா கட்டணும்?"

சிரித்தார்.

"அதை வுடு. ராயப்பேட்டைல முக்தார் பாய்னு ஒரு ஜிம் மாஸ்டர் இருக்காரு. ராயப்பேட்டை ஹாஸ்பிடல் தாண்டுனா மீர்சாகிப்பேட்டை மார்க்கெட் வரும், அதுக்கும் தாண்டி போ, அங்க ரப்பானி வைத்தியசாலை வரும்... அதுக்கு அப்புறம் ரைட் எடு. அங்க யாரைக் கேட்டாலும் முக்தார் பாயைப் பார்க்கணும்னு சொல்லு, வீட்டைக் காட்டிருவாங்க. அவரைப் போய்ப் பாரு. நான் அனுப்புனேன்னு சொல்லு. ஒன்றியச் செயலாளர் அனுப்புனார்னு சொல்லாத, அவரு கன்ஃப்யூஸ் ஆகிடுவாரு. மௌலிவாக்கம் பரமா அனுப்புனார்னு சொல்லு, அது போதும்."

இராயப்பேட்டைக்கு ஏதாவது சவாரி கிடைத்தால் பரமேசுவரன் அண்ணன் சொன்ன முக்தார் பாயைச் சந்திக்க வசதியாக இருக்கும் என நினைத்தான். முக்தார் பாயுடன் நடக்கப்போகும் சந்திப்பு தன்னுடைய வாழ்க்கையின் திருப்புமுனைக்கு முதன்மையான காரணமாக இருக்கப்போவதை அப்போது அப்துலால் நினைத்துப் பார்க்க முடியவில்லை.

2

குறிப்பு:

TABBA – Tamilnadu Amateur Body Building Association. தமிழ்நாடு அமெச்சூர் ஆணழகன் சங்கத்தின் கீழ் நடக்கும் ஆணழகன் போட்டிகளில் 55 கிலோ எடைப் பிரிவில் துவங்கி ஒவ்வொரு ஐந்து கிலோ கூடுதலுக்கும் ஒரு எடைப் பிரிவாக 85 கிலோ வரையில் ஏழு பிரிவுகளும், 85 கிலோவுக்கு மேல் அனைத்தும் ஒரு பிரிவாகவும், மொத்தம் எட்டு எடைப் பிரிவுகளில் ஆணழகன் போட்டிகள் நடைபெறும்.

★

பாய்க்கடை சந்திப்பில் இருந்து மாங்காட்டுக்கு பரமேசுவரனை அப்துல் அழைத்துச் சென்ற பாதையில்தான் அப்துலின் வீடும் இருக்கிறது. அப்துல் பிறப்பதற்கு முன்பே அப்துலின் அப்பா முகமது பாரூக், மீர்சாகிப்பேட்டையிலிருந்து அங்கு வந்து குடியேறினார். அந்தச் சாலைக்குப் பெயர் மாங்காடு சாலை.

மாங்காடு சாலையில் ஏறியதும் முதலில் மௌலிவாக்கம் ஊராட்சி ஒன்றிய அலுவலகம் தென்படும். ஊராட்சி அலுவலகத்தைப் பார்க்கையில் உடனே காணக்கிடைப்பது நூலகப் பெயர்ப்பலகை. நூலகக் கட்டடத்தின் பின்னால்

அத்தனை பெரிய திடல் இருப்பது கபடிப் போட்டி நடக்கும் நேரங்களில்தான் மக்களுக்குத் தெரியும். கம்பங்களில் மெர்க்குரி விளக்குகளைக் கட்டி விடியற்காலையில் பனிப்பொழிவிலும் வியர்வையிலும் கபடி விளையாட்டு வீரர்கள் குளிப்பார்கள். 'தாய் மேல் ஆணை தமிழ் மேல் ஆணை / குருடர்கள் கண்ணைத் திறந்து வைப்பேன்' எம்.ஜி.ஆர். பாடல் சத்தமாக ஒலிக்கும். கபடிப் போட்டி நடக்கும் நாள்களில் பரமேசுவரன்தான் அங்கு கதாநாயகன்.

நூலகத்தின் முன்னே இருக்கும் சிறிய திடலில் சில நாள்களில் மருத்துவ முகாம்கள் நடைபெறும். அதற்கு ஒரு நாள் முன்பு ஆட்டோவில் ஒலிபெருக்கியைக் கட்டி, 'நாளை ஊராட்சித் திடலில் கண் சிகிச்சை முகாம் நடைபெறும். பொதுமக்களைத் தங்கள் கண்களைப் பரிசோதித்துக்கொள்ள அழைக்கிறோம்.' எனக் கூவிக்கூவி அழைப்பார்கள். ஒரு ஆம்புலன்ஸ் நிற்க அதன் முகப்பில் 'கண் சிகிச்சை முகாம்' பதாகையை வெள்ளைத் துணியில் கட்டியிருப்பார்கள்.

மௌலிவாக்கம் ஊராட்சி ஒன்றிய அலுவலகத்தைக் கடந்து பாதை வளைந்து வளைந்து சென்றதும் அடுத்து, பரணிபுத்தூர் ஊராட்சி அலுவலகம் காணக்கிடைக்கும். அதையொட்டி நிற்கும் சிறுவர் விளையாட்டுத் திடல் இருக்கும். இத்தனை அருகருகில் இரண்டு ஊராட்சி அலுவலகங்களா என நினைக்கையில் கிட்டடத்தட்ட பாதை முடிந்துவிட்ட தோற்றத்தை எதிரே சந்திரமௌலீசுவரர் ஆலயத்தின் வாசல் தரும். ஆலயத்தின் வாசலை நெருங்கிய பின்னர்தான் பாதை முடியாததும் அது சிறிது வலப்புறம் வளைந்து திரும்பி நேராகத் தொடர்வதும் தெரியும். திரும்பியதும் எதிரில் தலைக்கு மேலே இடப்புறம் திருநீர் மலையைத் தொடப்போகும் வண்டிகளும், வலப்புறம் மதுரவாயிலைத் தொடப்போகும் வண்டிகளும் விரையும். பாலத்தின் கீழே சிமென்ட் ஓடுகளால் இணைத்துப் போடப்பட்ட 'இன்டர்லாக்' பாதை பொலிவிழந்து நீர் தேங்கிக் காணப்படும். மேலே தேசிய நெடுஞ்சாலையில் வண்டிகள் விரைய, பாலத்தின் கீழே சுவரெங்கும் நிறைந்த வாழ்த்தி

வணங்குகிறோம்களையும், வாழ்த்துகிறோம்களையும் காணலாம். அப்துல், பரமேசுவரனை அழைத்துச் சென்ற காலகட்டத்தில் அங்கு ஷகீலா படச் சுவரொட்டிகளும் இருந்தன.

சிறிது தூரத்தில் வலதுபக்கம் நெடிதுயர்ந்து நிற்கும் கருப்பண்ணசாமி சிலையையும் தாண்டிச் சென்றால் அங்கு இஸ்லாமியர்கள் வாழும் அடையாளங்கள் தெரியும். இஸ்லாமிய இயக்கங்களின் சுவரொட்டிகள், இறைச்சிக் கடைகள், பிரியாணிக் கடைகள், கருப்பு நிற அங்கி அணிந்த பெண்களின் நடமாட்டம், தொப்பி அணிந்து கைலி கட்டியபடி உலாவும் ஆண்கள், தொழுகைக்கான அழைப்பு ஒலிக்கும் பள்ளிவாசல் எனப் பரபரப்பாக இயங்கும் பகுதி அது. அந்தப் பகுதிக்குக் குடிபெயரும் முன்பு மீர்சாகிப்பேட்டை நாள்களில் முகமது பாரூக்கிற்கு அச்சகங்களில் வேலை. ‘ஃபாரம்’ மடிப்பது, புத்தகங்களைத் தைப்பது, அச்சடித்த புத்தகங்களைக் கட்டுவது, வண்டியில் ஏற்றி அனுப்புவது, அச்சகங்களில் அச்சுக் கோப்பதைத் தவிர மற்ற எல்லா வேலைகளையும் செய்யும் ஆளாக இருந்தார். காகிதக்கட்டுகளில் ஓங்கித் தட்டி சணல் கயிற்றால் இறுக்கிக் கட்டும் வேலையால் வரிவரியாகக் காய்த்திருக்கும் விரல்கள், காகிதக்கட்டுகளை, புத்தகங்களை, விளம்பரச் சுவரொட்டிகளைக் கட்டுக்கட்டாக வண்டிகளில் ஏற்றி இறக்கிப் புடைத்திருந்த புஜங்கள் எனக் கைகளும் விரல்களும் பாரூக்கிற்கு வலிமையாக இருந்தன. அதுகுறித்து பாரூக்கிற்குப் பெருமையும் உண்டு. வாய்ப்புக் கிடைக்கும்போதெல்லாம் சுட்டு விரலையும் கட்டை விரலையும் பணம் எண்ணுவதுபோல் உரசி ‘சரக் சரக்’ ஒலியெழுப்பி ‘ரீம் ரீமா பண்டல் கட்டுன கை இது’ எனப் பெருமை பேசுவார்.

அந்நாள்களில் மீர்சாகிப்பேட்டைக் குடியிருப்பு, அச்சகங்களுக்குச் செல்ல வசதியாக இருந்தது. இராயப்பேட்டை ஜானிஜான் சாலை அச்சகத்தில் அரசுத்துறைப் படிவங்களை அச்சடித்து, எண்ணிக்கட்டி வண்டியில் ஏற்றுவார். ஆயிரம் விளக்கு அஜீஸ் முல்க் தெரு அச்சகத்தில் குழந்தைகள் பத்திரிகைகளுக்கு பக்கங்களின் நடுவில் ‘ஸ்டாப்லர்’ அடிப்பார். திருவல்லிக்கேணி

பள்ளப்பன் தெரு அச்சகத்தில் தலையணையளவு இஸ்லாமிய மார்க்கப் புத்தகங்களை செங்குத்து நூலில் ஏற்றி இறக்கி நடுப்பக்கத்தில் ஊசியை நுழைத்துத் தைப்பார். இந்த அச்சகம் அந்த அச்சகம் என நிரந்தரமாக இல்லாமல் நான்கைந்து அச்சகங்களில் கிடைக்கும் வேலையைச் செய்து பிழைப்பு நடத்தினார். அச்சகங்களில் வேலை குறையத் துவங்கியது. திருவல்லிக்கேணி அச்சகம் ஆண்டுக்கு ஒருமுறை நாள்காட்டி வேலைகளில் மட்டும் பரபரப்பாக இயங்கியது. மற்ற நாள்களில் புத்தக வேலைகள் குறைந்தன. அரசுத்துறைப் படிவ வேலைகள் ஜானிஜான்கான் சாலையில் குறைந்தன. அஜீஸ் முல்க் தெரு மட்டும் முகமது பாரூக்குக்குக் கைகொடுத்தது. அந்த வருமானம் போதவில்லை. வீட்டில் சிறிய அளவில் புத்தகங்கள் பைண்டிங் செய்தார். அதுவும் பள்ளிக்கூடங்கள் திறக்கும் ஜூன் மாதத்தில் மட்டும் சுறுசுறுப்பாக இயங்கியது. மற்ற நேரங்களில் பிழைப்பு சிரமமாக இருந்து.

பழைய புத்தகங்கள் சிலவற்றை ஓரங்களைக் கத்தரித்துப் புதிதாக்கி பைண்டிங் செய்ய திருவல்லிக்கேணி 'கிங் சைக்கிள்' முதலாளி வீட்டுக்கு முகமது பாரூக்கை வரச்சொன்னார்கள். கொடுத்த வேலையை முடிக்கும்போது தன் பிழைப்பைப்பற்றி அவர் சொல்லவும், குன்றத்தூரில் சைக்கிள் உதிரிப் பாகங்கள் தயாரிக்கும் பட்டறையில் காவலாளியாக வேலைக்குச் செல்ல விருப்பமா எனக் கேட்டார்கள். அவர் உடனே அந்த வேலையை ஒப்புக்கொண்டு மீர்சாகிப்பேட்டையிலிருந்து குடிபெயர்ந்து மௌலிவாக்கம் - மாங்காடு சாலையிலிருந்து உள்ளே செல்லும் பட்டூர் பகுதியின் குறுக்குச் சந்துகளுள் ஒன்றில் குடியேறினார். குடியேறிய பின் சில மாதங்களில், தமிழ்நாட்டின் எட்டாவது சட்டமன்றத் தேர்தலில் அவரும் அவர் மனைவி மொய்தீன் பாத்திமாவும் வாக்களித்தார்கள். அப்போதுதான் அவர்களுக்குத் திருமணம் ஆகியிருந்தது. ஒன்பதாவது சட்டமன்றத் தேர்தலில் ஆட்சி மாறிய காலகட்டத்தில், அவர்களுக்கு அப்துல் கரீம் பிறந்தான்.

அப்துலின் வீட்டில் இருந்து பரமேசுவரன் சொன்ன

மீர்சாகிப்பேட்டை முக்தார் பாய் வீட்டிற்குச் சென்று வருவதற்கு ஆட்டோவில் ஒரு லிட்டர் பெட்ரோல் செலவாகும். லிட்டர் அறுபது ரூபாய். பாய்க்கடையிலிருந்து போரூருக்குப் போக வர 'டிக்கெட்' போட்டு அடி அடியென அடித்தால்தான் அறுபது ரூபாய் கையில் நிற்கும். முதலில் தினவாடகை நூற்றுமுப்பது ரூபாய் எடுத்து வைக்கவேண்டும். பிறகு செலவுக்கு, அதற்கு மேலும் அறுபது ரூபாய் எடுத்துவைத்து மீர்சாகிப்பேட்டை சென்றுவர வேண்டும். அதனால், இராயப்பேட்டைக்குச் சவாரி கிடைத்தால் சவாரி செலவில் சென்று வரலாம் என நினைத்தான்.

"அண்ணா, ராயப்பேட்டைல ஒரு வேலை இருக்கு. சாயந்திரத்துல எதுனா சவாரி அந்தப் பக்கம் வந்தா சொல்லுண்ணா..." பாய்க்கடை ஆட்டோ ஸ்டாண்டில் சொல்லிவைத்தான்.

"எத்தினி நாள்ரா வண்டி ஓட்ற? ராயப்பேட்டைக்குனு சவாரி பாத்துக்குனு நிக்காத. போரூர் கெடிக்குதா, எடு. ரன்னிங்ல வளசரவாக்கம், விருகம்பாக்கம், வடபழனி எதுனா எடு, அங்க கோடம்பாக்கம், ஜெமினி நுங்கம்பாக்கம் எதுனா மாட்டும். அங்கேர்ந்து கட் எட்த்து ராயப்பேட்டை போவியா? ஒரே சவாரி ஸ்டெய்ட்டா மௌலிவாக்கத்துலோர்ந்து ராயப்பேட்டைக்கு வோணுமா?" ஆட்டோ ஸ்டாண்ட் முன்னோடிகள் சிரித்தார்கள்.

பாய்க்கடை போரூருக்கு 'டிக்கெட்' போட்டான். போரூரில் திரும்பி மீண்டும் பாய்க்கடைக்கு வராமல் நேரே ஆற்காடு சாலையில் நுழைய நினைத்தவன் ஏகப்பட்ட நெரிசலைப் பார்த்து வலப்புறம் லட்சுமி நகர், நந்தம்பாக்கம் செல்லும் பாதையில் திருப்பினான். போரூர் சந்திப்பில் போரூர் கிண்டி பாதைக்கு 'டிக்கெட்' போடும் சில ஆட்டோக்கள் நின்றன. அவர்களுடன் இவன் நின்று கிண்டி பாதைக்குப் பயணிகளை ஏற்றக்கூடாது. அது அவர்கள் தொழிலில் எழுதப்படாத சட்டம். ஒரு பாதையில் தொழில் நடத்தும் குழுவின் சவாரிகளை இடையில் நுழைந்து இன்னொரு ஓட்டுநர் எடுத்துச் செல்வதில்லை. மீறி எடுக்கும்போது மன வருத்தங்கள் உண்டாகும். ஆனால், ஆட்டோ அதன்போக்கில் ஓட்டத்தில்

இருக்கையில் யாரேனும் பயணி கையைக் காட்டி ஏறினால் அதற்கு ‘ஸ்டாண்ட்’ ஓட்டுநர்கள் மறுப்பு தெரிவிப்பதில்லை. “ரன்னிங்லதானண்ணா பாசஞ்சர் எடுக்றேன்” ஒரு வரியில் எந்த ஆட்டோ ஓட்டுநரும் தங்கள் பக்கத்து நியாயத்தை நிறுவிவிடுவார்கள். ஊர்ந்து வலப்புறம் திரும்பியவன், மெதுவாக மக்கள் கூட்டத்தைப் பார்த்துக்கொண்டே மௌன்ட் பூவிருந்தவல்லி சாலையில் ஏறினான். கிண்டி வரையில் செல்லும் ஆட்டோக்கள் பரபரப்பாக இயங்கின. அவற்றைக் கடந்தான். யாரும் அவனுக்குக் கைகாட்டவில்லை. லட்சுமி நகர் ஐசிஐசிஐ வங்கி வரையிலும் சவாரி கிடைக்கவில்லை.

லட்சுமி நகர் ஐசிஐசிஐ தாண்டிய பின், ஆலந்தூருக்கு ஒரு பயணி கிடைத்தார். அப்துல் செல்லவேண்டிய பாதை கத்திப்பாராவில் இடப்பக்கம் திரும்பி கிண்டி வழியாக சைதை - நந்தனம் ஜெமினி இராயப்பேட்டை. ஆனால், பயணி கிடைத்தது அதற்கு நேர் எதிர்ப் பாதையில். அப்துல் கிடைத்த சவாரியை விடவில்லை, ஏற்றிக்கொண்டு ஆலந்தூருக்குத் திரும்பினான். அதுதான் அவனுடைய தன்மை. கிடைக்கும் வாய்ப்புகளுக்கு ஏற்றபடி பாதையை மாற்றிக்கொள்வான். ஆலந்தூரிலிருந்து நங்கநல்லூர் மீனம்பாக்கம் என வரிசையாக சவாரிகள் கிடைத்தன. மீனம்பாக்கம் விமான நிலையத்தில் முழுத்திருப்பம் எடுத்து கத்திப்பாராவை நோக்கி வண்டியை செலுத்தினான். சட்டைப்பையில் இருக்கும் பணத்தை மனக்கணக்கில் கூட்டினான். இனி எந்தச் சவாரியும் ஏற்றாமல்கூட இராயப்பேட்டைக்குச் செல்லலாம். கிண்டியில் பெட்ரோல் நிரப்பலாம், இராயப்பேட்டை வரையில் சவாரி கிடைத்தாலும் கிடைக்காவிட்டாலும் சென்றுவிடலாம் என நினைத்து வண்டியை விரட்டி கத்திப்பாரா சந்திப்பில் பாலத்தில் ஏறி கிண்டிக்கு விரைந்தான்.

கிண்டியில் பெட்ரோல் நிரப்பியவன் வழியில் சைதை நந்தனம் டி.எம்.எஸ். நிறுத்தங்களில் கைகாட்டிய எந்தப் பயணிக்கும் நிறுத்தாமல் ஜெமினியில் அண்ணா மேம்பாலத்தைத் தொட்டு வலப்புறம் பீட்டர்ஸ் சாலையில் திரும்பினான். பீட்டர்ஸ்

சாலை வரையில் வேகமாக வந்தவனுக்கு டாக்டர் பெசன்ட் சாலையின் நெரிசல் போரூர் சந்திப்பின் நெரிசலைவிடவும் அதிகமாகத் தோன்றியது. ஆட்டோவின் அகலம்கூட பெசன்ட் சாலைக்கு பேருந்தின் அகலத்தைப் போல இருந்தது. மீர்சாகிப்பேட்டையைத் தாண்டுவதற்குப் பதினைந்து நிமிடங்கள் எடுத்தன. பரமேசுவரன் சொன்னபடி ரப்பானி வைத்தியசாலையைத் தாண்டி வலப்புறம் திரும்பவேண்டும். அப்துலால் நெரிசலில் வண்டியை நகர்த்த முடியவில்லை இதில் வலப்புறம் எங்கே திரும்புவது? கையைக் காட்டி வேண்டுகோள் வைத்து 'அர்ஜென்ட்டுண்ணா' என முகத்தைப் பாவமாக வைத்து அங்குலம் அங்குலமாகத் திரும்பினான். வலப்புறச் சந்தில் நுழைந்த பின்னர்தான் அந்தச் சந்தில் நுழைய மட்டும்தான் வழி கிடைத்ததும் இனி நினைத்தாலும் திருப்ப முடியாது, அத்தனை குறுகலான சந்து என்பதும் புரிந்தன. யாரிடமும் நிறுத்தி முக்தார் பாய் வீட்டுக்கு வழி கேட்க முடியவில்லை. பின்னாலிருந்து தொடர்ந்து இருசக்கரத்தில் வந்தவர்கள் ஒலியெழுப்பினார்கள். நடப்பவர்கள் சிலர் நின்று திரும்பிப் பார்த்து முறைத்துச் சென்றார்கள்.

சந்துக்குள் சிறிய மாதா கோயில் இருந்தது. மாதா கோயிலின் முன்னே நிறுத்துவதற்கு இடம் கிடைத்தது. நிறுத்தி தலையை வெளியில் நீட்டி, 'முக்தார் பாய், ஜிம் மாஸ்டர் வீட்டுக்கு எப்படிப் போகணும்?' கேட்டான்.

“ஃபஸ்ட் லெஃப்ட்டு, செகண்ட் ரைட்டு அதுல லெஃப்ட்ல மூணாவது வூடு. ஆனா, அங்க ஆட்டோ போவ வழி கெடையாது. இங்கதான் சர்ச்சாண்ட நிறுத்திட்டுப் போவணும்.” புதிய இடத்தில் வண்டியை நிறுத்திவிட்டுச் செல்ல அப்துல் துணியவில்லை. பழக்கப்பட்ட இடமாக இருந்தால் மட்டும் யாரையாவது தூரத்தில் இருந்தாவது வண்டியைக் கண்காணிக்கச் சொல்லிச் செல்லலாம்.

“இன்னா விஷயமா பாயைப் பாக்கணும்? கல்யாணப் பத்திரிகை வெக்கணுமா? வண்டியை இங்க வுட்டுப் போபா. நடந்து உள்ள

போனா அஞ்சு நிமிசந்தான் ஆவும். சர்ச்சாண்ட யாரும் கை வெக்க மாட்டாங்க. முக்தார் பாய் வூட்டுக்கு வேற போற, மீறி வண்டில யார் கை வெப்பா?"

வண்டியைப் புதிய இடத்தில் நிறுத்திவிட்டு ஐந்து நிமிட நடை தூரத்துக்குச் செல்ல அப்துல் தயங்கினான். மாதா கோயிலில் இருந்து நடந்து இடப்பக்கம் திரும்பியதும் வண்டி கண்களில் இருந்து மறையும், யார் என்ன செய்தாலும் தெரியாது? வண்டியைத் தூக்குவது இருக்கட்டும், பின்னால் இருக்கும் சிவப்பு மஞ்சள் விளக்குகளைத் திருப்புளியால் கழற்றி எடுக்க இரண்டு நிமிடங்கள் போதும். யாரையாவது துணைக்கு அழைத்து வந்திருக்கவேண்டும் என நினைத்தான். மௌலிவாக்கத்திலிருந்து மீர்சாகிப்பேட்டைக்கு யாரைத் துணைக்கு அழைத்துவர?

"தோடா, இன்னா வண்டிய வுட்டுப் போவ இவ்ளோ யோசிக்ற? போறதார்ந்தா வண்டிய எடுத்துக்குனு போ, லெஃப்ட் எடுத்துப் பாரு, தெரியும் உனுக்கு நான் சொன்னது." அப்துலுக்கு வேறு வழியில்லை. ஆண்டவன் மீதுதான் பாரத்தைப் போட்டாகவேண்டும். ஆட்டோவுக்கு சேதம் உண்டானால் அப்துலால் சமாளிக்க இயலும். ஆட்டோவையே தூக்கிவிட்டால்? இங்கிருந்து ஆட்டோவைத் தூக்கவேண்டுமென்றால் இந்த நெரிசலில் பதினைந்து இருபது நிமிடங்களாவது தேவைப்படும். அதற்குள் திரும்பிவிடலாம் என நினைத்தான். மீறி எதாவது நடந்தால், பரமேசுவரனிடம் சென்று நிற்கவேண்டும். பெட்ரோல் வரும் குழாயைத் திருகி மூடினான். வண்டியின் ஹாண்டிலை வளைத்துப் பூட்டினான். டேஷ் போர்டில் இருந்த சில்லறைகளை எடுத்துக்கொண்டு வண்டியிலிருந்து இறங்கினான். "அண்ணா, வண்டில ஒரு கண் வெச்சுக்கங்கண்ணா, பாயைப் பார்த்துட்டு வந்துர்ரேன்."

"தெய்ரியமா போ. பாய் வூட்டுக்குதான் ஆள் போய்க்குதுனு சொல்லிடுவேன். சீக்கிரமா வந்துரு. திரும்புனவொடன ஒரு டீக்கட இருக்கும், அங்க எனுக்கு ஒரு டீ சொல்லிட்டுப் போ."

நடந்து சந்துக்குள் திரும்பினான். மாதா கோவில் வாசலில் சொன்னது சரிதான். ஆட்டோவால் அந்தச் சந்துக்குள் நுழைய முடியாது. வரிசையாக இருசக்கர வாகனங்கள் நிறுத்தப்பட்டிருந்தன. அதற்கு இடையே இரண்டு பேர் மட்டும் நடப்பதற்குப் பாதை இருந்தது. இரண்டாவது வலப்பக்கத்தில் திரும்பும் முனையில் ஒரு பச்சை நிறக் கொடிக்கம்பம் இருந்தது. கொடிக்கம்ப அடையாளத்தை அந்த ஆள் சொன்னாரா? இல்லையே. திரும்பும் முன் தொப்பி தாடியுடன் வெள்ளை ஜிப்பா அணிந்து நடந்து வந்த ஒருவரிடம், "முக்தார் பாய் ஜிம் மாஸ்டர்..." துவங்கும் முன் அவர் அப்துலின் முகத்தைக்கூடப் பார்க்காமல் "மூணாவது வூடுபா" எனச் சொல்லிவிட்டு இவன் பதிலுக்குக் காத்திருக்காமல் நடந்தார்.

மூன்றாவது வீட்டின் வாசலில் இரண்டு அழைப்பு மணிப் பொத்தான்கள் இருந்தன. *1st floor* எனக் கருப்பு பெயின்ட்டில் ஒரு பொத்தானின் கீழ் எழுதியிருந்தது. இன்னொரு பொத்தானில் எதுவும் எழுதியிருக்கவில்லை. எதுவும் எழுதாத பொத்தானை உத்தேசமாக அழுத்தினான். சிறிது நேரத்தில் ஒரு பெண் கதவைத் திறந்து பார்த்தார். அப்துலைக் கண்டதும், "கோன்" (யார்?) என்றார்.

அப்துலுக்குப் புரியவில்லை. "முக்தார் பாய், ஜிம் மாஸ்டர் வீடு இதுதான?"

"இதிதான். வர் ஸொல்றேன். நில்லி" தமிழில் பேச முயன்று இதைச் சொல்லிவிட்டு "ஜீ, கோயி ஆக்கோ ஹை மில்னே" எனச் சொல்லிக்கொண்டே வீட்டுக்குள் சென்றார். ஆறடிக்கு மேல் வளர்ந்த பெரியவர் வெளியே வந்தார். லுங்கிக்கு மேல் துண்டைப் போர்த்திக்கொண்டு வாசலில் இருந்து கீழே இறங்காமல்...

"யார்பா? என்ன விஷயம்?"

"சார், என் பேரு அப்துல் கரீம். மௌலிவாக்கத்துலேர்ந்து வரேன். பரமேசுவரன் அண்ணா அனுப்புனாங்க."

“பரமாவா? எப்படி இருக்கான்? இப்ப அங்க பாலிடிக்ஸ்ல இருக்கானா? கபடி நேஷனல் டீம்ல வெளையாடியிருக்க வேண்டிய பையன் அவன். இந்நேரத்துக்கு கோச்சாவே ஆயிருப்பான். சொல்லுபா என்ன மேட்டர்?”

பரமேசுவரன் அண்ணனை இவர் அவன் இவன் என்று பேசுகிறாரா? மௌலிவாக்கத்தில் பரமேசுவரன் பெயரை ‘அண்ணன்’ பின்னொட்டு இல்லாமல் யாரும் அழைப்பதில்லை. இங்கு ஒரு ஜிம் மாஸ்டர் அவரைப் பையன் என்கிறார். அப்துல் திகைப்பை அடக்கிக்கொண்டான்.

“சார், பாடிபில்டிங் பத்தி அண்ணங்கிட்ட பேசுனேன். உங்களைப் பார்க்கச் சொன்னாங்க. அதான் பார்த்துட்டுப் போலாம்னு.”

“எப்டி வந்த? மௌலிவாக்கத்துலேர்ந்து இங்க வர ஸ்ட்ரெய்ட் பஸ் கெடையாதே. போரூர் வந்து ட்வண்டிஃபைவ் ஜீ புடிச்சுல்ல வரணும்.”

“இல்ல சார், ஆட்டோ டிரைவர் நானு. ஆட்டோ எடுத்துக்குனு வந்துட்டேன்.”

“வண்டியை எங்க வுட்ட?”

“சர்ச் கிட்ட”

“செரி நீ, போயி வண்டில வெய்ட் பண்ணு. நான் சர்ச்சுக்கு வரேன்.” வண்டியில் காத்திருந்தான். முக்தார் வந்தார்.

“கூப்பரே வண்டிக்கு நீதான் காவலாடா? டீ சாப்டியா? இன்னொண்ணு சொல்லிக்கோ. நியூ ஃபிர்தௌஸ் வரைக்கும் தம்பியோட போய்ட்டு வரேன். வண்டிய பார்த்துக்க. என் வூட்டு கெஸ்ட்டுதுன்னு சொல்லு. தெர்தா.”

நியூ ஃபிர்தௌஸ் என்பது அங்கிருக்கும் பெரிய ஹோட்டல். சாப்பாடு தயார் விளம்பரப் பலகை வைக்கப்பட்டிருந்த நேரத்திலும் தேநீர் வியாபாரம் அது பாட்டிற்கு நடந்தது.

“லன்ச் சாப்புர்ரியா?” முக்தார் கேட்டார்.

“இல்ல சார். ஒன் அவர்ல வீட்டுக்குப் போயிருவேன். வீட்ல சாப்டுருவேன்.”

“மௌலிவாக்கத்துல வீடு எங்க இருக்கு?”

“பட்டூர்.”

“பட்டூரா? பட்டூர் வந்திருக்கேன் ஒரு மேரேஜுக்கு. நம்ப ஏரியா பசங்க இங்கேர்ந்து அங்க போயி செட்டில் ஆனானுங்க. இப்ப எப்படி இருக்கு அது. முன்னலாம் அது மஃப்சல்பா.”

“ரொம்ப டெவலப் ஆகிருச்சு சார்.”

“தம்பி, எதுக்கு நீ உடம்பைத் தேத்தணும்? கபடி விளையாடுறியா? அதுக்கு கோர் ஸ்ட்ரென்தனிங், சிட்டப்ஸு, புஷ்ஷப்சு, கர்லா, டம்பெல்ஸ் போதுமே, அதுக்கு எங்கிட்ட ஏன் பரமா உன்னை அனுப்புறான்?”

“சார், பாடிபில்டிங் பண்ணா கவர்மென்ட் வேலை கெடைக்கவும் சான்ஸ் இருக்குன்னு பரமுண்ணா சொன்னாங்க, அதுக்கு உங்கள்ட்ட பேசுனா விவரம் தெரியும்னு சொல்லி அனுப்புனாங்க. அதுதான் வந்திருக்கேன். நீங்கதான் சார் வழிகாட்டணும்.”

வேலை வாய்ப்பு குறித்து அப்துல் துவங்கியதும் பரமேசுவரன் கேட்ட அதே கேள்வியை முக்தாரும் கேட்டார்.

“உனக்கு இப்ப என்ன வயசு தம்பி?”

“இருவத்தொண்ணு சார்.”

“படிப்பு?”

“டென்த் ஃபெயில்.”

பரமேசுவரன் சொன்ன அதே வார்த்தையை முக்தார் பாயும் சொன்னார்.

"இன்னும் மூணு வருஷத்துக்குள்ள நேஷனல் லெவல்ல நீ ஒரு மெடலாவது வாங்கணும். தமிழ்நாட்டை ரெப்ரசன்ட் பண்ணணும். முடியாதுன்னு இல்ல, முடியும். ஆனா, உன் வேலையை யோசிக்கிறேன். ஆட்டோவும் ஓட்டிக்கிட்டு, ஜிம்முக்கும் போயி வந்து, சாப்பாடும் உடம்பு வளர்க்க சாப்புட்டுக்குனு, எல்லாமும் ஒடம்புக்கு சூடு. தாங்குவியா? அவ்ளோ இன்ட்ரெஸ்ட்டா பாடிபில்டிங்ல?"

"நல்ல வேலை கிடைக்கணும்னுதான் சார்."

"அதுக்குப் படிச்சிருக்கலாம்ல?"

அப்துலுக்கு வலித்தது. அமைதியாகத் தலையைக் குனிந்தபடி இருந்தான்.

"சரி படிப்பை வுடு. மெரிடோரியஸ் ஸ்போர்ட்ஸ் பர்சன்ஸ்னு சென்ட்ரல் கவர்ன்மென்ட்டுல ஸ்போர்ட்ஸ் கோட்டாவுக்கு நார்ம்ஸ் இருக்கு, ஃபேமஸ் கேம்சுங்க கிரிக்கெட் டென்னிஸ், பின்ன ஸ்போர்ட்ஸுங்க ரன்னிங், ஸ்விம்மிங் அது இதுன்னு பெரிய லிஸ்ட் இருக்கு. அதுல பாக்சிங், கராத்தே, வீர விளையாட்டுங்களும் இருக்கு. கபடிகூட அந்த லிஸ்ட்ல இருக்கு, பாடிபில்டிங் வெய்ட் லிஃப்டிங்கும் இருக்கு. ஆனா பாரு தம்பி எல்லாத்துக்கும் கடுமையா உழைக்கணும். நேஷனல்ல அடிச்சு நார்ம்ஸுக்கு உள்ள வரணும். நார்ம்ஸுக்கு உள்ள வந்தா மட்டும் போதுமா? கவர்ன்மென்ட்ல வேகன்சி இருந்தாத்தான வேலை." முக்தார் தொடர்ந்தார்.

"மூணு வருஷத்துக்கு பாடிபில்டிங்கே உலகம், வேற எதுக்கும் உன் வாழ்க்கைல முன்னுரிமை கெடையாதுனு இருக்க முடியுமா? அப்படி இருந்தா உன் வயசுக்கு ஸ்போர்ட்ஸ் கோட்டா முயற்சி பண்ணலாம்." முக்தார் முடித்தார்.

அப்துலுக்கு முதலில் பிழைப்பு. ஆட்டோ ஓட்டினால்தான் வருமானம். அவனால் ஆட்டோவுக்குதான் முதலிடம் தரமுடியும், உடற்பயிற்சிக்கு இரண்டாம் இடம்தான். முக்தார் சொன்னதைப்போல் அப்படித் தன்னை உடற்பயிற்சிக்காக

அர்ப்பணிக்க முடியுமா?

“ரொம்ப நன்றி சார். எனக்கு ஆட்டோதான் சார் தொழில். அந்த வருமானத்தை வச்சிதான் வீடு நடக்குது. ஆனா, காலத்துக்கும் ஆட்டோதான் வாழ்கைன்னு இருக்கணுமான்னு யோசிச்சிருக்கேன். பரமுண்ணாட்ட வேற எதாவது வேலைக்குக்கூட சொல்லி வெக்கணும்னு நெனச்சேன். அதுல பேசும்போது வந்ததுதான் பாடிபில்டிங். பரமுண்ணாட்ட சொல்றன் சார்.”

“உனக்கு என்ன வேணும்? பாடிபில்டிங்கா? கவர்ன்மென்ட் வேலையா? நல்ல வருமானமா?”

“வருமானந்தான் சார். அதுக்குதான் எல்லாம். ஆட்டோ ஓட்டி காசு சேர்த்து, சொந்த வண்டி வாங்கி கண்ணாடில முகமது பாரூக் - மொய்தீன் பாத்திமா ஸ்டிக்கர் ஒட்டி ஓட்டணும்னு கனவு இருக்கு. வருமானத்துக்குதான் சார் எல்லாம்.”

“ம்ம்ம், அது யாரு முகமது பாரூக் - மொய்தீன் பாத்திமா?”

“அப்பா அம்மா சார். அவங்க சின்ன வயசுல இந்த மீர்சாகிப்பேட்டை ஏரியாலதான் இருந்தாங்களாம். எனக்குத் தெரியாது. நான் பொறந்து வளர்ந்ததெல்லாம் மௌலிவாக்கத்துலதான்.”

“மீர்சாகிப்பேட்டைலயா? எத்தினி வருஷத்துக்கு முன்ன?”

“வருஷம் சரியாத் தெரியல சார். ரொம்ப வருஷத்துக்கு முன்னனு சொன்னாங்க”

“மீர்சாகிப்பேட்டைனா எனக்குத் தெரியாம இருக்காது, சரி அதை அப்புறம் பார்த்துக்கலாம். இப்ப ஒண்ணு செய். அவசரப்படாம யோசி. ஸ்போர்ட்ஸ் கோட்டாவுக்குனு பாடிபில்டிங் பண்ணலாம் தப்பு இல்ல. ஆனா, பாடிபில்டிங்ல ஆர்வம் இருக்கணும். கடனேன்னு செய்யக்கூடாது. கவர்ன்மென்ட் வேலை கெடைக்கலைன்னாலும் அந்த

ஸ்போர்ட்ஸை வச்சி வேற வேலைகள் கெடைக்கும். ஒண்ணா ரெண்டா? இப்பல்லாம் பவுன்சர் பாய்ஸ் நிறையப் பேர் கேக்றாங்க, டிரைனராப் போலாம், அந்தப் பத்தாங்கிளாஸை பாஸ் பண்ணிட்டு ஆறு மாசம் சர்டிஃபிகேட் கோர்ஸ் ஒண்ணு எடுத்தியானா ரொம்ப நல்லா இருக்கும்."

"புரியலை சார்..."

"கொஞ்சம் கொஞ்சமா புரியும். அப்புறம் விளக்கமா சொல்றேன். முதல்ல பாடிபில்டிங் போறியா இல்லியானு முடிவுசெய். உடல்தான் தம்பி மனுஷனுக்கு முதல்ல மத்தவுங்க கண்ணுக்கு வெளில தெரியுது. அதை வச்சிதான் மத்ததெல்லாம். யோசி. யோசிச்சுட்டு வா. பரமாவை ரொம்பக் கேட்டதா சொல்லு. லன்ச் சாப்டுட்டுப் பொறப்படேன். இந்த ஹோட்டல்ல மீன் சாப்பாடு நல்லா இருக்கும். பாடிபில்டிங்குக்கு வந்துட்டியானா சிக்கன் மட்டுந்தான், ரைஸ் கெடையாது" சொல்லிவிட்டு முக்தார் பாய் புன்னகைத்தார்.

"இல்ல சார், நான் கௌம்பறேன். ரொம்ப நன்றி. பரமுண்ணாகிட்ட பேசுறேன்..."

3

குறிப்பு:

தமிழ்நாட்டைச் சேர்ந்த ராஜேந்திரன் மணி, ஆண்டு 2013இல் 90 கிலோ எடைப் பிரிவில் மிஸ்டர் ஏசியா, மிஸ்டர் யூனிவர்ஸ் பட்டங்களை வென்றவர். மிஸ்டர் யூனிவர்ஸ் பட்டம் வென்ற முதல் தமிழர் என்னும் பெருமையும் இவருக்கு உண்டு. இந்திய விமானப்படையில் பணியாற்றிய இவர் சென்னை தாம்பரம் பகுதியைச் சேர்ந்தவர். இவருக்கு ஆணழகர் உலகில் 'இண்டியன் சூப்பர் ஹல்க்' என்னும் பட்டப்பெயரும் உண்டு.

★

"அதென்ன எளவு ஜட்டியைப் போட்டுக்கிட்டு எல்லார் முன்னயும் நின்னு உடம்பைக் காட்ற பொழைப்பு? மார்க்கத்துல அதுக்கு அனுமதி இல்ல. தொப்புளுக்கும் கால் முட்டிக்கும் இடைல இருக்குற பாகம் கண்டிப்பா மறைக்கப்படணும் தெரிஞ்சுக்கடா. இப்ப வருமானத்துக்கு என்ன குறைச்சல்? வாடகைக்கும் பெட்ரோலுக்கும் எடுத்து மீதியைக் கணக்குப் பார்த்தாலும் நல்ல வருவாய் வருதுதான?" மாமா திட்டினார்.

அச்சகம் மூடும்போது எந்தக் காலத்திலோ அச்சகத்தார் பாரூக்கிற்குக் கொடுத்த துருவேறிய கோத்ரெஜ் எஃகு

நாற்காலியில் மாமா அமர்ந்திருந்தார். சிறிய பழுப்பு நிறப் பீங்கான் குவளையில் இருந்த ஆறிய டீயை உறிஞ்சிவிட்டு மீண்டும் பேசினார். பாரூக் அப்பொழுது வீட்டில் இல்லை. பாரூக் இருந்தால் மாமா இவ்வளவு உரத்த குரலில் பேசமாட்டார். 'மச்சான் நான் சொல்றது சரிதான?' என அடிக்கடி பாரூக்கின் ஒப்புதலையும் அவரைக் கேட்காமலே எடுத்துக்கொண்டு பேசுவார்.

"ஆட்டோ ஓட்டி வர்ர வருமானத்தைவிடவும் அதிகம் சம்பாதிக்கணுமா, குட்டி யானையை (டாடா ஏஸ் மினி டிரக்) டியூல வாங்கு, லோடு அடி, நான் வேணும்னா பிரியாணிக் கடைகள்ள சொல்லி வைக்கிறேன், தெனமும் பிரியாணிப் பானை டிரிப்பு கெடைக்கும், டியூ கட்டு. அஞ்சு வருஷத்துல வண்டி சொந்தமாகிரும். என்னம்மா மைம்பாத்து (மொய்தீன் பாத்திமா) நான் சொல்றது சரிதான? தங்கச்சினு இருக்றது நீ ஒருத்தி. மருமகனுக்கு உதவாம வேற யாருக்கு உதவ?" மாமா பாசத்தைக் குழைத்துப் பொடிவைத்து நிறுத்தினார்.

அப்துல் அனைத்தையும் பொறுமையாகக் கேட்டான். அப்பாவும் வீட்டில் இப்போது இல்லை. மாமா பாசத்தையும் மார்க்கத்தையும் முன்னிறுத்தி உடற்பயிற்சி செய்து ஆணழகன் போட்டிகளுக்குச் செல்லும் முயற்சிக்குத் தடை போடுகிறார். அப்துலால் எதிர்த்து உரையாட முடியும். குட்டி யானையைத் தவணை முறையில் வாங்கச் சொல்லும் மாமாதான் சொந்தமாக ஆட்டோ வாங்குவதற்குப் பேசியபோது நிதி நிறுவனங்களில் வண்டி தவணை முறையில் வாங்கக்கூடாதெனத் தடை விதித்தார். இப்போது குட்டி யானையைத் தவணை முறையில் வாங்கச் சொல்கிறார். அப்துல் பொறுமையாகவும் மரியாதையாகவும் எதிர்க்கேள்வி கேட்டான்.

"மாமா, ஒரு பேச்சுக்கு பாடிபில்டிங்கை மறந்துரலாம்னு வெச்சுக்கங்க. அன்னிக்கு சொந்தமா வண்டி வாங்கலாம்னப்ப ஆட்டோவை ஃபைனான்சுல எடுத்தா அது வட்டிக்கு வாங்குனதா அர்த்தம், அது வேணாம்னீங்க. நாங்க யாரும் மறுக்கலீல்ல மாமா. இப்பவும் நாள் வாடகைலதான ஓட்டறேன்.

வட்டிக்கு வாங்காதன்னு சொன்னதால சொந்த வண்டி எடுக்கக் காசு தனியா எடுத்து வைக்கணும். இப்ப குட்டி யானையை வாங்கி டியூ கட்டுனு சொல்றீங்க. இது எப்படி மாமா?”

“டேய் பணம் கொடுக்கல் வாங்கல்ல, பணத்துக்குப் பணம்னா அது வட்டி. கொடுக்கல் வாங்கல்ல, பணத்துக்குப் பதிலா பொருள் வந்து அதுக்கு நீ அதிக விலை கொடுத்தா அது வியாபாரத்துல லாபம்” அப்துல் அமைதிகாத்தான்.

ஆணழகன் பாதையில் அடியெடுத்து வைப்பதை மாமாவுக்காக விட்டுக்கொடுக்க அவன் ஆயத்தமாக இல்லை. முக்தார் அவனுக்குக் காட்டிய ஆசையும், அந்தத் துறையில் இருக்கும் வேலை வாய்ப்புகள் குறித்து அவர் தந்த சிறிய அறிமுகமும் அப்துல் இதுவரையில் கேள்விப்படாதவை.

பரமேசுவரனின் நம்பிக்கைக்கு உரிய ஆட்டோ ஓட்டுநர் என்பதும் அப்துலுக்கு பாய்க்கடை ஆட்டோ நிறுத்தத்தில் சாதகமான நிலையைத் தந்துள்ளது. பரமேசுவரனின் பரிந்துரையால் இப்போது இன்னொரு துறையில் நீண்ட பயணத்தை மேற்கொள்வதற்கான துவக்கமும் உண்டாகும் போலத் தோன்றுகிறது. இந்த இரண்டும் அப்துலுக்கு நல்ல எதிர்காலத்தைத் தரலாம். இந்த நேரத்தில், இன்னொரு நம்பிக்கையில் குட்டி யானையைக் கடன்பட்டு வாங்குவது அப்துலுக்கு நல்ல யோசனையாகத் தெரியவில்லை. அப்துலின் அமைதியைப் புரிந்துகொண்ட அம்மா மொய்தீன் பாத்திமா, அவனுக்குப் பரிவாகப் பேசினார்.

“சரி காக்கா இப்பத்திக்கு கசரத்துக்குப் (உடற்பயிற்சி) போக வேணாம்னுருவோம்.”

“அட கசரத் வேணாம்னு யாரு சொன்னா மைம்பாத்து? அந்த எளவு பாடிபில்டிங்தான் வேணாம்ன்றேன்.”

இரண்டுக்கும் என்ன வித்தியாசம்? ஆங்கிலத்தில் சொல்வதை உருதுவில் சொன்னால் அது சரியாகிவிடுமா? அப்துலுக்கு சிரிப்பு வந்தது. அடக்கிக்கொண்டான். அப்பாவிடம் பேசலாம்.

பேசுவது மட்டுமல்ல; மாமா சொன்னதைப்போல் உடைக் கட்டுப்பாடுகள் குறித்தும் விபரம் அறிந்த யாருடனாவது பேசினால்தான் தீர்வு கிடைக்கும்.

பயிற்சி என்று எதையும் இன்னும் துவங்கவே இல்லை. உடற்பயிற்சி குறித்து எந்த விபரமும் தெரியாது. நினைவு தெரிந்த நாள் முதலாக மாங்காடு சாலையில் வாழ்ந்திருந்தும் ஆர்.டி. ஜிம்முக்குள் சென்றதில்லை. அதிகபட்சமாக விளையாட்டுப் போட்டியைப் பார்த்தது ஊராட்சித் திடலில் நடக்கும் கபடிப் போட்டிகளைத்தான். விளயாட்டுத் துறை குறித்து அவன் அறிந்து வைத்திருந்த எல்லை அதுதான். அன்றைக்கு பரமேசுவரன் சொன்ன நேரத்தில் காலை 5:45க்குத் தனது உடற்பயிற்சியை முடித்துக் கீழே இறங்கியிருந்தாரெனில், அப்துல் ஆர்.டி. ஜிம்முக்குள் நுழைந்திருக்க வாய்ப்பும் இல்லை. தொடர்ந்து ஆணழகன் போட்டிக்கு மார்க்கத்தில் அனுமதி உண்டா இல்லையா என்னும் தர்க்கத்துக்குச் செல்லும் வேலையும் இல்லை.

யாரிடம் கேட்பது?

ஆட்டோ நிறுத்தத்தின் உபதலைவர் இரா. உதயகுமரனிடம் பேச்சுக்கொடுக்கலாம். உதயகுமரனுக்கு ஓய்வு நேரம் கிடையாது. அவர் வண்டியில் பயணியர் இருக்கைக்குப் பின்னால் இரண்டு மூன்று தினசரிகளும் நக்கீரன், ரிப்போர்ட்டர் வகையறா பத்திரிகைகளும் எப்பொழுதும் இருக்கும். சவாரி இல்லாத நேரங்களில் எதையாவது படிப்பார். நிறுத்தத்தின் சங்கத்தில் எல்லா கட்சியைச் சேர்ந்தவர்களும் உறுப்பினர்களாக இருப்பினும் சங்கத்துக்குள் அரசியல் சார்புகளை நுழையவிடாமல் கவனமாக இருப்பதில் தலைவர், செயலாளருக்கு அடுத்து உதயகுமரனின் பங்கு அதிகம். சங்கம் சார்பாகத் தரப்படும் மனுக்களை எழுதுவதும், பெறப்படும் சுற்றறிக்கைகளைப் படிப்பதும் அவர்தான்.

“அண்ணே, முஸ்லிம்ஸ்ல பாடிபில்டர் யார்னா இருக்காங்களாண்ணே.”

“ஏன்?”

“இல்லண்ணே கேட்டேன்.”

“ஆர்.டி. ஜிம்லயே பாய்ங்க ரெண்டு மூணு பேரு எக்சர்சைஸ் செய்றாங்களே. விடியகாலைல இங்கேர்ந்து ஆர்.டி. ஜிம் வாசலைப் பாரு, மசூதில நமாஸ் முடிச்சுட்டு ஜிம்முக்குள்ள போவாங்களே, நீ பார்த்ததில்ல?”

“இல்லியே குமார்ணா. பார்த்திருந்தா கேட்டிருப்பனா?”

“சரி செல்லைக் குடு. டேட்டா பேக் இருக்கா? டாக் டைம் மட்டுமா?”

அப்துல் தன்னுடைய நோக்கியா 3310 கைபேசியை உதயகுமரனிடம் நீட்டினான். கைபேசியை வாங்காமல் அதையும் அப்துலையும் ஒரு பார்வை பார்த்துவிட்டு...

“இன்னும் நீ டச் போன் வாங்கலியா? ரொம்ப ஓவரா பண்ற கரீம். நானும்தான் காசு சேர்த்து ஆட்டோ வாங்குனேன். இப்படியா? உள்ளங்கைல உலகத்தை வச்சிக்கினு எல்லாரும் சுத்தறாங்க, நீ இன்னும் இதுல இருக்க? மொதல்ல டச் போன் ஒண்ணு வாங்கு, டேட்டா பேக் போடு, அப்புறம் முஸ்லிம்ஸ்ல பாடிபில்டர் இருக்காங்களா இல்லியானு பார்க்கலாம்.”

“என்னண்ணா, கம்பெனிது வாங்குனா ஏழாயிரத்துக்கு மேல ஆவும். தெரியும்ணா டேட்டா பேக் இருந்தா, அதுலயே தேடி எடுக்கலாம். இப்ப ஒரு சின்ன விபரத்துக்கு அவ்ளோ செலவு பண்ண சொல்றீங்க” அப்துல் புன்னகைத்தான்.

“கம்பெனிதுன்னு ஏன் போற? மதனந்தபுரத்துக்கு ரைட் எடுப்பல்ல அங்க பர்ஃபெக்ட் மொபைல் சர்வீஸ்னு ஒரு போர்டு இருக்கும் பாரு, அங்க பழைய டச் போன் எதுனா இருக்கானு கேளு. சீப்பா வாங்கு.”

“அது அப்புறமா பார்க்கலாம்ணா, இப்ப நான் கேட்ட விபரம்...”

தன்னுடைய கைபேசியை எடுத்து டேட்டா பேக்கை இணைத்து கூகுளில் *MUSLIM BODY BUILDER* எனத் தேடினார். அது *Did you mean: MUSLIM BODYBUILDER* என்றது. 'பாடிக்கும் பில்டருக்கும் இடைல கேப் விடக்கூடாதோ' எனத் தனக்குள் பேசிக்கொண்டே சொடுக்கினார். அப்துல் அவருடைய கைபேசித் திரையைப் பார்க்காமல் எதிரில் அமைதியாக நின்றான். ஓரிரு நிமிடங்கள் கழித்து தலையை உயர்த்தி...

"கரீம், உலகத்துல அங்கங்க முஸ்லிம்ஸ் பாடி பில்டருங்க இருக்காங்க. ஹைதராபாத்துல காட்டுது, லண்டன்ல காட்டுது, எகிப்துல காட்டுது, ஏன் தமிழ்நாட்டுல சென்னைலகூட அப்துல்லானு யாரையோ காட்டுது. ஆனா அங்கங்க என்னவோ சட்டதிட்டம் அது இதுன்னு எழுதி வெச்சிருக்காங்க, அது எனக்குப் புரியல. சுருக்கமா சொல்லணும்னா, முஸ்லிம்ஸ் பாடிபில்டர்ஸ் உலகம் பூரா இருக்காங்க. இவ்ளோ சிம்பிள் மேட்டர், இதுக்கு ஏன் பெருசா என் கைல சந்தேகம் கேக்குற நீ? வேற எதுனா பிரச்சனையா?"

"பரமுண்ணாட்ட ஜிம் பத்திக் கேட்டேண்ணா, மீர்சாகிப்பேட்டைல ஒரு ஜிம் மாஸ்டர்ட்ட அனுப்புனாங்க, அவரும் முஸ்லிம்தான். இன்னிக்கு மாமா வந்திருந்தாரு. பாடிபில்டிங் போறேன்னேன். அவரு அந்த மாதிரி பாடிபில்டிங் டிரஸ்ஸுக்கெல்லாம் இஸ்லாத்துல அனுமதி இல்லை அப்படின்னு பேசுனாரு. அதான் ஒரு சந்தேகம்."

"மொதல்லயே என்ன ஏதுன்னு விபரம் சொல்லமாட்டியா? மொட்டையா கேள்வி மட்டும் ஏன் கேட்ட? இதுல என்னால எதுவும் கருத்து சொல்ல முடியாது கரீமு. பாடிபில்டர்ஸ் இருக்காங்க, அவ்ளதான். நீ சொன்னப்புறந்தான் இந்தப் பிரச்சனை தெரியுது. என்னடா நெட்டுல பாடிபில்டர்ஸைத் தேடுனா வேற சட்டதிட்டம்னு எதையோ காட்டுதேன்னு நினைச்சேன். இதுல தெளிவு வேணும்னா சிக்கந்தர் பாய்ட்டதான் சந்தேகம் கேக்கணும். டீவீலல்லாம் அப்பப்ப வருவாரு. பெரம்பூர்ல எங்கியோ இருக்காரு. ஒருக்கா இங்க

பட்டூர்க்கு எதுவுவோ மீட்டிங்குக்கு வந்தாரு. எனக்குத் தெரியும். அவர்ட்ட கேட்டாதான் எந்தப் பக்கமும் சாயாம விளக்கம் சொல்லுவாரு.”

“சென்னைலயும் இருக்காங்கனு காட்டுதுல்லண்ணா...”

“ஆமா. பேருகூட சொன்னனே...”

“அது போதும்ணா. சிக்கந்தர் பாயைச் சந்திக்க வாய்ப்புக் கிடைச்சா கேட்டுக்கலாம்.”

“கரீமு, வாய்ப்பெல்லாம் அதுவா கெடைக்காது, நாமதான் தேடிப்போகணும். அவரை எப்படிச் சந்திக்கிறது, சந்திச்சாலும் சட்டுன்னு சந்தேகம்லா கேட்டுற முடியுமா? பொறுமையா எல்லா விபரமும் சொல்லி இது இது இப்படி இப்படினு விளக்கமா கேக்கணும். சந்தேகத்தை எப்பவும் தெளிவா கேக்கணும். நானும் மனசுல வச்சிக்கிறேன். யார்ட்டேர்ந்தாவது அவர் போன் நம்பர் எடுக்கணும். ம்ம்ம் மசூதில சித்திக் பாய் இருப்பார்ல, அவர்ட்ட சிக்கந்தர் பாய் நம்பர் இருக்கலாம், கேட்டுப் பார்க்றேன்.”

“தேங்ஸ் குமார்ணா!”

“என் பேரை எதுலயும் இழுத்து வுட்றாத. ஏற்கெனவே உங்க பிரச்சனையெல்லாம் பெரும் பிரச்சனைங்க.”

★

அப்துலுக்கு இப்போது அவசரமாக முக்தார் பாயைச் சந்திக்கவேண்டும் போல இருந்தது. பரமேசுவரனிடம் சொல்லாமல் முக்தார் பாயிடம் நேராகச் செல்ல முடியாது. அதுதான் அங்கு முறை. பரமேசுவரனிடம் சொன்னால், “எப்ப ஜிம்முக்கு வரப் போற?” என்னும் கேள்வியை முதலில் கேட்பார். இவன் எதையும் இன்னும் முடிவு செய்யவில்லை. ஆட்டோ ஓட்டும் தொழிலையும் செய்துகொண்டு உடற்பயிற்சியிலும் ஈடுபட்டு இன்னும் மூன்று ஆண்டுகளுக்குள் தமிழ்நாட்டின்

சார்பாக தேசிய அளவில் நடக்கும் போட்டிகள் ஏதாவது ஒன்றில் கலந்துகொண்டால் விளையாட்டு இட ஒதுக்கீட்டில் அரசு வேலைக்கு முயற்சி செய்தால், பத்தாம் வகுப்பில் தேர்ச்சி பெறாத தன்னுடைய கல்வித் தகுதிக்கும் ஏதோ அதற்கேற்ற வேலை கிடைக்கலாம். இது ஒன்றுதான் அவனை ஆசைகாட்டி இப்போது இழுத்துக்கொண்டிருக்கிறது.

காலையில் பரமேசுவரனின் வீட்டுக்கு அப்துல் சென்றான். பரமேசுவரனைக் காணவேண்டுமென்றால் காலையிலேயே சென்றுவிடவேண்டும். கட்சிக்காரர்கள், பொதுமக்கள், நண்பர்கள் எனப் பெரிய கூட்டம் இருக்கும். வந்திருக்கும் தகவலைச் சொன்னால் என்ன ஏது எனக் கேட்பார். முக்தார் பாயைப் பார்க்கப்போகிறேன் என ஒரு வார்த்தை சொல்லிவிட்டுப் புறப்படலாம்.

பரமேசுவரனின் வீட்டுக்குச் சென்று ஓரமாக ஆட்டோவை நிறுத்தினான். பெரிய இரும்புக் கதவைத் தள்ளித் திறப்பதற்கு முன், கதவின் இடைவெளியில் உள்ளே பார்த்தான். சிவப்பு நிற புல்லட் இருந்தது. வெள்ளை நிற மஹிந்திரா பொலிரோ ஒன்றும் இருந்தது. கூட்டம் இருந்தது. கதவைத் தள்ளித் திறந்து உள்ளே சென்றான். உடனே உள்ளே செல்லாமல் கதவை ஒட்டியே சிறிது நேரம் நின்றிருந்தான். பகுதி மக்களும் நண்பர்களும் மட்டும் இருந்தார்கள். அரசியல் சார்புள்ளோர் யாரும் இல்லை. அப்துலைத் தெரிந்த பகுதி மக்கள் ஒரு சிலர் என்ன இந்தப் பக்கம் என்பது போல் விழியை உயர்த்தினார்கள். பரமேசுவரன் வரச் சொல்லியிருந்தாரா என வினவினார்கள். இல்லை அண்ணனைப் பார்க்கவேண்டும் எனச் சொன்னான். காத்திருக்கச் சொன்னார்கள்.

பரமேசுவரன் வெளியே வந்ததும் அப்துலைப் பார்த்து...

“என்னடா, பாயைப் பார்த்துட்டு வந்தியாமே. ரொம்ப மரியாதையான பையன்னு போன்ல சொன்னார். ஆர்.டி. ஜிம்ல ஃபீஸ் கட்ட வசதிப்படுந்தான? சேர்ந்துடு. மத்ததை பின்ன பார்த்துக்கலாம். கொஞ்சம் பாடி டெவலப் ஆனதும்

கபடி டீமுக்கு செட் ஆகறியான்னு பார்க்கலாம். பொறப்படு." பரமேசுவரன் முடித்து அனுப்பினார்.

"அண்ணா இன்னும் ஒரே ஒருக்கா முக்தார் பாயைப் பார்த்துப் பேசணும்னா?"

"போய்ட்டு வா, நான் அவர்ட்ட நீ வர்ரதா சொல்லிர்ரேன். என்னிக்குப் போற?"

"இன்னிக்கேண்ணா."

"சரி, பொறப்படு."

★

மீர்சாகிப்பேட்டைக்குப் புறப்படுவதற்கு முன்பு உதயகுமரனிடம் அப்துல் யோசனை கேட்டான். போக்குவரத்து நெரிசல், டாக்டர் பெசன்ட் சாலையில் ஆட்டோவை நிறுத்திவைக்க இடம் கிடைக்காத நிலை, குறுக்குத் தெருக்களுக்குள் நெரிசல், நுழைந்தால் திருப்ப முடியாத வழி எல்லாவற்றையும் விளக்கினான்.

"டிராப்பு, பிக்கப்னா பிரச்சனையில்லண்ணா. வண்டியை நிறுத்திட்டு உள்ள போகணும். மாதா கோயில் ஒண்ணு இருக்கு. அதுக்கு முன்னதான் நிறுத்த எடம் இருக்கு."

"கொஞ்சம் சுத்து வழி இருக்கு போறியா?"

"சொல்லுங்கண்ணா..."

"சின்னமலை, மத்திய கைலாஷ், அடையாறு, பீச் ரோடு வழியா ஐஸ் ஹவுஸ் போயிரு. பீச்சுலேர்ந்து ஐஸ்ஹவுஸ் போனியானா, பெரிய தெரு தாண்டுனதுக்கு அப்புறம் லெஃப்ட்ல பெண்கள் பள்ளிக்கூடம் இருக்கு, அதுக்கு எதிர்ல பார்க்கிங் இருக்கு. காசைப் பார்க்காம ஒருமணி நேரம் வண்டிய அங்க போட்டுட்டு, அங்கேர்ந்து ரப்பானி வைத்தியசாலைக்கு நடந்து போ."

"பார்க்கிங்குக்கு எவ்ளோண்ணா?"

“எவ்ளோவா இருந்தாலும் போட்டுட்டுப் போடா. பெண்கள் பள்ளிக்கூடம் வாசல்ல பஸ்ஸ்டாண்டு. ரன்னிங்ல உனக்கு ரிடர்ன்ல பாசஞ்சர் கெடைப்பாங்க. அங்க விட்டா, டி3 பக்கத்துல ஒரு மசூதி இருக்கு. அங்க கிடைக்கும். அதுவும் இல்லியா, அப்படியே ரத்னா கபே அங்க கெடைக்கும். வண்டி காலியா ரிடர்ன் ஆகாது கவலைப்படாத. பார்க்கிங்குல குடுத்த காசை எடுத்துருவ. கைலேர்ந்து போற காசு, இன்னும் கொஞ்ச நேரத்துல திரும்பவும் கைக்கு வரப்போகுதுன்னு தெரிஞ்சா செலவு பண்ண என்ன தயக்கம்?”

★

அன்றும் மாதா கோவில் வாசலில்தான் கூப்பர் இருந்தார். கூப்பரின் நிரந்தர இடம் மாதா கோவில் வாசல்தான் போலிருக்கிறது. கோவிலுக்கு முன்னே இருந்த சிறிய நடைபாதை மட்டும் சிமென்ட்டால் மெழுகப்பட்டுப் பளபளவென இருந்தது. வசதியாக அதில் கால் பரப்பி அமர்ந்துகொண்டு முதுகைக் கோவிலின் சுவரில் சாய்த்து எந்தக் கவலையும் இல்லாமல் கூப்பர் அமர்ந்திருந்தார். சந்துக்குள் இருக்கும் அத்தனை நெரிசலுக்கும் வாகனங்களின் ஒலியெழுப்பலுக்கும், மக்கள் இரைச்சலுக்கும் தனக்கும் எந்தச் சம்பந்தமும் இலையென்பது போல மாதா கோவிலின் வாசலில் கிடைத்த அந்தச் சின்ன அமைதியை அனுபவித்துக்கொண்டிருந்தார். அப்துலை அடையாளம் கண்டுகொண்டார்.

“ன்னாபா முக்தார் பாய் வூட்டுக்கா? ஆட்டோல வர்ல. எனக்கு ஒரு டீ போச்சு பார்.” உரத்த குரலில் கூப்பர் கேட்டார்.

அப்துல் கூப்பரைப் பார்த்துப் புன்னகைத்துவிட்டு எதுவும் பேசாமல் கடந்தான்.

முக்தார் பாய் அப்துலுக்காகக் காத்திருந்தது போல் அவனை அழைத்துக்கொண்டு நியூ ஃபிர்தௌஸ் ஹோட்டலுக்கு வந்தார்.

“உங்க அப்பா அம்மாவுக்கு இந்த இடம்னுதான சொன்ன? எங்க என்ன ஏதுன்னு தெரியுமா?”

"மீர்சாகிப்பேட்டை மார்க்கெட்டுக்குப் பக்கத்துலதான் இருந்தாங்களாம். இங்க ஒரு பிரின்ட்டிங் பிரஸ் இருந்துதாமே, அதுல அப்பா வேலை செய்தாங்க."

"தெரு பேரு தெரியுமா? பிரஸ்ஸுன்னா, மார்க்கெட் எதிர்ல ஜானிஜான் ரோட்டுக்குள்ள போனியானா எல்லாமும் பிரின்ட்டிங் பிரஸ்ஸுங்க எக்கச்சக்கமா இருந்துச்சு. எதுலன்னு யோசிக்க?"

"தெரு பேரு, திப்பு சுல்தான் அப்படி சொன்ன ஞாபகம்"

முக்தார் பாய் புன்னகைத்தார். "அது திப்பு சுல்தான் இல்ல, திப்பு சாகிபு தெரு. இப்ப திப்பு தெரு."

"அப்படியா சார். பிரஸ்ஸு இஸ்லாமிக் காலண்டர்ஸ் பிரின்ட் பண்றதுன்னு சொன்ன ஞாபகம்."

"ஆங். அப்படிச் சொல்லு. இங்கேர்ந்து நேரா போனியானா லெஃப்ட்ல, ஷேக் தாவூது தெரு வரும். அதுல திரும்பி கொஞ்ச தூரத்துல பள்ளப்பன் தெருல ரைட் எடுத்தா அங்கதான் இஸ்லாமிக் காலண்டர்லாம் பிரின்ட் பண்ணாங்க. பழைய ஆளு போலருக்கு உங்கப்பா. எப்ப மௌலிவாக்கம் போனாங்க? ஏன்?"

"குன்றத்தூர் ரோட்ல கிங் சைக்கிள் ஃபேக்டரில அப்பாவுக்கு வேலை கிடைச்சது."

"ம்ம்ம் கிங் சைக்கிள் கம்பெனி முதலாளி ஃபேமிலில பசங்க எனக்கும் தெரியும். இந்த ஏரியால நிறைய பேருக்கு வேலை குடுத்த கம்பெனில்ல அது. அப்பா பேரு என்ன சொன்ன?"

"முகமது பாரூக்."

"விசாரிச்சா யார் என்னன்னு தெரியும்." நியூ ஃபிர்தௌசின் தேநீரைச் சுவைத்த முக்தார் பாய், பணியாளரை அழைத்து "மேரே சாய்மே ஷக்கர் காய்க்கு தாலாபா?" என்றார் (என் தேநீரில் ஏன் சர்க்கரையைப் போட்டாய்?) அப்துலைப் பார்த்து,

“பாடிபில்டிங் லைன்ல வந்துட்டா சர்க்கரை சாப்புர்ரதைக் குறைச்சுக்றது நல்லது.”

அப்துல் எப்படிப் பேச்சைத் துவங்குவது என யோசித்தான். நேராக, ‘நீங்கள் எப்படி ஜிம் மாஸ்டராக ஆனீர்கள்? உங்களுக்கும் யாராவது வந்து ஜட்டி அணிந்து உடம்பைக் காட்டிக்கொண்டு நிற்பதற்குத் தடை போட்டார்களா’ என்றா கேட்பது? பக்குவமாக உதயகுமரனிடம் பேசியது போலத்தான் பேசவேண்டும்.

“சார் வேர்ல்ட் லெவல்ல மெடல் அடிச்ச முஸ்லிம் பாடிபில்டர்ஸ் யாராவது இருக்காங்களா?”

முக்தார் பாயின் முகம் சட்டெனச் சிவந்தது. தேநீர் குடிப்பதை அப்படியே நிறுத்தினார்.

“பரமா அனுப்புன பையன்றதால அமைதியா இருக்கேன் தம்பி. பாடிபில்டருக்கு பாடிபில்டிங்தான் முக்கியம். இந்து முஸ்லிம் கிறிஸ்டியனுக்கெல்லாம் அங்க வேலை இல்ல. இது என்ன கேள்வி? முஸ்லிம் மெடல் வாங்குனது முஸ்லிம் வாங்கலை? உன்னை பரமா எதுக்கு அனுப்புனான்? உனக்கு படிப்பு பத்தாங்கிளாஸ், எப்படியாவது மேல வரணும். மேல வர்ரதுக்கு பல வழிங்க இருக்கு, அதுல இதுவும் ஒரு வழி. முன்னேற வழிகாட்டினா அதுல ரிலீஜனைக் கொணாந்து சேக்குற? மொதல்ல பொறப்படு?”

அப்துல் நடுங்கினான். உதயகுமரனிடம் சாதாரணமாகப் பேசியதைப் போல் முக்தார் பாயிடம் இந்த விஷயத்தைத் துவங்கியிருக்க வேண்டாம். முதலில் மாமா தனக்குத் தடை போட்ட விபரத்தைச் சொல்லியிருந்தால் அவருக்கு இப்படிக் கோபம் வந்திருக்காது.

“சார், மன்னிக்கணும். நான் அந்த அர்த்தத்துல கேக்கலை. ஒரு நிமிஷம் எனக்குப் பேச வாய்ப்புக் குடுங்க. நான் என்ன சொல்ல வந்தேன்னு சொல்லிர்ரேன்.”

கோபம் குறையாமல், "சொல்லு."

"சார், எங்க மாமா ஜட்டி போட்டுக்குனு நாலு பேர் முன்னால உடம்பைக் காட்டுறதுக்கு மார்க்கத்துல அனுமதி இல்லைன்னு சொன்னார். அதனாலத்தான் அந்தக் கேள்வியை நான் கேட்டேன்."

இப்போது இடிஇடியென உரக்க சிரித்தார். சிரித்துக்கொண்டே இருந்தார். கண்களில் நீர் வரும் அளவுக்கு சிரித்தார். மிகவும் சிரமத்துடன் சிரிப்பை அடக்கிவிட்டு ஒரே மிடறில் தேநீரைக் காலி செய்து கோப்பையைக் கீழே வைத்துவிட்டு,

"மிஸ்டர் தமிழ்நாடு கப்பு அடிச்சப்ப என்னோட போட்டோ நியூஸ் பேப்பர்ல விளையாட்டுச் செய்திகள்ள ஸ்டாம்பு சைசுக்கு வெளியாச்சு. அதுல நான் ஜட்டி மட்டுந்தான் போட்டிருந்தேன். யாரும் பொண்ணு குடுக்க மாட்டேன்னுட்டாங்க. மிஸ்டர் இண்டியால டாப் ஃபைவ், அப்பவும் போட்டோ வந்துச்சு. முக்தார்னா யாருன்னு எல்லாருக்கும் தெரிஞ்சதுக்குப் பின்ன, பொண்ணு குடுக்க நான் நீன்னு வந்தாங்க. நான் ஏத்துக்கலையே. முதல்ல பார்த்த பொண்ணுதான். ஏன் சொல்றேன்னா, அதுதான் உலகம்" முக்தார் தொடர்ந்தார்.

"இதுக்குதான் கேட்டியா? அட போப்பா, துபைல கலக்குறாங்க, சவூதில கலக்குறாங்க. எகிப்துல கலக்குறாங்க. நம்ம ரிலேட்டிவ் பையன் ஒருத்தன் சவூதில ஜித்தாவுல இருக்கான். அங்க ஏதோ ஹோட்டல்ல இருக்க ஃபிட்னஸ் சென்ட்டருக்குப் போறானாட்டம் இருக்கு. ஃபிட்னெஸ் சென்ட்டர் ஓனர் மிஸ்டர் கெய்ரோ, எகிப்து நாட்டுக்காரர். அவரோட அவன் உம்ரா (இஸ்லாமியர்களின் புனிதப்பயணம்) போயிட்டு வந்திருக்கான். இங்க என்னடான்னா யாரோ உன்னை ஜட்டி போட்டுக்குனு நிக்காதேன்றாங்கனு சொல்ற. ஒவ்வொரு ஸ்போர்ட்டுக்கும் ஒரு உடை இருக்கு, அது விளையாடுனா அந்த உடைதான் போடணும்."

முக்தாரின் கோபம் குறைந்ததற்கும், ஆணழகன் போட்டிக்கு

ஆயத்தமாவதில் எந்தப் பிரச்சனையும் இல்லை என்பதை ஆணழகர்களை உருவாக்கும் ஒரு மாஸ்டர் வழியாக அறிந்ததற்கும் அப்துல் தன்னுடைய வாழ்நாளின் முக்கியமான பெருமூச்சை விட்டான். உதயகுமரன் தனக்கு விபரங்களைத் தேடிப் படித்துச் சொன்னதை நினைத்துக்கொண்டான். நிம்மதியாக உணர்ந்தான்.

4

குறிப்பு:

மிஸ்டர் இந்தியா, மிஸ்டர் ஏசியா, மிஸ்டர் வேர்ல்ட் எனப் பல போட்டிகளில் வென்றிருக்கும் அரசு மௌனகுரு, சென்னை ஆலந்தூரைச் சேர்ந்தவர். இவர் TABBA – Tamilnadu Amateur Body-Building Association, தமிழ்நாடு அமெச்சூர் ஆணழகன் சங்கத்தின் செயலாளர். கல்லூரி நாள்களில் இருந்தே ஆணழகன் போட்டிகளில் கலந்துகொண்டு பல்கலைக்கழக அளவில் பதக்கங்கள் பெற்றுள்ளார். இந்திய அளவில் பதக்கங்கள் வென்றதால் இவருக்கு ஐ.சி.எஃப்.இல் வேலை கிடைத்தது.

★

விளையாட்டு இட ஒதுக்கீட்டில் அரசு வேலை வாய்ப்புக்குத் தகுதியான வயதில் மூன்று மாதங்கள் ஒன்றும் நடக்காமல் கடந்துவிடும் என்பதை அப்துல் நினைத்துப் பார்க்கவில்லை. உடற்பயிற்சிக்கூடத்தை நினைக்கவும் இயலாத அளவுக்கு வேகமாக மூன்று மாதங்கள் ஓடின.

2011, தமிழ்நாட்டின் பதினான்காவது சட்டமன்றத் தேர்தல் பணிகளில் பரமேசுவரன் பரபரப்பாக இருந்தார். அவரால் முன்பு போல ஆர்.டி. உடற்பயிற்சிக்கூடத்திற்கு வர இயலவில்லை. தேர்தல் பணிகள் அவர் நேரத்தை

எடுத்துக்கொண்டன. பாய்க்கடை சந்திப்பில் இருந்த அனைத்துக் கொடிக்கம்பங்களுக்கும் அந்தந்தக் கட்சிக்காரர்கள் வண்ணம் பூசி புதிய கொடிகளை ஏற்றி வைத்திருந்தார்கள். ஊராட்சி அலுவலகத்தின் வாசலில் வாரத்திற்கு ஒரு கட்சிக்கூட்டம் நடந்தது. கருப்புப் பெட்டிகளாக அடுக்கி வைக்கப்பட்ட ஒலிபெருக்கிகளிலிருந்து பரப்புரைகளும் பாடல்களும் காற்றை நிறைத்தன. திடீர் திடீரென ஊராட்சி அலுவலர்கள் கோடுகள் இட்டு மருந்து தெளித்து வீதிகளை அலங்கரித்து சுத்தம் செய்தார்கள்.

‘பேச்சியம்மன் துணை’ எழுதப்பட்ட ஆட்டோவின் முதலாளிக்குத் தேர்தல் பணிக்காக ஆட்டோ ஓடுவதில் எந்தப் பிரச்சனையும் கிடையாது. தேர்தல் பணிக்கு அப்துலும் வண்டி ஓட்டினான். போரூர் பாய்க்கடை தடத்தில் நாள் முழுதும் ‘டிக்கெட்’ போட்டாலும் கிடைக்காத பணம், ஆட்டோவில் கட்சிக்கொடி கட்டிக்கொண்டு, விளம்பரப் பதாகை, ஒலிபெருக்கியுடன் ‘வார்டு’களில் சுற்றி வந்தால் கிடைத்தது. அப்துல் அதிகாலையில் ‘டிக்கெட்’டும் போட்டுவிட்டு, காலைச் சிற்றுண்டிக்குப் பின் கொஞ்சமே ஓய்வெடுத்துவிட்டு கட்சிகளின் ஒலிபெருக்கியைக் கட்டிக்கொண்டு புறப்பட்டான். அப்போது ஆட்டோ ஓடிய ஓட்டத்துக்கு அவனால் உடற்பயிற்சியை நினைத்துப் பார்க்க இயலவில்லை. தேர்தல் முடிவுகளுக்குப் பின் பரமேசுவரனின் பொழுதுகளை முன்னிலும் அதிகமாக அரசியல் பணிகள் ஆக்கிரமித்துக்கொண்டன. அப்துல் தன்னுடைய எல்லைகளை உணர்ந்தவன். பரமேசுவரனிடம் வேலை கேட்கும் எண்ணம்தான் அவன் மனதுக்குள் நினைத்திருந்தது. அந்த உரையாடலில் உடற்பயிற்சி செய்து ஆணழகனாலும் வேலை கிடைக்கும் என அவன் அறிந்துகொண்டது தற்செயல். தொடர்ந்து முக்தாரைச் சந்தித்தது பரமேசுவரன் அப்துலுக்குக் காட்டிய வழி. அத்துடன் பரமேசுவரன், முக்தார் இருவரின் பங்கும் முடிகிறது. அதற்கு மேல் அப்துலின் முயற்சியைப் பொறுத்து அடுத்த கட்டத்துக்கு அவர்கள் இருவரும் உதவ முன்வரலாம். அப்துலின் அடுத்த கட்ட முயற்சியைத் தேர்தல் மூன்று மாதங்களுக்குத் தள்ளிப்போட்டது.

இரண்டாவது முறையாக ஆர்.டி. உடற்பயிற்சிக்கூடத்துக்குள் அப்துல் சென்றான். அதிகாலையில் வந்தபோது இருந்ததைப் போல் பயிற்சிக்கூடம் அமைதியாக இல்லை. 'ஈசி ஈசி லாஸ்ட் ஒன்' குரல்கள் பல இடங்களிலிருந்து ஒலித்தன, உடன் அடித்தொண்டையிலிருந்து எழும் 'ஆஆஆ' ஒலிகள். ஒலி வந்த இடங்களில் யாரேனும் எடை தூக்கும் பயிற்சியில் இருந்தார்கள், அவர்கள் அந்த ஆஆ ஒலியை எழுப்பினார்கள். அவர்களுக்குப் பின்னால் பாதுகாவலனைப் போல் நின்றிருந்தவர்கள் ஈசி ஈசி ஒலியெழுப்பினார்கள். எல்லா இயந்திரங்களிலும் ஆணழகர்கள் இருந்தார்கள். ஒன் ஒன் டூ டூ த்ரீ த்ரீ இவர்கள் ஏன் ஒவ்வொரு எண்ணையும் இரண்டு முறைகள் சொல்லி எண்ணுகிறார்கள்? கயிறாட்டத்தைப் (*skipping*) பெண்களின் விளையாட்டெனத்தான் அன்றுவரையில் அவன் நினைத்திருந்தான். அன்றைக்கு ஆண்கள் கயிறாட்டம் ஆடுவதைப் பார்த்தான். இத்தனை வேகமாகக் கயிறாட்டம் ஆட முடியுமா? நடை இயந்திரத்தில் வரிசையாக சிலர் நடைபயின்றார்கள். கிர்ரென இயந்திரம் ஓடும் ஒலியும், எடைக்கற்கள் மோதிக்கொண்ட ஒலியும், கயிறாட்டத்தின் பட்பட் ஒலியும் ஒன் ஒன் டூ டூ ஒலியும், ஆஆ ஒலியும் இவற்றுடன் பண்பலையில் பாடல் ஒலியும் சேர்ந்து புதிய அனுபவத்தை அவனுக்குக் கொடுத்தன.

பாய்க்கடைக்கு அருகில் இப்படி ஒரு இடம் இருப்பது அன்றுதான் அவனுக்குத் தெரிகிறது. எத்தனைமுறை ஆர்.டி. ஜிம்மைக் கடந்திருக்கிறான். ஒருபொழுதும் உள்ளே வந்து என்ன இருக்கிறதெனப் பார்க்கத் தோன்றவில்லை. பயிற்சிக்கூடத்தின் ஆசிரியர் எங்கு அமர்வார் என்பது அவனுக்குத் தெரியுமாதலால் நேராக அர்னால்டு பக்கவாட்டு மார்பைக் காட்டி நிற்கும் மூலைக்குச் சென்றான், அங்கு மாஸ்டர் இல்லை. சுற்றிலும் பார்த்தான் அன்று பார்த்த மாஸ்டர் இல்லை. அப்துல் வந்ததை யாரும் கண்டுகொண்டதாகவும் தெரியவில்லை. எடை தூக்குபவர்களுக்குப் பின்னால் பாதுகாவலனைப் போல் நின்றிருந்தவர்களுள் ஓர் இளைஞன் அப்துலிடம் வந்து...

"யாரைப் பார்க்கணும்."

“மாஸ்டரைப் பார்க்கணும்.”

“மாஸ்டர் இன்னிக்கு வரல்லையே. என்ன விஷயமா மாஸ்டரைப் பார்க்கணும்?”

“ஜிம்ல சேரணும்.”

“உக்காருங்க.”

மாஸ்டரின் மேசைக்கு எதிரில் இருந்த நாற்காலியில் அமர்ந்தான். இளைஞன் மாஸ்டரின் மேசைக்கு வந்து மாஸ்டரின் இருக்கையில் அமராமல், குனிந்து மாஸ்டரின் மேசையைத் திறந்தான். உள்ளே இருந்து விளம்பரப் பிரசுரம் போலிருந்த பளப்பளா அட்டையை எடுத்து அப்துலிடம் தந்தான். அதில் ஆண்டுக் கட்டணம், ஆறு மாதக் கட்டணம், மாதக் கட்டணம் எவ்வளவு என்பது அச்சடிக்கப்பட்டிருந்தது. அனைத்தும் ஆங்கிலத்தில் இருந்தன. இயர்லி, ஹாஃப் இயர்லி, மந்த்லி இவற்றைப் புரிந்துகொள்வதில் அப்துலுக்குப் பிரச்சனை இல்லை. விதிமுறைகளைப் படித்துப் புரிந்துகொள்ள அவனுக்கு நேரம் எடுக்கும்.

“தமிழ் நோட்டீஸ் இருக்கா?”

இளைஞன் அப்துலை விநோதமாகப் பார்த்தான்.

“சிங்கிள் பேமென்ட்டா ஒன் இயர்க்குக் குடுத்துட்டீங்கனா ஃபைவ் தௌசண்ட் ஆகும். இங்க எல்லாரும் மோஸ்ட்லி ஹாஃப் இயர் ஒன் இயர்னுதான் பே பண்ணுவாங்க. மன்த்லி பேமென்ட்னா மாஸ்டர்தான் முடிவு செய்யணும். மாஸ்டரை உங்களுக்குத் தெரியுமா?”

அப்துலுக்கு திக்கென்றது. ‘டச் போன் கலர் போன்’ கனவுக்கு இப்பொழுதுதான் பாதிப் பணம் சேர்த்து வைத்திருக்கிறான். இங்கு உடற்பயிற்சிக்குக் கட்டணமாகக் கைபேசியின் விலையைக் கேட்கிறார்கள். இது எனக்குத் தேவைதானா? இதற்காகத்தான் பரமேசுவரன் எக்ஸ்பென்சிவ் ஸ்போர்ட்ஸ் என்றாரா? திகைப்பிலிருந்து விடுபட்டு பதில் சொன்னான்.

“மாஸ்டரை எனக்குத் தெரியாது. ஒருக்கா பரமுண்ணாவைக் கூப்ட வந்தப்ப பார்த்திருக்கேன்.”

“ஐயா முன்னயெல்லாம் இங்கதான் க்ளாஸ் போடுவாங்க. இப்ப வர்ரதில்ல, பிசி. நீங்க இங்க எந்த ஏரியால இருக்கீங்க?”

“இங்கதான் பாய்க்கடை பஸ் ஸ்டாண்டுல இருப்பேன். நான் ஆட்டோ டிரைவர்.”

அதற்குப் பின் அந்த இளைஞன் அப்துலைப் பார்த்த பார்வையில் மரியாதை குறைந்தது போலத் தெரிந்தது.

“மாஸ்டர் இருக்கும்போது வந்து பேசிக்கங்க. நாளைக்கு வாங்க மாஸ்டர் இருப்பார்.” அப்துல் உற்சாகம் இழந்து வெளியே வந்தான்.

★

வண்டிக்கு தின வாடகை இருபது ரூபாய் உயர்த்தப்பட்டு நூற்றைம்பது ஆகிவிட்டது. முதலில் தின வாடகை நூற்றைம்பதுக்கு வண்டி ஓட்டவேண்டும். பிறகு பெட்ரோலுக்கும் பராமரிப்புச் செலவுகளுக்கும் ஓட்டவேண்டும். அதன் பின்னர் தனக்கான தினச் சம்பளம், இப்போது கூடுதலாக இன்னும் இருபது ரூபாய் இதற்காக எடுத்துவைக்க வேண்டுமா? தின வாடகை இருபது ரூபாய் ஏறியதற்கு யோசித்தவன், இப்பொழுது தின வாடகை நூற்றெழுபது ஆகியிருந்தால் என்ன செய்திருப்பேன் என யோசித்தான். உதயகுமரனிடம் சொன்னபோது, இத்தனை முயற்சியை மேற்கொள்வதற்கு எப்படியாவது பத்தாம் வகுப்பில் தேர்ச்சி பெறுவதற்கு முயற்சி செய்யலாம் என்றார். படிப்புப் பேச்சு வந்ததால் அப்துல் வழக்கம்போல் தலைகுனிந்தான். உதயகுமரன் சுதாரித்துக்கொண்டு, ‘தவறாக நினைக்க வேண்டாம் உன் பாதை உன் தேர்வு வாழ்த்துகள்’ என்றார்.

முக்தார் மௌலிவாக்கம் சுற்றுவட்டாரத்தில் எடைப்பயிற்சி உள்ள மாநகராட்சி விளையாட்டுத் திடல்களில் பயிற்சிகள்

செய்தால் என்ன என்று கேட்டு அவரே அந்தப் பகுதியில் மாநகராட்சி விளையாட்டுத் திடல்கள் இல்லையெனப் பதிலும் சொன்னார். ஆர்.டி.யில் தருகின்ற கட்டணத்துக்குப் பாதிக் கட்டணத்தில் ஜாம்பஜார் பகுதியில் அவருக்குத் தெரிந்த உடற்பயிற்சிக்கூடம் இருப்பதாகச் சொன்னார். அப்துல் சென்று அந்தப் பயிற்சிக்கூடத்தைப் பார்த்து வந்தான். ஆர்.டி.யில் இருந்தது போல நவீனக் கருவிகள் அங்கு இல்லாமலிருந்தாலும், பயிற்சி செய்துகொண்டிருந்த ஆணழகர்கள் ஆர்.டி.யின் ஆணழகர்களுக்குக் குறைவில்லாத உடற்கட்டுடன் இருந்ததைப் பார்த்தான். அங்கு பேசிப் பார்த்ததில் அங்கு பயிற்சி பெறும் பலர் தங்களுடைய உடற்கட்டை வைத்து வேலை வாய்ப்பு பெற்றதை அறிந்தான். அரசு வேலை வாய்ப்பு இல்லையென்றாலும் ஆணழகர்களுக்கு வேலை வாய்ப்பு அதிகம் என முக்தார் சொன்னதை ஜாம்பஜார் பயிற்சிக்கூடத்தில் நேரில் பார்த்துத் தெரிந்துகொண்டான்.

அப்துல் அங்கு இருந்தபோதே செல்பேசியில் அழைப்பு வந்து நட்சத்திர விடுதி ஒன்றில் 'டிஸ்கோ கிளப்'பில் பாதுகாவலர் வேலைக்கு ஆள் தேவை என்றும், சரியான உடற்கட்டுடன் பயிற்சிக்கூடத்தின் சிபாரிசுடன் யாரையாவது அனுப்பவும் கேட்டுக்கொண்டார்கள். பாதுகாவலர் வேலைக்கு உடற்கட்டு மட்டும் போதுமா? கூர்ந்து கவனிக்கும் திறனும் ஓரளவு தற்காப்புக் கலைகளும் தெரிந்திருக்கவேண்டும் அல்லவா என்பது அவனுக்குத் தெரியாது. பாதுகாவலர் வேலையில் கிடைக்கும் சம்பளம் ஆட்டோ ஓட்டி சம்பாதிப்பதைவிடவும் அதிகம் இருக்குமா என்னும் விபரமும் அப்போதைக்கு அவனுக்குத் தெரியாது. நட்சத்திர விடுதிகளுக்கு இதுவரையில் அவன் சவாரிகூட எடுத்ததில்லை. அங்கேயே வேலை என்றால்? வியப்பு. அது ஒன்றுதான் அவனுக்குத் தூண்டுதலாக இருந்தது.

ஜாம்பஜார் பயிற்சிக்கூடம் அவனுக்குப் பிடித்தது, ஆனால் அவனுடைய ஆட்டோவின் முதலாளியும் அவன் நிற்கும் ஆட்டோ நிறுத்தமும், அவன் பழகிய வழிகளும் மௌலிவாக்கத்தை மையமாக வைத்து இருப்பவை. உடற்பயிற்சிக்காக அவனால்

ஜாம்பஜாருக்குக் குடிபெயர முடியாது. அங்கிருந்து இங்கு வந்து பயிற்சி செய்துவிட்டு மீண்டும் மௌலிவாக்கம் வரை செல்வதைக் கனவிலும் நினைக்க முடியாது. வடபழனியில் இருந்த தன்னுடைய நண்பர் ஒருவரின் பயிற்சிக்கூடத்தையும் முக்தார் பரிந்துரைத்தார், ஆனால் அந்தப் பயிற்சிக்கூடத்தின் கட்டணம் ஆர்.டி.யின் கட்டணத்தைவிடவும் அதிகமாக இருந்தது. ஒருவாரம் அலைந்து சுற்றிப் பார்த்து கடைசியில் ஆர்.டி.யில் சேருவது என முடிவு செய்தான்.

காலையில் ஆட்டோவை ஒருமணி நேரம் தாமதமாக எடுத்து சாப்பாட்டு இடைவேளையைக் குறைத்துக்கொண்டு மாலையில் எப்பொழுதும் போல வண்டியை முதலாளியிடம் விடுவது அவன் அப்போது செய்த முடிவு. முதலாளிக்கு எந்த நஷ்டத்தையும் கொடுக்காமல் இருக்க அந்த முடிவை எடுத்தான். ஒருமணி நேர ஆட்டோ ஓட்டத்துக்கு எப்படியும் செலவைக் கழித்து நூறு ரூபாய் கையில் நிற்கும். அந்த நூறு ரூபாயை அவன் எப்படியாவது தினசரி ஓட்டத்தில் ஈடுகட்ட வேண்டும்.

ஆறுமணிக்கு ஆட்டோ எடுப்பது அவனுடைய வழமை, தேவையென்றால் அதிகாலை ஐந்து மணிக்கே எடுப்பதும் அதற்கு ஏற்றாற்போல் வாடகையை மணிக்கணக்கிற்குக் கூட்டுவதும் நடக்கும். ஆட்டோவை இரவில் விடுகின்ற நேரத்தில் மாற்றம் இருக்காது. தவிர்க்க முடியாத சவாரிகளால் தொலைதூரம் செல்லும் நேரங்கள் தவிர்த்து மற்ற நேரங்களில் குறித்த நேரத்துக்கு வண்டியை முதலாளி வீட்டில் சரியாக நிறுத்துவான். இப்பொழுது உடற்பயிற்சிக்காகத் தாமதமாக வண்டியை எடுத்துத் தாமதமாக விடுவதாக முதலாளியிடம் பேசினால் அவர் ஒப்புக்கொள்ள மறுக்கலாம்.

சொந்தமாக வண்டி இருந்தால் இந்தக் குழப்பங்கள் இல்லாமல் நன்றாகத்தான் இருக்கும். சொந்த வண்டி வாங்குவதற்கு முன்பணத்துக்கு எங்கே போவது. முன்பணமும் வட்டிக்கு எடுத்து, வண்டியையும் கடனில் வாங்கி, வட்டி கட்டுவதற்காகவே ஓட்டத்தை அதிகப்படுத்தி உடம்பைக் கெடுத்துக்கொண்ட

சில கதைகளை அவன் அறிவான். முன்பணம் கையிருப்பாக இல்லாத வரையில் அவனுக்கு சொந்த வண்டி முன்னெடுப்பு கிடையாது. எவ்வளவு பணத் தேவைக்கு வண்டி ஓட்டுவது?

முதலில் கைபேசி, பிறகு உடற்பயிற்சிக்குக் கட்டணம், ஆட்டோவைத் தவணை முறையில் வாங்க முன்பணம், தின வாடகைக்கு அடுத்து இப்படி ஒவ்வொன்றுக்கும் பணத்தை எடுத்து வைத்தால்தான் எதுவும் நடக்கும். கணக்கு எழுதாமல் ஒவ்வொரு ரூபாயையும் சேர்த்து வைக்காமல் வருவதும் போவதுமாக இருந்தால் நினைத்ததை சாதிக்க முடியாது. மற்றதைப் பிறகு பார்க்கலாம், இப்போதைக்கு நாளில் ஒருமணி நேரம் உடற்பயிற்சிக்கு என ஒதுக்கினான். 'பேச்சியம்மன் துணை' ஆட்டோ முதலாளி அவன் கேட்டதற்கு ஒப்புக்கொண்டார்.

மாஸ்டர் முதலில் மாதா மாதம் பணம் தந்து பயிற்சிக்கூடத்தில் சேர அனுமதி மறுத்தார். அப்துல் அன்றொரு நாள் காலையில் பரமேசுவரனைப் பார்க்க வந்ததை மாஸ்டருக்கு நினைவுபடுத்தினான். பரமேசுவரன் தந்த ஊக்கத்தால்தான் உடற்பயிற்சியைத் துவங்குகிறேன் என்று பவ்யமாகப் பேசினான். மீர்சாகிப்பேட்டை முக்தார் பாய், ஜாம்பஜார் ஜிம், வடபழனி ஜிம், பவுன்சர் பாய்ஸ் வேலைக்கு வரும் அழைப்பு, மற்ற வேலை வாய்ப்புகள் என அனைத்தையும் அப்துல், மாஸ்டரிடம் சொன்ன பிறகு அவனுடைய ஆர்வத்துக்காக மாஸ்டர் இறங்கி வந்தார். மாதக் கட்டணமாக அப்துல் முந்நூற்றைம்பது ரூபாய் தந்தால் போதுமென்றும், இந்தச் சலுகையை யாருடனும் பேசக்கூடாதென்றும் சொன்னார்.

பரமேசுவரன்

முக்தார்

தாஸ் மாஸ்டர்

இவர்கள் மூவருடைய ஆதரவில் தன்னுடைய முன்னேற்றத்துக்கு இன்னொரு பாதையில் பயணத்தைத் துவங்கினான். பத்தாம் வகுப்பில் தேர்ச்சி அடையாமல் நின்ற நாள்களில் உடன் படித்த

நண்பர்கள் +1 போனபோது காலணித் தொழிற்கூடத்துக்குள் எடுபிடி வேலைகளுக்காக நுழைந்தவன் அங்கிருந்து குன்றத்தூர் கட்டுமானப் பொருள்கள் கடைக்கு மாறியதும் அங்கு நான்கு சக்கர வண்டி ஓட்டப் பழகி ஓட்டுநர் உரிமம் எடுத்ததும், அதன் பிறகு ஆட்டோ ஓட்டுவதற்காக 'பேட்ஜ்' போட்டதும் அவனைப் பொறுத்தவரையில் பெருமுயற்சி.

பாய்க்கடை போரூர் போக்குவரத்தும், 'பேச்சியம்மன் துணை' ஆட்டோவும், தேநீர்க்கடை தேங்காய் பிஸ்கெட்டும் தேநீரும், நோக்கியா 3310 கைபேசியும், 'முகமது பாரூக் மொய்தீன் பாத்திமா' எழுத்துகள் போட்ட சொந்த வண்டிக் கனவும் மிகச் சிறியதாக இருக்கலாம். ஆனால், ஏழாண்டுகளுக்கு முன் மேற்பாகம் மட்டும் தைக்கப்பட்டு தட்டையாக வரும் காலணிகளைக் கட்டு பிரித்து அடுக்கி இரப்பர் அடிப்பாகம் ஒட்டும் இயந்திரங்களுக்கு அருகில் எடுத்துச் சென்று வைத்து, மூக்கைத் துளைக்கும் பசை வாடையுடன் சேர்த்து ஸ்டெய்ன்லெஸ் ஸ்டீல் டம்ளரில் பாதியளவுக்குக் கிடைக்கும் தேநீரை உறிஞ்சி பசியை வென்று, சாப்பாட்டு இடைவேளையில் பட்டூரிலிருந்து புறப்படும்போது கட்டி எடுத்து வந்த நான்கு இட்லி வடையைப் பிய்த்து வாயில் போட்டுக்கொண்டு ஓடிய தொழிலாளிக்கு அது பேரெல்லை.

ஓட்டுநர் உரிமமும் அவனுக்கு இலவச இணைப்பாக வரவில்லை. பதினெட்டு வயதை முடித்ததும் 'சக்சஸ் டிரைவிங் ஸ்கூல்' பயிற்சிப்பள்ளியின் மரபெஞ்சின் மூலையில் அமர்ந்து 'ஓனர்' வரக் காத்திருந்து கட்டணத்தைக் குறைக்கச் சொல்லிக் கேட்டு ஓட்டுநர் உரிமம் எடுத்தான். ஆறு மாதங்கள் காத்திருந்து மீண்டும் சக்ஸ் டிரைவிங் ஸ்கூல் மரபெஞ்சில் காத்திருந்து ஆட்டோ ஓட்டுவதற்கு 'பேட்ஜ்' போட்டான். அதற்கும் செலவானது. 'பேட்ஜ்' எடுத்த பிறகுதான், நிறுத்தத்துக்கு வந்தான். சிலர் 'பேட்ஜ்' போடும் முன்பே வண்டி எடுப்பார்கள். அவன் அப்படி அவசரப்படாமல் பொறுமையாக ஒவ்வொன்றையும் கடந்து பாய்க்கடை ஆட்டோ நிறுத்தத்துக்கு வந்தவன்.

★

உடற்பயிற்சிக்கூடத்தில் முதல் நாள் பயிற்சி மாஸ்டருடன் நடந்த சிறிய உரையாடலைத் தவிர மற்றவை அப்துலுக்கு அத்தனை உவப்பானதாகத் துவங்கவில்லை. அதிகாலையில் ஐந்தரைக்கு ஆர்.டி. ஜிம் வாசலில் இருந்தான். கூட்டம் அதிகமாக இல்லை. அன்றைக்கு பரமேசுவரனைப் பார்க்க முதன்முறையாக அங்கு நுழைந்தபோது இருந்ததைப்போல் சிலரே பயிற்சியில் ஈடுபட்டிருந்தார்கள். தாஸ் மாஸ்டர் கையில் ஒரு பத்திரிகையை பிரித்து வைத்துப் பார்த்துக்கொண்டிருந்தார். புடைத்து நின்ற பக்கவாட்டு மார்பையும் புஜங்களையும் தொடையையும் காட்டிக்கொண்டு ஆணழகர் அட்டையில் பல்லைக்காட்டி சிரித்துக்கொண்டிருந்தார்.

அட்டைப் படத்தில் சிரித்துக்கொண்டிருந்த அந்த ஆணழகனின் பெயர் டோரியன் ஏட்ஸ் என்பதும், அவர் நின்றிருக்கும் நிலைக்குப் பெயர் 'பக்கவாட்டு மார்பு' *(side chest)* என்பதும், அந்த நிற்றல் நிலை ஆணழகன் போட்டிகளின் கட்டாய ஏழு நிற்றல் நிலைகளுள் ஒன்று என்பதும் அப்போது அப்துலுக்குத் தெரியாது. மேலும் ஆணழகர் உலகில் அதிகபட்ச வெற்றி மகுடமாகக் கருதப்படும் 'மிஸ்டர் ஒலிம்பியா' போட்டியில், டோரியன் ஏட்ஸ் ஆறு முறைகள் முதலிடம் பெற்ற விவரமும் அவனுக்குத் தெரியாது.

தாஸ் மாஸ்டர் அவராக பத்திரிகையிலிருந்து முகத்தை உயர்த்தி இவனைப் பார்க்கும் வரையில் எதிரே நின்றான். தலையை உயர்த்திப் பார்த்த தாஸ் மாஸ்டர் அந்தப் பத்திரிகையைக் கீழே வைத்தார். கீழே வைத்த பக்கத்தில் பல ஆணழகர்களின் பக்கவாட்டு மார்புப் படங்கள் வரிசையாக இருந்தன.

"குட்மார்னிங் மாஸ்டர்."

"மார்னிங். ஸ்டார்ட் பண்ணலாமா? இதுக்கு முன்ன எப்பவாவது ஜிம் போயிருக்கியாப்பா?"

"இல்ல மாஸ்டர்."

"கொஞ்சம் பாடி ஃப்ரீ பண்றதுக்கு முதல்ல எக்சர்சைஸ்

தரேன். அதுக்கு அப்புறம் மத்தது பாக்கலாம். இதுதான் பாடி ஃப்ரீயாகறவரைக்கும் செய்யணும். வெய்ட் போர்ரேன்னு அவசரப்படாத. ஒவ்வொரு கிளாசும் கேட்டு என்ன செய்றதுன்னு சொன்னப்புறம் அப்படிச் செய்யணும். புரியுதா? அந்த கார்னர்ல ஸ்டிக் இருக்குல்ல அதை எடுத்துக்குனு பெரிய கண்ணாடி முன்னால நில்லு, இதோ வரேன்."

மூலையில் பலகை அடித்து அதில் வரிசையாக சிலம்பங்களை வைத்திருந்தார்கள். பளபளவென வார்னீஷ் பூசப்பட்ட சிலம்பங்களில் பயிற்சி செய்யும்போது கைகளும் உடம்பும் படக்கூடிய இடங்களில் பளபளப்பு குறைந்து மற்ற இடங்களில் பளபளப்பாக இருந்தது. உடற்பயிற்சிக்கூடத்தில் சிலம்ப விளையாட்டும் கற்றுத் தருவார்களா? கைகளில் சிலம்பத்தை எடுத்து ஒருகையால் இப்படியும் அப்படியும் சுற்ற முயற்சி செய்தான். சிலம்பம் கீழே விழுந்தது. அதற்குள் தாஸ் மாஸ்டர் அங்கு வந்தார்.

"என்னப்பா இது? இது சிலம்பம் சுத்த ட்ரை பண்ணியா? இவ்ளோ திக் சிலம்பம் ப்ராக்டீஸ் இல்லாம சுத்த முடியாது. பை த வே, இது இங்க இப்ப சிலம்பம் கிடையாது, ஸ்டிக். ரெண்டும் ஒண்ணுதான். ஸ்டிக்னே ஜிம்முக்குள்ள சொல்லிப் பழகு. ஷோல்டர்ல இப்படி வை."

தாஸ் மாஸ்டர் இன்னொரு சிலம்பத்தை எடுத்துத் தன் தோள்களில் வைத்துப் பின்பக்கமாக கைகளைச் செலுத்தி சிலம்பத்தைக் கைகளோடு இணைத்துப் பிடித்தார். அப்துல முயற்சி செய்தான், தோள்களில் அழுத்தம் ஏற்பட்டு மூட்டு வலித்தது. 'ஸ்ஸ்ஸ்' ஒலி அவனையறியாமல் வெளிப்பட்டது.

"இட்ஸ் ஓக்கே. ஸ்டிக்கை ஒட்டித்தான் கை வரணும்னு இல்ல. கொஞ்சம் தொங்குனாப்லயும் பிடிக்கலாம். இப்படி."

அது அவனுக்கு எளிதாக இருந்தது. மாஸ்டர் உடலை முறுக்கினார். வலம் ஒன்று, இடம் ஒன்று, வலம் இரண்டு, இடம் இரண்டு, மூன்று மூன்று, நான்கு நான்கு. ஃபைவ் ஃபைவ்

சிக்ஸ் சிக்ஸ் மாஸ்டர் நிறுத்தினார். "இப்படி டுவண்ட்டி கௌன்ட்ஸ். ஓக்கே. அப்புறம் சைடுல வளைஞ்சு அதே போல டுவண்டி கௌன்ட்ஸ். பின்ன ஆல்டர்னேட் டோ டச், ஸ்டிக்கை எடுக்காம டுவண்டி கௌன்ட் முடிச்சுட்டு சைடு லெக் ரைஸ்." தொடர்ந்தார்.

"இந்த மூணும் ஒன் பை ஒன், இருபது தடவ மூணு செட் செய்ப்பா. அதுக்கு அப்புறம் புஷ் அப், எவ்ளோ முடியுதோ அவ்ள, கேப் விட்டு கேப் விட்டு மூணு செட். சிட் அப்ஸ் அப்படியே மூணு செட். புஷ்-அப்ஸ்லயும் சிட்-அப்ஸ்லயும் ரொம்ப உடம்பை நோகடிச்சுக்காத. எத்தனை கௌன்ட் முடியுதோ அத்தனை செய், போதும். முடிச்சுட்டு வா. அடுத்தது சொல்றேன்."

தாஸ் மாஸ்டர் சொன்னபடியே அப்துல் செய்தான். மாஸ்டர் சில நொடிகள் அவன் அசைவைப் பார்த்தபின் தன்னுடைய இருக்கைக்குச் சென்றார். ஒவ்வொரு பயிற்சியாக முடித்து அடுத்த பயிற்சிக்குச் சென்றான். சிலம்பத்தின் துணையுடன் உடலை வளைத்துச் செய்த பயிற்சிகளுக்குப் பின், தண்டால் எடுக்கும்போது சட்டையின் பொத்தான் இழுபட்டது. தண்டாலுக்குக் குனியும் முன் சட்டையின் மேல் பொத்தானைக் கழற்றியிருக்க வேண்டும். தண்டாலில் நின்ற நிலையில் இடக்கையால் ஊன்றி நின்று வலக்கையால் பொத்தானைக் கழட்ட முயன்றான். சமநிலை தடுமாறி வலப்பக்கம் சாய்ந்து விழுந்தான்.

★

5

குறிப்பு:

எட்டையபுரத்துக்காரர் பாஸ்கரன், ஆணழகன் போட்டியில் இந்திய அளவில் ஜூனியர் பிரிவில் வெள்ளிப் பதக்கமும், தென்னிந்தியாவில் தங்கப்பதக்கமும் பெற்று ஐ.சி.எஃப்.இல் வேலைக்குச் சேர்ந்தவர். ஆண்டு 2018 இல் 65 கிலோ எடைப்பிரிவில் மிஸ்டர் வேர்ல்ட் போட்டியில் தங்கப் பதக்கம் வென்றவர். ஆண்டு 2019 இல் இவருக்கு இந்திய அரசு அர்ஜுனா விருது வழங்கி கவுரவித்தது.

★

சட்டைப் பொத்தானைக் கழட்டும் முயற்சியில் கீழே விழுந்த அப்துலைப் பார்த்து அரவிந்தன் அங்கு வந்தான். முன்பு அப்துல் தாஸ் மாஸ்டர் இல்லாத நேரத்தில் பயிற்சிக்கூடத்துக்கு வந்தபோது சந்தித்தது அரவிந்தனைத்தான்.

“ஹோல்ட் டேட். கையப் பிடிச்சு எழுந்திருங்க. எப்படி ஸ்லிப் ஆச்சு? ஒரு கைல நிக்க ட்ரை பண்ணீங்க, நான் பார்த்தேன். அதெல்லாம் முதல் நாளே செய்யக்கூடாது.”

“ஐயோ நான் அதெல்லாம் ட்ரை பண்ணலீங்க. தண்டால் எடுக்கும்போது பட்டன் அழுத்துச்சு, அதை எடுக்க கையைக் கொண்டுபோனேன், ஸ்லிப் ஆகிருச்சு.”

அப்துல் சொன்னதைக் கேட்க அங்கே அரவிந்தன் நிற்கவில்லை, நகர்ந்துவிட்டான். இரண்டு மேல் பொத்தான்களைக் கழற்றிவிட்டு தண்டாலுக்குக் கைகளை ஊன்றி சட்டையைப் பார்த்தான். அது கொடியில் காயப்போடப்பட்ட துணியைப்போல இவன் முதுகிலிருந்து தொங்கியது. தண்டால் எடுத்தான். ஒன்று இரண்டு மூன்று நான்கு ஒவ்வொரு முறை உடல் கீழே சென்று மேலே வரும்போதும் தொங்கிய சட்டை தரையைத் தொட்டுத் தட்டையாகி உயரும்போது மீண்டும் தொங்கியது. அவனுக்கே சிரிப்பு வந்தது. ஐந்துக்கு மேல் ஆறு ஏழு எண்ணிக்கையைத் தொட்டபோது கையை அழுத்தி உடலை வளைத்து மிகுந்த சிரமத்துடன் தோள்கள் வலிக்க மூச்சடக்கி செய்தான். தொலைவில் இருந்து பார்த்துக்கொண்டிருந்த அரவிந்தன் புன்னகைத்துவிட்டுத் தன் பயிற்சியைத் தொடர்ந்தான்.

சட்டையுடன் தண்டால் செய்தால் சரிப்படாது என நினைத்து சட்டையைக் கழற்றிச் சுருட்டித் தரையில் வைத்தான். உள்ளே அணிந்திருந்த வெள்ளை நிற முண்டா பனியன் பழுப்பேறியிருந்தது. அடுத்த வரிசை (set) தண்டால் எடுக்கக் குனிந்து கைகளை அழுத்திக் கால்களை நீட்டி உள்ளங்கையாலும் முழங்காலாலும் நின்றான். தலையைக் கவிழ்த்து உடலைப் பார்த்தான். சட்டையைப் போல பனியனும் தொங்காதது ஆறுதலாக இருந்தது. அவன் தண்டாலை முடிக்கும்போது பயிற்சிக்கூடத்துக்குள் இருந்த பலரும் அவனைப் பார்த்தார்கள். தங்களுக்குள் 'யார் இவன்' எனக் கேட்டு நெற்றியைச் சுருக்கிக் கண்களால் பேசிக்கொண்டார்கள். தோளை உயர்த்தி இறக்கிக் குலுக்கிவிட்டுத் தங்கள் பயிற்சியைத் தொடர்ந்தார்கள். அரவிந்தன், அப்துலின் அருகில் வந்து கிண்டலாகப் பேசினான்.

“சவாரிக்குப் போற வழில ஜிம்முக்கு வந்து ரெண்டு செட் போட்டுட்டுப் போலாம்னு வந்தீங்களா?”

அவன் கேள்வியில் இருந்த கிண்டலைப் புரிந்துகொள்ளாமல் அப்துல் பதில் சொன்னான்.

“இல்லைங்க. ஜிம்முக்கு வர்ரதால ஏழு மணிக்கு மேலதான்

சவாரில்லாம். இது முடிச்சுட்டு வீட்டுக்குப் போயிட்டு பின்ன ரெடியாகிதான் வண்டி எடுப்பேன்.”

“நாளைக்கு வரும்போது ட்ராக்ஸ் போட்டுக்குனு வாங்க.”

“என்னதுங்க?”

“பாய்க்கடைல இருக்ற துணிக்கடைகள்ள ட்ராக் சூட்னு கேளுங்க கெடைக்கும். ஜிம்முக்கு வரும்போது அது போட்டுக்குனு வாங்க. பனியனும் பனியன் கிளாத்ல பேண்ட்டும்.”

“தெரியும். அது கண்டிப்பா வாங்கணுமா? எவ்ளோ ஆகும்?”

“பிராண்டடுக்குப் போகாதீங்க. விலை அதிகமா இருக்கும். எதுனா லோக்கல் வாங்கிக்கங்க” அப்பொழுதும் அரவிந்தனின் குரலில் இருந்த கிண்டல் அப்துலுக்குப் புரியவில்லை.

“ஏங்க, இந்த பனியன்ல எக்சர்சைஸ் செய்யக்கூடாதா?”

முன்பு போலவே அப்துலின் பதிலைக் கேட்காமல் அரவிந்தன் அந்த இடத்தைவிட்டு நகர்ந்தான்.

கொடுத்த பயிற்சிகளை முடித்துவிட்டு தாஸ் மாஸ்டரிடம் சென்றான். தாஸ் மாஸ்டர் அவருடைய இருக்கையில் இல்லை. தேடினான். அவரவர் தங்கள் பயிற்சியில் ஈடுபட்டிருக்கையில் பயிற்சிக்கூடத்தில் மாஸ்டரைத் தேடிய அவன் மீது எல்லார் பார்வையும் விழுந்தது. பழுப்பேறிய முண்டா பனியன் கால்சட்டையுடன் வியர்க்க வியர்க்க மாஸ்டரைத் தேடும் அவனை விநோதமாகப் பார்த்தார்கள். ஏற்கெனவே அவன் இந்த உடையில் தண்டால் எடுக்கையில் தோளைக் குலுக்கியவர்கள் அவனைக் கண்டுகொள்ளவில்லை.

தூரத்தில் பயிற்சி இயந்திரத்தில் இருந்த அரவிந்தன் இயந்திரத்திலிருந்து இடக்கையை எடுத்து என்ன என சைகயால் கேட்டான். இவன் ‘மாஸ்டர்’ என சத்தம் வராமல் வாயசைத்துப் பதில் சொன்னான். மாஸ்டரின் மேசையைக் காட்டி அங்கு சென்று அமரும்படி சைகை காட்டினான். அப்துல் மாஸ்டரின்

மேசைக்கு முன் இருந்த நாற்காலியில் அமர்ந்தான். சில நிமிடங்களில் தாஸ் மாஸ்டர் அவருடைய மேசைக்கு வந்தார். அவர் கையில் பிளாஸ்டிக் கிண்ணம் இருந்தது. களியைப் போன்ற பண்டம் அந்தக் கிண்னத்தில் இருந்தது. மாஸ்டர் ஒரு கரண்டியால் கிண்ணத்திலிருந்த களியைக் கிண்டினார். நாற்காலியில் சாய்ந்து அமர்ந்து களிக் கிண்ணத்தை மேசையில் வைத்துவிட்டு, கைக்குட்டை அளவில் இருந்த வெள்ளை டர்க்கி டவலை எடுத்து கைகளைத் துடைத்தார். கிண்ணத்திலிருந்த ஓட்ஸ் வாசனை அவன் மூக்கிற்கு எட்டியது. களி? ஓட்ஸ்? காலையில் நாமும் இப்படி சாப்பிட வேண்டுமோ என நினத்தான்.

“சொன்ன வார்ம்-அப் எல்லாம் செய்துட்டியாப்பா?”

“செய்துட்டேன் சார்.”

“முதல் நாள் பார்க்க வந்தப்ப முக்தார் மாஸ்டர் பத்திப் பேசுனியே, அவரை எப்படித் தெரியும்?”

“பாடிபில்டிங் பண்ணா வேலை கிடைக்கும்னு பரமுண்ணா சொன்னாரு. அன்னிக்கு காலைல பரமுண்ணாவைப் பார்க்க வந்தேன்ல சார், அன்னிக்குதான் சொன்னாரு. முக்தார் பாய்னு ஒருத்தர் இருக்காரு அவரைப் போய்ப் பாரு விபரம் சொல்லுவாருன்னு அனுப்பினார்.”

“ம்ம்ம்.. முக்தார் மாஸ்டர் பழைய ஆள். ரெயில்வேஸ்லயும், ஐசியெஃப்லயும் அவரைத் தெரியாத பாடிபில்டர்ஸ் கிடையாது. ஏன் அவ்ளோ தூரம் அனுப்புனார் ஒன்றியச் செயலாளர், சாரி, பரமுண்ணா ஏன் அவ்ளோ தூரம் உன்னை அனுப்பினார்?”

“தெரியலை சார். எங்க அப்பா மீர்சாகிப்பேட்டைலேர்ந்துதான் இங்க பட்டூர் வந்து செட்டில் ஆகியிருக்கார், அதனால அப்பாவுக்கு மீர்சாகிப்பேட்டைல அவரைத் தெரிஞ்சிருக்கும்னு நினைச்சிருக்கலாம்.”

“இருக்கலாம். சரி, முதல் நாளே உன்னை மெரட்டக்கூடாது,

ஆனாலும் கேக்குறேன். குரூப் டி-ன்னா என்னனு தெரியுமா?

“தெரியாது சார்”

“கால் மீ மாஸ்டர். சார் வேணாம். ஓக்கே.”

“ஓக்கே மாஸ்டர்”

“வேலைக்குதான் ட்ரை பண்ணப்போறேன்னு சொன்னல்ல? என்ன படிச்சிருக்கேன்னு சொல்லலியே?”

“டென்த் ஃபெயில் மாஸ்டர்.”

“இப்ப நீ மூணு வருஷம் கஷ்டப்பட்டு பாடிபில்டிங் பண்ணி நேஷனல்ல மெடல் அடிச்சாலுமே, நோ ரிலாக்சேஷன் ஆன் எஜுகேஷனல் குவாலிஃபிகேஷன். குரூப் டிக்கு டென்த் கண்டிப்பா பாஸ் பண்ணியிருக்கணும்.”

“புரியல மாஸ்டர். படிச்சிருக்க படிப்புக்கு ஏத்த வேலைன்னு முக்தார் சார் சொன்னாரு மாஸ்டர்.”

“லிசன், அது வேற டிப்பார்ட்மெண்ட்டா இருக்கும். மிலிட்டரின்னு சொன்னாரா? அது இருக்கட்டும், ரெக்ரூட்மெண்ட் போர்டு வழியா உள்ள போகணும்னா கண்டிப்பா குறைஞ்சது டென்த் பாஸாகியிருக்கணும். முடிஞ்சா டென்த் சீக்கிரமா கிளியர் பண்ணு. முடியலைன்னா சோர்ந்துடாத, வேற எவ்ளோ வேலைகள் இருக்கு. பாடி பில்டிங்கை பேஷனா வை, வேலை தானா கெடைக்கும்.”

முக்தார் பாய் சொல்லியதையே தாஸ் மாஸ்டரும் வேறு வார்த்தைகளை இட்டு நிரப்பிச் சொல்லுவதாக அவன் உணர்ந்தான். உண்மையும் அதுதான். அரசுத் துறையில் வேலைவாய்ப்புக்கு முயற்சி செய்யும் எந்த ஆணழகப் போட்டியாளரைச் சந்தித்தாலும் வயதில் துவங்கி, அவர்கள் கலந்துகொண்டு வெல்ல வேண்டிய பதக்கங்கள் வழியாக, அடிப்படைக் கல்வித் தகுதியில் வந்து நிற்பார்கள். பயிற்சியில் சேர்ந்த ஓரிரு ஆண்டுகளுக்குள் அனைத்தும்

மனப்பாடமாகியிருக்கும். அவ்வப்போது கூட்டப்படும், தளர்த்தப்படும் விதிமுறைகளும் மாஸ்டர்களின் வழியாக வாய்வழிச் செய்தியாகப் பகிரப்படும்.

மாஸ்டர் மேலும் தொடர்ந்தார்.

"நல்லா செய், அவசரப்படாத. ஆறு மாசத்துல ஆர்ம்ஸ் பில்ட் பண்ணலாம்னு சொல்லுவாங்க, ஆப்ஸ் சிக்ஸ்பேக்குக்கு ரெண்டே மாசந்தான்னு சொல்லுவாங்க, எதையும் நம்பாத. நல்ல பாடின்னா ஒரு மூணு வருஷம் சரியான ஃபுட்..." மாஸ்டர் இடையில் நிறுத்திவிட்டு, களி இருந்த கிண்ணத்தைக் கையில் எடுத்து, ஒரு கரண்டி களியை வாயில் போட்டு மென்று முழுங்கிவிட்டுத் தொடர்ந்தார்.

"சரியான சாப்பாடு, சரியான டிரைனிங், டிசிப்ளீன், மூணு வருஷம் கஷ்டப்பட்டா நல்ல பாடி கெடைக்கும். அப்புறம் காம்ப்படீஷன் பிரிப்பரேஷன். இது நீண்ட பயணம்... பேரு என்ன? அப்சல்???"

"அப்துல் மாஸ்டர், அப்துல் கரீம்."

"அப்துல், நல்லா செய். டிசிப்ளீனா இரு. டெய்லி காலைல வந்ததும் நேத்து என்ன கிளாஸ் போட்டேன்னு சொல்லிட்டு அன்னிக்கு என்ன கிளாஸ் போடணும்னு கேட்டுட்டுப் போய் செய். புறப்படு."

"எக்சர்சைஸ் அவ்ளதானா மாஸ்டர்."

"இன்னிக்கு இது போதும். நெறைய்ய பேசியும் ஆச்சுல்ல. பொறப்படு."

"மாஸ்டர் எக்சர்சைஸ் பண்றதுக்கு கட் பனியன் ஓக்கேவா? டீ ஷர்ட்டுங்க டிராக்ஸ்ஸெல்லாம் வாங்கணுமா?"

"எனக்கு நீ எப்படி செய்தாலும் பிரச்சனையில்லை, ஆனா, நம்ம ஜிம்முக்குனு ஒரு ஸ்டாண்டர்ட் இருக்கு அதை மெய்ன்டெய்ன் பண்ணணும். வசதி இருந்தா பிராண்டட் வாங்கிக்கோ, வசதி

இல்லையா? விலை குறைவா எதுனா பார்த்து வாங்கிக்கோ. உடனே வாங்கணும்னு இல்லை. ஒண்ணாந்தேதி சம்பளம் வாங்குனதும் வாங்கு.”

“எனக்கு ஏது மாஸ்டர் சம்பளம். டெய்லி வண்டி ஓடறதுதான் வருமானம்.”

“சாரிப்பா, மறந்துட்டேன். அப்புறம்... முக்தார் மாஸ்டரோட எந்தெந்த ஜிம் பார்த்தேன்னு சொன்ன?”

“ஜாம்பஜார்ல ஒண்ணு, வடபழனில ஒண்ணு மாஸ்டர்.”

“ஜிம் பேரு?”

“ஜாம்பஜார்ல ராக் ஃபிட், வடபழனில ஆராதனா.”

“ஆராதனா தெரியும், ராக் ஃபிட் எப்படி இருந்தது? இந்த ஜிம் சைஸ் இருக்குமா?”

“இதைவிட சின்னது மாஸ்டர்.”

“சரி பொறப்படு... நாளைக்குப் பார்க்கலாம்.”

★

முதல் நாள் உடற்பயிற்சி முடித்து வீட்டுக்கு வந்து குளித்து ஆயத்தமாகி ஆட்டோ எடுக்க ஏழரைக்கு மேல் ஆனது. ஒன்றரை மணிநேரத் தாமதம் என்பது அன்றைய வருமானத்தில் நூற்றைம்பது ரூபாய் துண்டுவிழுந்த கணக்கு.

விளையாடு மங்காத்தா

விடமாட்டா எங்காத்தா

வெளிவேஷம் போடாட்டா

இந்த வெற்றி கிட்ட வராதா யுவன் ஷங்கர் ராஜா பாய்க்கடை பேருந்து நிறுத்தத்தில் ஒலித்தார். போரூர் போரூர் போரூர் கூவிக்கொண்டே பாய்க்கடை நிறுத்தத்தை அவன் கடந்தான்.

இரண்டு பெண்கள் ஏறினார்கள். அடுத்து ஏறுவதற்குத் தயங்கிய ஒரு ஆணைத் தன்னுடன் சேர்ந்து ஓட்டுநர் இருக்கையில் உட்காரச் சொன்னான்.

வண்டியை நகர்த்தினான். போரூர் போரூர் இன்னும் சில நிமிடங்களில் *88K* நிறுத்தத்துக்கு வரலாம், அதற்குள் அவசரத்தில் இருக்கும் பயணிகளை அள்ளிவிடுவது நல்லது. ஆறு பயணிகளை அடைத்து விதிகளுக்குக் கட்டுப்படாமல் ஓட்டுவதுதான் அந்தத் தடத்தில் எழுதப்படாத விதி, இருப்பினும் இன்னும் மூன்று பேருக்காகக் காத்திருக்காமல் ஏறிய மூன்று பயணிகளுடன் புறப்பட்டான். மதனந்தபுரம் திருப்பத்தில் ஒரு பெண் பயணி கிடைத்தார். இன்னொரு பெண் பயணி நான்கு பேராக அமரத் தயங்கி நின்றார்.

“அக்கா எய்ட்டியெட் கேல இதைவிடக் கூட்டம் இருக்கும்கா. ஒரு அழுத்துல போரூர் போயிர்ரேன். எல்லாருக்கும் போரூர்தான?”

திரும்பும்பொழுதும் வண்டி நிறைந்தது. நிறுத்தத்தில் இருந்து எழும்பூருக்குச் செல்ல சவாரி கிடைத்தது. மாதா நகருக்கு உள்ளே சென்று வீட்டிலிருந்து பயணிகளை ஏற்றிக்கொள்ளச் சொன்னார்கள். எழும்பூரிலிருந்து அண்ணாசாலை, சாஸ்திரி பவன், கோடம்பாக்கம் வரிசையாகப் பணம் பார்த்து, தாமதமான ஒன்றரை மணிநேர சம்பாத்தியத்தை ஈடுகட்டினான். இனி தினமும் இப்படி ஓட்டவேண்டும். கிடைத்த இடத்தில் மதிய உணவு. காலையில் உணவைக் கட்டி எடுத்துக்கொள்ள வேண்டும்.

உடற்பயிற்சியும் ஆட்டோ ஓட்டலும் முந்தைய நாள் இருந்ததைப் போல் எளிதாக இல்லை. காலையில் தாஸ் மாஸ்டர் இன்று வார்ம்-அப் ஆயத்தமாதல் முடித்தும் சில பயிற்சிகளை செய்ய வேண்டியிருக்கும் என்றார். உடம்பை வளைத்து நிமிர்த்தி ஆயத்தப் பயிற்சிகளை முடித்த பின் மாஸ்டரிடம் சென்றான்.

“வா, இதுக்குப் பேரு லாட் புல்டௌன் மெஷின். இன்னிக்கு

லாட் புல் டௌனும் பட்டர்ஃப்ளையும் செய்துட்டு, சிட்டப்ஸ் நான் சொல்றாப்ல போடு. இதுதான் லாட் புல். இப்படி உக்காரு. உன்னோட தைஸ் எவ்ளோ வருதோ அதுக்கு ஏத்தாப்ல ஸ்டாப்பரை அட்ஜஸ்ட் பண்ணு. ஓக்கே. இந்த பாரைப் பிடிச்சு பின்பக்கம் இப்படி இழுக்கணும். எவ்ளோ வெய்ட் போட்டு இழுக்கிறியோ அது உன் வசதி, ஆனா ரொம்பக் குறைச்சு வெய்ட் போட்டு ஈசியாக்கிராத. பின்பக்கம் இழு, அது ரியர் லாட் புல். முன்பக்கம் இழு அது ஃப்ரன்ட் லாட் புல். மூணு செட் போடு எடைல ஒரு நிமிஷம் ரெஸ்ட் குடு. அடுத்து செஸ்ட் ஃப்ளை, இப்படிப் பிடிச்சு கை ரெண்டையும் அகலமா விரிச்சு அழுத்தி முன்னால கொண்டு வந்து தொடணும். தொடும்போது இடிச்சுக்காத. இதுவும் மூணு செட், எடைல ஒரு நிமிஷம் ரெஸ்ட் குடுத்து. லாட்லேர்ந்து ஆரம்பி. எடைல வந்து சிட்டப்ஸ் எப்படினு காட்றேன். ஸ்டார்ட்."

ஆங்கிலத்தில் லாட், தமிழில் பட்டை என்று சொல்லலாம். தோள் பட்டையில் சேர்ந்திருக்கும் பட்டை லாட். லாட் புல்லில் கம்பியைப் பிடித்த கைகள் மேலே செல்லும்போது பின்பக்கம் தோளுடன் இணைந்த பட்டைகள் வலம் இடம் இரண்டு பக்கங்களிலும் பறவை சிறகை விரிப்பது போல் விரிந்தது. கம்பியிலிருந்து எஃகுக் கயிற்றை இணைத்து கப்பிகள் *(pulley)* வழியாக இணைக்கப்பட்ட இரும்பு எடைத்தட்டுகள் மணிக்கட்டிலும் முட்டியிலும் அழுத்தத்தை ஏற்படுத்தின. கம்பியைக் கீழே இழுக்கையில் பட்டைகள் விரிந்த நிலையில் தோளும் புஜங்களும் புடைக்க லேசாகக் கைகள் உதறிய நிலையில் இழுத்து முடித்தான். ஒரு சுற்று முடித்ததும் மலையைப் புரட்டிப் போட்டதைப்போல் உணர்ந்தான்.

பயிற்சிகள் முடியும்போது மாஸ்டர் வந்தார்.

"வா சிட்டப்ஸுக்குப் போலாம்."

சாதாரண தோப்புக்கரணம்தான். முறைப்படி செய்யும்போது தொடைகள் புடைத்தன. எண்ணிக்கை கூடுகையில் கால்கள் உதறின. நிறுத்தத் துடித்தது. நிறுத்தாமல் பல்லைக் கடித்து,

சொன்ன எண்ணிக்கையைப் போட்டு முடித்தான். எங்காவது கால்களை நீட்டி உட்காருவதற்கு இடம் கிடைக்குமாவெனப் பார்த்தான். கைகளும் கால்களும் அன்று அவனுக்கு ஓய்ந்துவிட்டன. கடிகாரத்தைப் பார்த்தான் மணி ஏழை நெருங்கியது. மாஸ்டரிடம் சொல்லிவிட்டு அவரசமாக ஓடினான்.

“இன்னிக்கு பிரேக்ஃபாஸ்ட்ல முட்டை சாப்பிடு.”

வீட்டிற்குத் திரும்பும் இடத்தில் அரஃபாத் ஸ்டோர்சில் இரண்டு முட்டைகள் வாங்கினான். வியர்க்க விறுவிறுக்க கடையில் நின்று இரண்டு முட்டைகள் கேட்டதும் அரஃபாத் ஸ்டோர்ஸ் பாய்,

“ஜிம்லேர்ந்து வர்ரியா கரீமு? ரெண்ரெண்டா தெனிக்கும் முட்டை வாங்குனா எனக்கு லாபம். தட்டா வாங்கி வூட்ல வெச்சுக்கினியானா உனுக்கு லாபம். எப்டி வசதியோ அப்டி செய்.”

“தட்டுன்னா?”

“தட்டுன்னா, ட்ரேபா, ஒரு ட்ரேக்கு முப்பது முட்டை.”

“இன்னிக்கு ரெண்டு குடுங்க பாய். தேவைன்னா அப்புறம் பார்த்துக்கலாம்.”

ஒவ்வொரு செலவாக அவனுக்குக் கூடிக்கொண்டு சென்றது. முதலில் உடற்பயிற்சிக்கு மாதக் கட்டணம், அதற்கென உடை, இப்பொழுது முட்டை இன்னும் என்னென்ன வருமோ? எப்படி ஆட்டோ ஓட்டி அதற்கான பணத்தை எடுக்கப்போகிறோமோ என நினைத்தான்.

மாமா சொன்னபடி குட்டி யானையைக் கடனில் வாங்கி பிரியாணிக் கடைகளுக்கு ஓட்ட வேண்டுமோ? உடற்பயிற்சி தொடர்பான எந்தச் செய்தியும் மாமாவுக்கு எத்தனை தாமதமாகச் சென்று சேருகிறதோ அத்தனை நல்லது. விவாதங்களிலிருந்து விலகியிருப்பது என்றைக்கும் நல்லது.

இன்னும் என்னென்ன செலவுகள் வரலாம்? இதுவரையில் செய்தவை அவனுக்கு வேண்டுமானால் அதிகமாகத் தோன்றலாமேயன்றி இந்தச் செலவுகள் அவனைச் சுற்றியிருக்கும் ஆட்டோ ஓட்டுநர்கள் சிலருக்கு சாதாரண செலவுகள்தான் என்பதை அறிவான். ஒன்றிரண்டு உடைகளும் தினசரி முட்டையும் மாதாமாதம் முன்னூற்றைம்பதும் மட்டும்தான் உடற்பயிற்சிக்கான செலவுகள் எனில் அவன் தாங்குவான். சொந்த ஆட்டோக் கனவுக்கான சேமிப்பும் இப்போது கூடியிருக்கும் செலவுகளுக்கும் உழைக்க அவன் ஆயத்தமாக இருந்தான். நண்பர்கள் சிலர் டாஸ்மாக்கில் நாளுக்கு எவ்வளவு செலவழிக்கிறார்கள்? அதனுடன் ஒப்பிடும்போது உடற்பயிற்சிக்காக செலவிடுவதும் செலவு செய்வதை எடுப்பதற்காக ஓடுவதிலும் பிழையில்லை, ஆனால் அடுத்த நாள் ஓட்டத்துக்கு அவன் உடல் ஆயத்தமாக இல்லை.

இரவு படுக்கைக்குச் செல்லும்போது தோள்கள் தெறித்தன. தொடையும் இடுப்பும் உடலில் இருந்து தனியாகக் கழண்டுவிடுவதைப் போலத் துடித்தன. இரவுச் சாப்பாட்டை சாப்பிடத் தரையில் அமர முயற்சி செய்தான், வலித்தது. அதிகமான தூரம் ஆட்டோ ஓட்டி வரும் நாள்களிலும் இப்படி ஏற்பட்டதில்லை, முதல் நாள் பயிற்சி கொல்கிறதே என நினைத்தான். வலியை வெளியே காட்டாமல் தாங்கிக்கொண்டு அமர்ந்தான். முகத்தில் ஏற்பட்ட மாறுதலையும் வேதனையையும் மொய்தீன் பாத்திமா கண்டுபிடித்தார். எங்கேனும் காலை முட்டிக்கொண்டாயா? விபத்தா? ஊமைக் காயமா எனப் பதறிக் கேட்டார். ஒன்றுமில்லை என்றபடி நிலையைச் சமாளித்து சாப்பிட்டு எழுந்தான். உடற்பயிற்சியால் ஏற்பட்ட வலியை வெளியில் சொன்னால் பயிற்சிக்குத் தடை வரலாம். எதற்கும் ஒருநாள் வலியைத் தாங்கித்தான் பார்ப்போமே எனப் படுத்து அடுத்த நொடி உறங்கினான். காலையில் எழுந்திருக்கையில் வலி குறைந்திருந்தது. பயிற்சிக்கூடத்துக்கு ஓடினான்.

“ஈசி ஈசி அவ்ளதாண்டா” தோளில் இருந்த எடையை சுமைதாங்கிக் கம்பியில் *(barbell stand)* இறக்கிய அரவிந்தனை

மாஸ்டர் ஊக்கப்படுத்திக்கொண்டிருந்தார். “கப்பு கொண்டு வர்ரடா. பாடி வெய்ட் மட்டும் ஏத்திராத. செவன்ட்டி ஃபைவ் கிலோ கேட்டகரில எல்லாம் வேற லெவல்ல இருக்கானுங்க. பார்த்துக்க”

அப்துல் நிற்பதைப் பார்த்து, “வா அப்துல். வார்ம்-அப் முடி. நேத்து செய்ததை அப்படியே ரிப்பீட் பண்ணு. நான் வரணும்னு தேவையில்லை. நீயாவே முடிச்சுட்டுப் போ. நேத்து பாடி பெய்ன் இருந்துதா?”

“ஆமா மாஸ்டர் நைட் இருந்துச்சு.”

“செம வலியா? தாங்குறாப்லதான் இருந்துதா?”

“தாங்குனேன் மாஸ்டர்.”

“குட். காலைல எப்படி இருந்தது?”

“கொஞ்சமா வலிக்குது மாஸ்டர்.”

“அது பிரச்சனையில்ல. ஸ்டார்ட்.”

தூரத்தில் இருந்து அரவிந்தன், அப்துலைப் பார்த்த பார்வையில் சிறிதும் மரியாதை இல்லை. தன்னுடைய பிராண்டடு மேல்சட்டையை இழுத்துவிட்டு அப்துலை நோக்கி சுட்டு விரலைக்காட்டிவிட்டு சுட்டு விரலையும் கட்டை விரலையும் இணைத்து வட்டம் உண்டாக்கி ஏளனப் புன்னகை உதிர்த்தான். அப்துலுக்குப் புரியவில்லை. மூன்றாவது நாளாக ஏன் அரவிந்தன் அதிருப்தியைக் காட்டுகிறான்?

அரவிந்தன் மட்டுமல்ல, பயிற்சிக்கூடத்தில் இன்னும் சிலரும் அப்துலின் வருகையால் முகம் சுளிக்கிறார்கள் என்பது அன்றைய பயிற்சியின்போது அப்துலுக்குப் புரிந்தது. ‘லாட் புல்’ இயந்திரத்திற்கு அப்துல் சென்றபோது அதைத் தருவதற்குக் காத்திருக்கச் சொன்னார்கள். அவர்கள் செய்யவேண்டிய பயிற்சியை மிகவும் பொறுமையாகச் செய்து அவனுக்கு இயந்திரம் கிடைப்பதைத் தாமதப்படுத்தினார்கள். அவனுடன்

சேர்ந்து பயிற்சி செய்ய முகம் சுளித்தார்கள். ஒவ்வொருவராக வரிசையில் 'ஃப்ரன்ட் லாட் ரியர் லாட்' என்று வருகையில், தங்கள் வரிசையில் அப்துலுடன் இணைவதைத் தவிர்த்தார்கள்.

"ரியர் லாட் புல் சரியா பண்றனாண்ணா" எனக் கேட்டால், முகத்திலடித்தாற்போல் "மாஸ்டர்ட்டக் கேட்டுக்கோ" என மறுமொழி சொன்னார்கள். அப்துலுக்கு அவன் செய்த தவறு என்னவெனப் புரியவில்லை. பயிற்சிக்கூடத்தில் இருந்து அரை கிலோமீட்டர் தொலைவில் இருக்கும் ஆட்டோ நிறுத்தத்தில் அவன் ஆட்டோ ஓட்டுநர். ஜிம்முக்கு வருபவர்கள் சிலரை அவன் பார்க்காவிட்டாலும் நிறுத்தத்தில் நிற்கையில், போரூர் போரூர் எனக் கூவிப் பயணிகளை அழைக்கையில், தேநீர்க்கடையில், ஊராட்சி அலுவலகத்தில் யாருக்கேனும் உதவி செய்கையில், அவனை சிலர் பார்த்திருக்க வாய்ப்பு உண்டு.

மாஸ்டர் தாஸ் விருப்பப்பட்டு சேர்த்துக்கொண்ட 'பையன்', ஊராட்சி அலுவலகத்துக்கு வந்துபோகும் அரசியல்வாதிகளுக்கு அவனைத் தெரிந்திருக்கிறது. இவை இரண்டு மட்டும் அவனுக்குச் சாதகமானவை. ஆட்டோ ஓட்டுவதும், பாய்க்கடையில் நிற்பதும் சாலையோரத்தில் தேங்காய் பிஸ்கெட் தின்று தேநீர் அருந்துவதும், அவர்கள் பார்வையில் 'லோக்கல்' டிராக்ஸ் அணிவதும் ஏற்புடையதாக இல்லை. இவர்களுடன்தான் இனி அவன் தன்னுடைய பயிற்சிப் பயணத்தை மேற்கொள்ளவேண்டும். அனைத்துப் புறந்தள்ளல்களையும், முகச்சுளிப்புகளையும் ஏற்றுதான் எதிர்நீச்சல் போடவேண்டும். எப்பொழுதும் மாஸ்டர் தாஸ் கண்பார்வையில் மொத்தப் பயிற்சிக்கூடமும் இயங்கும் என எதிர்பார்க்க முடியுமா? மாஸ்டர் இல்லாத நேரங்களில் தன்னை ஒதுக்குபவர்களுடன்தான் பயிற்சி செய்தாக வேண்டும்.

பதினெட்டு வயதை எட்டுவதற்கு முன்பே வேலைக்குச் சென்று ஆட்டோ வரையில் வந்தவனால் இந்தப் புறந்தள்ளல்களைப் பொருட்படுத்தாமல் தனக்குத் தேவையான பயிற்சியைப் பெற்று

வேலைவாய்ப்பை எட்ட முடியும், ஆனால் எப்பொழுதும் நிகழ்காலச் சுமைகள்தான் பெருஞ்சுமைகளைப் போல் தோன்றும். அப்துலுக்கு மட்டும் அதிலிருந்து விதிவிலக்கு கிடைத்துவிடுமா? எவ்வளவு ஒதுக்கப்பட்டாலும் திரும்பத்திரும்ப அவர்களுடன் நட்பாகப் பேசி மனதை மாற்ற முயற்சி செய்ய முடிவெடுத்தான். உடற்பயிற்சிக்கூடத்துக்கு வெளியே எதற்கும் அவனுக்கு அவர்களுடைய உதவி தேவைப்படாது. கூடத்துக்குள் அவர்கள் உதவியின்றி அவனால் தனியாக இயங்க முடியாது.

கல்லூரியில் நடக்கும் 'ராகிங்'களுக்கு இணையானவை இந்த முகந்திருப்பல்கள் என ஒதுக்க முடியாது. இது பொருளாதார ஏற்றத்தாழ்வுச் சிக்கல். சதைப்பிடிப்புக்காக அருந்தும் அதிவிலைப் புரதக் கலவை *(protein supplement mix)* முதல், ஆண்டுக்கட்டணமாகக் கூடத்துக்குப் பணம் செலுத்துவது வரையில் பணம் செலவுசெய்யக் கவலை இல்லாதவர்களுக்கும், விளையாட்டு இட ஒதுக்கீட்டில் வேலை கிடைப்பதற்காகப் பயிற்சிக்கூடம் வந்து ஒவ்வொரு ரூபாயையும் எண்ணிச் செலவு செய்யும் ஒருவனுக்கும் உள்ள இடைவெளி.

இந்த இடைவெளியை அப்துல் எப்படி இணைக்கப்போகிறான்?

6

குறிப்பு:

இந்திய ஆணழகர் சம்மேளனம் (Indian BodyBuilders Federation), விளையாட்டுத் துறை அமைச்சகத்தால் அங்கீகரிக்கப்பட்ட அமைப்பு. அதன் ஒரு அங்கமாக தமிழ்நாடு அமெச்சூர் ஆணழகர் சங்கம் (TABBA – Tamilnadu Amateur Body-Building Association) இயங்கிவருகிறது. இந்த அமைப்புகளின் ஒப்புதலின்படி நடத்தப்படும் ஆணழகன் போட்டிகளுக்கு தேசிய அளவில் அங்கீகாரம் உண்டு.

★

“அரவிந்தன் சார், ஒரு ஹெல்ப்.”

“மாஸ்டர்ட்ட கேளுங்க.”

“இல்ல சார் இந்த ஹெல்ப் உங்கள்ட்ட கேக்றதுக்குதான்…”

“சொல்லுங்க.”

“உங்க நண்பர்கள் யாராவது ஆஃபீஸுக்கு பிக்-அப் டிராப் வேணும்னா நான் செய்றேன். கொஞ்சம் சொன்னீங்கனா, கூடுதல் வருமானத்துக்கு வழி கெடைக்கும்.”

“ப்ச், அவங்கள்ளாம் பைக் வெச்சிருக்காங்க. அப்படியே போகணும்னாலும் கேப் வரும். ஆட்டோலலாம் போகமாட்டாங்க.”

“ஓக்கே சார். யாராச்சும் வேணும்னு கேட்டா என்னை ரெக்கமன்ட் பண்ணுங்க. இந்த ஏரியாவுல ஸ்கூல் டிரிப், யாருக்காவது அப்பா அம்மாவுக்குக் கடைக்குப் போக கோயம்பேடு, எக்மோர் டிராப் இப்படி எதுனாலும் இருந்தா சொல்லுங்க சார்.”

“ம்ம். ம்ம்.”

இதற்குப் பின் அரவிந்தன், அப்துலுடன் பயிற்சிக் கூடக் கூட்டாளியாக மாறிவிடவில்லை, ஆனால் குறைந்தது அப்துலின் மீது தான் வீசிய ஏளனப் பார்வைகளைத் தவிர்த்தான். உடற்பயிற்சிக் கூடத்தில் முகம் அறிமுகமான சிலர் ஆட்டோ நிறுத்தத்தைக் கடக்கும்போது புன்னகைத்தான். சிலர் பதிலுக்குப் புன்னகைத்தார்கள், சிலர் அவனைக் கண்டும் காணாததும்போல சென்றார்கள். புன்னகைத்தவர்களை அடுத்த முறை பார்க்கையில் ‘குட்மார்னிங்’ ‘குட்ஈவினிங்’ வைத்தான், சிலர் மீண்டும் புன்னகைத்தனர். சிலர், ‘நீ இங்கதான் இருக்கியா’ எனப் புதிதாகப் பார்ப்பதுபோல் கேட்டனர்.

பயிற்சிக் கூடத்தில் பயிற்சியை முடித்துத் திரும்பிய ஒருவர் அவன் குட்மார்னிங் வைத்ததும் இருசக்கர வாகனத்தை ஓரமாக நிறுத்திவிட்டு அவனை அழைத்தார்.

“ஊராட்சித் தலைவரைப் பார்க்கணும்” என்றார்.

தலைவரின் வீடு இருக்கும் இடத்தைச் சொன்னான், இருசக்கரத்தில் ஐந்து நிமிடத்தில் செல்லக்கூடிய தொலைவுதான். இருப்பினும் வழி சொன்னதோடு விட்டுவிடாமல், வீட்டிற்கு வந்து உங்களை அழைத்துச் சென்று மீண்டும் வீட்டிற்குக் கூட்டிவரட்டுமா என்றான். ஒத்துக்கொண்டார்.

“நீங்க ரெடியாவறதுக்கு எவ்ளோ நேரம் ஆகும் சார்?”

"ஹாஃபனவர்."

"போரூருக்கு ஒரு டிரிப் அடிச்சுட்டு நேரா உங்க வீட்டுக்கு வரேன்."

தலைவரைப் பார்த்துவிட்டு அவர் வீடு திரும்பியதும் ஆட்டோவுக்கு எவ்வளவு தரவேண்டும் எனக் கேட்டபோது வாங்க மறுத்தான்.

"அட காசு வாங்கிக்கப்பா. என்கூட வந்த நேரத்துல வண்டி ஓடியிருந்தா காசு கிடைச்சிருக்கும்ல? எவ்வளவு தரட்டும்."

"சார், கூடவே ஜிம்ல க்ளாஸ் போர்ரீங்க, உங்கள்ட்ட எப்படி சார் காசு வாங்கறது?"

"ஜிம்முக்கு ஃபீஸ் கட்டுறல்ல? காசு எவ்ளோ சொல்லுப்பா, சீக்கிரம்."

இந்த முறை காசு வேண்டாமென்றும் இனி வீட்டில் யாருக்காவது ஆட்டோ தேவைப்பட்டால் தன்னிடம் சொல்லுமாறும் விண்ணப்பம் வைத்தான்.

அவனுடைய இந்தப் போக்கு நிறுத்தத்தில் இருந்த சில ஓட்டுநர்களுக்குப் பிடிக்கவில்லை. ஓட்டுநர் சங்க நிறுத்தத்தில் இருந்த ஓட்டுநர்கள் சிலர் போர்க்கொடி உயர்த்தினார்கள். 'ஸ்டாண்ட்' ஆட்டோ என்றழைக்கப்பட்டு நிறுத்தத்தில் காத்திருந்து பயணியர்களை ஏற்றிச் செல்லும் ஆட்டோக்களுக்கும், ஓட்டத்தில் வழியில் பயணியர்களை ஏற்றிச் செல்லும் ஆட்டோக்களுக்கும் தொழில் அணுகுமுறையில் வேறுபாடு உண்டு. நிறுத்தத்தில் இருக்கும் ஓட்டுநர்கள் பெரும்பாலும் அந்தப் பகுதியிலிருந்து வெளியில் பயணியரின் சேவையில் இருப்பார்கள். போகவேண்டிய இடத்துக்குப் பயணிகளைக் கொண்டு சேர்த்து, திரும்பும் வழியில் பயணி கிடைத்தால் எடுப்பதாக அவர்களுடைய அணுகுமுறை இருக்கும். நாள் வாடகை அல்லது தவணைப் பணம், தினச் சம்பளம், எரிபொருள் செலவு, பராமரிப்புச் செலவு, இவற்றுக்கு வண்டி

ஓடினால் போதும் என்னும் அணுகுமுறையில் இருப்பர். நிறுத்தத்தில் காத்திருக்காமல் வண்டியை ஓட்டத்தில் வைப்பதும் வழியில் பயணிகளை எடுப்பதும், சில நிரந்தர வாடிக்கையாளர் சேவையில் ஈடுபடுவதும், எங்கெங்கு ஓட்டத்தில் பயணிகள் கிடைப்பார்கள் எனக் கணித்து அந்தந்த நேரத்தில் அங்கு வண்டியை எடுத்துச் சென்று பயணிகளை ஏற்றுவதும் சில ஓட்டுநர்களின் அணுகுமுறை. இவர்கள் ஒருநாளில் எவ்வளவு அதிகம் சம்பாதிக்க முடியுமோ அவ்வளவுக்கும் முயற்சி செய்வார்கள். இதுதான் சரியென்று எந்த ஓட்டுநராலும் உறுதியாகச் சொல்ல இயலாவிட்டாலும், சில நிறுத்தங்களில் எழுதப்படாத சட்டமாக இருக்கும் நடைமுறைகள் மீறப்படும்போது, அது சரியாக இருந்தாலும் தவறாகப் பார்க்கப்படும். அதிக வருமானத்துக்கான முயற்சிகளை அவன் துவங்கியபோது, அவனும் விதியை மீறுவதாக நினைத்தார்கள்.

"கேன்வாஸ் பண்ணி பாசஞ்சர் புடிக்றியானா, ஸ்டாண்ட்ல நிக்காதடா டேய். லைன்ல நில்லு, சவாரி வந்தா போ. வோணும்னா டிக்கெட் போடு. அது இன்னாதது ஃப்ரீயா வுர்ரேன், ட்ரிப் இருந்தா கூப்புடுங்க. ஸ்டாண்ட்ல ஒக்கார்ரவன்லாம் லூசா? அவ்ளோ கெத்துன்னா ரன்னிங்கலயே இரு, பாசஞ்சர் எடு."

உதயகுமரன், அப்துலுக்கு ஆதரவாகப் பேசினார். வாடிக்கையாளர்களிடம் நட்பாக இருப்பதைத் தவறாக சொல்லக்கூடாது. தனிப்பட்ட முறையில் வாடிக்கையாளர்கள் அழைத்தால் சவாரி எடுப்பதிலும் தவறு கிடையாது. நிறுத்தத்தில் இருக்கும் எல்லா ஓட்டுநர்களுக்கும் ஒரு வாடிக்கையாளர் வட்டம் இருக்கிறது. அந்தந்த வாடிக்கையாளர்கள் ஆட்டோ நிறுத்தத்துக்கு வரும்போது எப்படி மற்றவர்கள் வழமையான ஓட்டுநருக்காக விட்டுக்கொடுக்கிறோமோ அப்படித்தான் அப்துல் 'கேன்வாஸ்' பண்ணுவதையும் அணுகவேண்டும் என்றார். சிலர் ஏற்றார்கள், சிலர், "இவரு அவனுக்குதான் சப்போர்ட்டு, இந்தாள்தான் அவனைக் கெடுக்றது" என்று குறைசொன்னார்கள்.

அவன் இந்தப் பேச்சுகளைப் புறந்தள்ளித் தனி வழியில் ஓடவேண்டுமென்றால் ‘ரன்னிங்’கில்தான் இருக்கவேண்டும். எல்லா நாள்களிலும் அப்படி ஓட்டினால் சில நாள்களில் பயணிகள் கிடைப்பார்கள். சில நாள்கள் வெற்றாக வண்டி ஓடும். நிறுத்தத்தின் உதவியில் வண்டி எடுத்துவிட்டு, இப்போது நிறுத்தத்தை ஒதுக்குவது சரியல்ல. ஆட்டோ ஸ்டாண்ட் என்பது வெறும் தொழில் சார்ந்த இடம் மட்டுமல்ல, உணர்வுடன் தொடர்புள்ளது. அப்துல் ஆட்டோ ஸ்டாண்டில் இருந்த காலகட்டத்தில் இன்றைக்கு இருப்பதுபோல கைபேசிச் செயலிகளில் ஆட்டோக்களை இணைத்து இயங்கும் நிறுவனங்கள் இல்லை. அவன் உடற்பயிற்சியைத் துவங்கி மூன்று ஆண்டுகளுக்குப் பின்னர்தான் முதல் நிறுவனம் ஆட்டோக்களையும் தன் செயலியில் இணைத்தது. ஒருவேளை அப்படி ஒரு வசதி இருந்திருந்தாலும் அவன் ‘ஸ்டாண்ட்’டைப் புறந்தள்ளிவிட்டு முழுதுமாக செயலியின் உதவியுடன் இயங்கி ஓட்டத்தை அதிகப்படுத்தியிருக்க மாட்டான். அப்பொழுதும் நிறுத்தத்தில்தான் நின்றிருப்பான். அது அவனுடைய அணுகுமுறை. ‘ஸ்டாண்ட்’ ஓட்டுநர்கள் யாருடைய நடவடிக்கையாலும் நிறுத்தத்தில் இருப்பவர்களுக்குப் பிரச்சனை வருமென உணர்ந்தால் பிரச்சனையை முளையில் கிள்ளி எடுத்துவிட நினைப்பார்கள். அது அவர்களுடைய அணுகுமுறை. யாருக்கும் பிரச்சனை ஏற்படாதபடி தன் ஓட்டத்தைப் பிரித்துக்கொண்டான். நிறுத்தத்துக்கு வெளியே ‘ரன்னிங்’கில் பாதியும், நிறுத்தத்தில் பாதியுமாக ஓட்டினான். பலன் கிடைத்தது. உதயகுமரன் புன்னகையுடன் அங்கீகரித்தார். வாரங்கள் ஓடின. அவனுடைய கைபேசி அப்படியே இருந்தது. அவனுடைய அன்றைய ஆடம்பரக் கனவு ‘கலர் போன் - டச் போன்’ இன்னும் சில நாள்களுக்குத் தள்ளிப்போனது.

முக்தார் அவனை அழைத்தார்.

“சலாமலைக்கும் சார். சொல்லுங்க சார்.”

“ஜிம்ல சேர்ந்தாச்சா?”

“ஆச்சு சார். இங்கயே பரமுண்ணா செய்ற ஜிம்ல. தாஸ் மாஸ்டர்னு ஒரு மாஸ்டர்.”

“ம்ம்ம் கேள்விப்பட்ட பேராத்தான் இருக்கு. ஜேபிக்கு தெரிஞ்சிருக்கும். விசாரிக்கிறேன்.”

“சார்.”

“ஜேபி எனக்குத் தெரிஞ்ச இன்னொரு சேம்பியன், அவன்ட்ட கேட்டா விவரம் தெரியும். சரி ஜிம் எப்படி இருக்கு? பெருசா? என்னென்ன எக்யுப்மெண்ட் இருக்கு? மெக்கானிக்கலா?”

“புல் இருக்கு சார்.”

“லாட் புல் டௌன் மெஷினா? *(Lat pull down machine)* மிடில்ல ரோவிங்கும் குடுத்திருப்பான்.”

“ஆமா சார்.”

“பெரிய ஸ்டேஷனாட்டம் நாலு பேர் சுத்தி நின்னு செய்றாப்ல இருக்கும். அது மாதிரி எத்தினி மெஷின் இருக்கு?”

“ரெண்டு சார்.”

“ட்ரெட் மில், நடக்றதுப்பா, அது எத்தனை வச்சிருக்காங்க?”

“நாலு சார்.”

“லெக் எக்ஸ்டென்ஷன், லெக் ப்ரஸ் கன்வர்ட் பண்ணா ஹாக் ஸ்குவாட்லாம் இருக்குல்ல.”

“புரியல சார்.”

“சரி விடு, என்னிக்காவது பரமா கூப்புட்டான்னா அந்தப் பக்கம் வரேன். அப்புறம் அப்துல், உங்க அப்பா எனக்குத் தெரிஞ்சவர்தாம்ப்பா. என் பேரு சொல்லு உங்கப்பாவுக்குத் தெரியும்.”

“சார், இங்க தாஸ் மாஸ்டருக்குக்கூட உங்க பேர் தெரியுது சார்”

அந்த முனையில் சிரித்தார்.

"சரி ஆட்டோ ஓட்றதுக்கும் ஜிம்முக்கும் டைம் செட்டாவுதுல்ல?"

"செட்டாவுது சார்."

"அப்துல், கேட்டுக்க, தாஸ் மாஸ்டர்தான் இனி உனக்கு எல்லாம். வேகன்சி எதுவும் வந்தா முதல்ல கோச்சுங்களுக்குதான் நியூஸ் வரும். மாஸ்டர் சொல்றபடி செய், ஒரு வார்த்தை மீறாத, உடம்பும் ரெடியாயிரும், வேலையும் ரெடியாயிரும். மாஸ்டரை விசாரிச்சதா சொல்லு. பரமாவைப் பார்த்தாலும் கேட்டதா சொல்லு. எதுவும் தேவைன்னா கூப்புடுப்பா. காம்ப்படீஷன் போகும்போது சொல்லு, வரமுடியுமான்னு பார்க்குறேன்."

"சரி சார்."

உடற்பயிற்சிக் கூடத்துக்குச் சென்ற விபரங்களில் முக்தார் தொடர்பாக எதையும் அவன் அப்பாவிடமோ அம்மாவிடமோ சொல்லவில்லை. முக்தார் அவனுடைய அப்பாவின் விபரங்களை மீர்சாகிப்பேட்டையில் கேட்டுத் தெரிந்துகொண்டதால், அப்பாவிடம் முக்தாரை சந்தித்ததைச் சொன்னான்.

"அப்படியா? முக்தார் பாயைப் போய் பார்த்தியா? நம்ப இருந்த தெருவுக்குப் பக்கத்துத் தெருதான். எனக்குத் தெரியும்." அத்துடன் அப்பா நிறுத்திக்கொண்டார்.

★

தாஸ் மாஸ்டரின் மேசையில் ஆறு அவித்த முட்டைகள் ஓட்ஸ் களி இருந்த பிளாஸ்டிக் கிண்ணத்துக்கு அருகில் இருந்தன. அரஃபாத் ஸ்டோர்ஸ் பாய் சொன்னதைப் போல தட்டுக் கணக்கில் முட்டைகள் வாங்கவேண்டுமா? தட்டுக்கு முப்பது முட்டைகள். மொத்தமாக வாங்கினால் எழுபத்தைந்து ரூபாய்க்குத் தருவாரா? தினமும் ஆறு முட்டைகளுக்குப் பதினைந்து ரூபாய் ஆகும். மாதச் செலவில் நானூற்றைம்பது கூடும். ஆக, தினசரி இன்னொரு பதினைந்து ரூபாய் தனியாக எடுத்துவைக்க வேண்டி வரலாம். இன்னும் சில மாதங்களில்,

ஆண்டு 2012 இல் முட்டைக்காக மட்டும் தினசரி இருபது ரூபாய்கள் செலவு செய்யப்போவதை அன்று அவன் கணக்கிடவில்லை.

தாஸ் மாஸ்டர் வரும் வரையில் மேசைக்கு எதிரில் நின்றிருந்தான். மாஸ்டர் வந்து அமர்ந்ததும், எந்த மாற்றமும் இல்லாமல் அன்று அதே பயிற்சிகளைத் தொடரச் சொன்னார். ஒவ்வொரு நாளும் இது தொடர்ந்தது. அப்துலுக்கு தோள்களில் உரம் ஏறுவது தெரிந்தது. மார்பு இறுகி வடிவம் பெறத் துவங்கியது. புயத்தசைகள் *(biceps)* புடைப்பதை உணர்ந்தான். ஆட்டோவை இயக்குவதற்குக் கைப்பிடியை மேலே இழுக்கையில் கைப்பிடியில் முன்பு இருந்த இறுக்கம் இல்லாமற்போனது. உடம்பு முன்புறம் வளைந்து இருக்கையில் அமர்ந்து உணராமல் ஓட்டியவன், தன்னுடைய உடம்பு முன்புறம் வளைவதை உணர்ந்து அடிக்கடி நெஞ்சை நேராக நிமிர்த்தி அமர்ந்து ஆட்டோ ஓட்டினான். அவ்வப்போது வளைவான், வளைவதாக உணர்ந்ததும் நெஞ்சை நிமிர்த்துவான்.

இந்த முன்னேற்றங்களை உடம்பில் உணர்ந்தாலும், திரும்பத் திரும்ப தண்டாலும், தோப்புக்கரணமும், முன் பின் பட்டைப் பரவலுக்காக இயந்திரத்தை இழுப்பதும் *(front and rear lat pull)*, மார்பு விரிக்கும் இயந்திரமும் *(machine chest fly)*, அதே ஆயத்தப் பயிற்சிகளும் *(warm-up)* அவனுக்கு போரடித்தன. மற்றவர்கள் வெவ்வேறு இயந்திரங்களில் பலவகைப் பயிற்சிகளைச் செய்யுபோது அவனுக்கு மட்டும் தாஸ் மாஸ்டர் இரண்டு இயந்திரங்களில் மட்டும் பயிற்சிகளைத் தந்திருப்பதும், மற்ற பயிற்சிகள் அனைத்தும் உடலை வளைப்பது உடல் எடையாலும் நடப்பவையாக இருப்பதைக் கவனித்தான். மாஸ்டரிடம் இது குறித்துக் கேட்க நினைத்தான். முக்தார் சொன்னது நினைவுக்கு வந்தது. உடற்பயிற்சியைப் பொறுத்தவரையில் இனி அவனுக்கு அனைத்தும் தாஸ் மாஸ்டர் சொல்வதுதான். நினைப்போடு நிறுத்தினான், கேட்கவில்லை.

மாதங்கள் சென்றன. பயிற்சிகளில் மாற்றம் இல்லை. சுற்றி வளைத்து தாஸ் மாஸ்டரிடம் கேட்டான்.

"மாஸ்டர் முட்டை மட்டுந்தான் எக்ஸ்ட்ராவா சாப்புர்ரேன், வேற எதுவும் சாப்புடணுமா மாஸ்டர்?"

"காசு இருக்கா?"

"இப்ப பரவால்ல மாஸ்டர். ஜிம்லேர்ந்து போனவுடன கன்ஃபர்ம்டா ஸ்கூல் சவாரி இருக்கு. ஓரளவு பரவால்ல மாஸ்டர்."

"அப்ப எவ்ளோ காசு எக்ஸ்ட்ரா இருக்கோ அதுக்கு சிக்கன் வாங்கி வீட்ல குடுத்துரு. அதிகமா மசாலா இல்லாம உனக்கு மட்டும் சமைக்கச் சொல்லு."

"அது போதுமா மாஸ்டர். எக்சர்சைஸ் அதேதானா மாஸ்டர்."

இடைப்பட்ட நாள்களில் தாஸ் மாஸ்டர் அவனை 'டா' போட்டு அழைக்கத் துவங்கியிருந்தார். பயிற்சிக்கூடத்தில் சிலரைத் தவிர மற்றவர்களை அவர் 'டா'வில்தான் அழைத்தார். அந்த 'டா'வில் தொனிக்கும் செல்லத்தை தாஸின் மாணவர்கள் ரசித்தார்கள்.

"டேய் நீ எங்க வர்ரேன்னு தெரியுதுடா" புன்னகைத்து, "என்ன எக்சர்சைசுல்லாம் போரடிக்குதா? அரவிந்தாட்டம் பெஞ்ச் ப்ரஸ்ஸூம் ஸ்குவாட்டும் போடணுமா? அவன் 2012 காம்படீஷனுக்கு ரெடியாவ்றான், எத்தனை வருஷம் செய்றான்னு உனக்குத் தெரியுமா? நீ 2013 எண்டுல, 2014ல ரெடியானா போதும். நீ சேர்ந்து எவ்ள நாளாச்சுரா? சரி... நம்ம ஒடம்புல எந்த மஸூல் பார்வைக்கு வெளில தெரியுது?"

"பைசெப்சும் செஸ்டும் மாஸ்டர்."

"அதுக்கு மட்டும் பண்ணா போதும்ல. மத்த எக்சர்சைசுங்கள லைட்டா பண்ண போதும்ல?"

"தெர்ல மாஸ்டர்."

"பாடி ப்ரொபோர்ஷனேட்டா இருக்காது. அப்பர் பாடில

மட்டும் கான்சன்ட்ரேட் பண்ணா, பேண்டைக் கழட்டுனா காலு கோழிக்கால் மாதிரி இருக்கும். கால்னா ஜேபி கால் மாதிரி இருக்கணும். மசுல் கட்டிங் தனியா பேசணும். இப்ப உனக்கு எக்சர்சைஸ் போரடிக்குது இல்லியா?"

"அப்படி இல்ல மாஸ்டர்."

"சுத்தி வளைக்காத க்ளாஸ் போர்ரது, போரடிக்குதா?"

அப்துல் தலையைக் குனிந்து அமைதியாக நின்றான்.

"இங்க பார், உனக்கு இதுதான் க்ளாஸ். இன்னும் ஆறு மாசத்துக்கு இதுதான். சின்ன வயசுலேர்ந்து எக்சர்சைசுக்குப் பக்குவப்படாம இருக்கல்ல? கொஞ்சம் கொஞ்சமா பழக்கப்படுத்துவோம். அவசரம் ஒண்ணும் இல்லியே. இந்த க்ளாசெல்லாம் நல்லா வந்து உடம்பு செட்டானதும் பேரலல் பார் டிப்ஸ், புல்-அப் பார் சின் அப்... அத்தோட சிட்டப்ஸ்ல சில வேரியேஷனுங்களும் தருவேன். அந்த க்ளாசுங்கதான் கொஞ்ச நாளுக்குப் போடணும். பின்ன உனக்கு என்னென்ன க்ளாஸ் தரணும் எப்படி உன்னை காம்படீஷனுக்கு ரெடி பண்ணணும்னு யோசிச்சு வச்சிருக்கேன். உனக்கு மட்டும் இல்ல, இந்த ஜிம்ல க்ளாஸ் போர்ர ஒவ்வொரு பாடிபில்டருக்கும் கார்டு (பயிற்சி அட்டவணை) என் மனசுல இருக்கு. உனக்கு டயட் என்ன மாத்தணும், சப்ளிமெண்ட் எவ்ளோ எடுக்கணும், நெறய்ய இருக்கு. அவசரப்பட்டா பாடிபில்டிங்ல சரிப்படாது. இது ரெடிமேட் ஷர்ட்டாட்டம் இல்ல, சட்டுன்னு எடுத்துப் போட்டுக்கறத்துக்கு. ஒவ்வொரு மசுலா செதுக்கிச் செதுக்கி எடுக்கணும், தெரியுதா?"

"தெரியுது மாஸ்டர்."

அதன் பிறகு அவன் தாஸிடம் எதுவும் கேட்பதில்லை. காலையில் வந்ததும் தாஸ் காட்டித் தந்த பயிற்சிகளைத் தொடர்ந்தான். அன்று முக்தார் சொன்ன சாம்பியன் ஜேபி, தாஸுக்கு அறிமுகமானவர்தான் என்பதும் அவனுக்குத் தெரிந்தது. அப்துலின் தசைகளில் உறுதியும் மூட்டுகளில்

வலுவும் இதயமும் நுரையீரலும் இணைந்து மூச்சிரைப்பை எளிதாகக் கடப்பதற்குத் தேவையான திறனைப் பெற்றதை தாஸ் பார்த்த பின், தான் முன்பு சொன்னதைப் போல இணைகம்பிகளில் தாழ்ந்து எழும் *(parallel bar dips)* பயிற்சியையும், படுக்கைக்கம்பியில் மேலெழும் *(pull up bar chin-ups)* பயிற்சியையும் கூட்டினார். அப்துல் மகிழ்ந்தான். உணவில் முட்டைகளின் எண்ணிக்கையைக் கூட்டச் சொன்னார் தாஸ். அவர் சொல்லும்போது முட்டை விலை முன்பு இருந்ததற்கும் அதிகமாகியிருந்தது. வசதிப்பட்டால் கோழி இறைச்சி எடுத்துக்கொள்ளச் சொன்னார். ஊற வைத்த கொண்டைக் கடலையை உண்ணச் சொன்னார். வசதிப்பட்டால் கேழ்வரகை ஏதாவது முறையில் உண்ணச்சொன்னார். அன்றைய நாள் வரையில் அவனுக்கு புரதக் கலவையைப் *(protein supplement mix)* பரிந்துரைக்காமல், இயன்றமட்டும் அதிகம் பணச் செலவு இல்லாத உணவுகளைப் பரிந்துரைத்தார்.

தாஸுக்குத் தெரியும், இப்படியே செலவுகளைக் குறைத்துப் பயிற்சியில் ஈடுபட்டால், உடல் இறுகும்; பலமாகும். ஆனால் ஆணழகன் போட்டிக்கான தசைச் செதுக்கல் நடக்காது. போட்டிக்காக அவன் உடம்பை ஆயத்தப்படுத்தும்போது செலவுகள் அதிகம் ஆகும். புரதக் கலவையும், கோழி இறைச்சியும் இல்லாமல் தசைகளை ஆணழகன் போட்டிக்கு வளர்ப்பது குதிரைக் கொம்பு. ஒரு ஆட்டோ ஓட்டுநரின் வருமானத்தில் அதை அவன் எப்படி ஏற்று வெல்லப்போகிறான் என்பது அப்போது அவருக்கும் தெரியவில்லை. தாஸ் தனக்குத் தெரிந்த இன்னொரு விபரத்தை அப்துலிடம் அப்போது சொல்லவில்லை.

இந்த ரமதான் மாதம் அப்துல் அடிப்படைப் பயிற்சிகளைச் செய்வான். மாலையில் வந்து பயிற்சிகளைச் செய்தால் போதும். ஆனால், போட்டிக்கென ஆயத்தமாகும்போது? இஸ்லாமியர்கள் ரமதான் மாதத்தில் உடற்பயிற்சி செய்யும் நேரத்தில் வேறுபாடு இருக்கும். சிலர் நோன்புக் காலம் முழுதும் பயிற்சிக்கூடம் வருவதில்லை. சிலர் நோன்பு துறந்த பின் இரண்டு மணி நேரங்கள் கழித்து பயிற்சியைத் துவங்குவார்கள்.

போட்டிகளுக்கு ஆயத்தமாகாமல் உடலுக்காகப் பயிற்சி செய்வோர் அதிக மூச்சிரைப்பு ஏற்படாமல் குறைவான பயிற்சிகளை மேற்கொள்வார்கள். நோன்பு மாதத்துக்குப் பின் போட்டிகள் இருந்து, அதில் பங்கேற்பவர்கள் செல்பவர்கள் 'கார்டியோ' என்று சொல்லப்படும் ஓட்டம், துள்ளல் வகைகளைக் குறைவாகச் செய்வார்கள். உணவுப் பழக்கம் மாறும். பாதாம் பிஸ்தா வகைகளை இரவு உணவுடன் சேர்க்கவேண்டும். பயிற்சியைப் பொறுத்து அவனுக்கு அமினோ அமிலத் துணை உணவு தேவைப்படலாம் *(BCAA supplement - Branched Chain Amino Acid)*, முக்கியமாக அதற்குக் கூடுதல் செலவாகும். பயிற்சி நேர மாறுபாட்டை அப்துலால் கடக்க முடியும், ஆனால் பணச் செலவை எப்படிக் கடப்பான்?

ஆணழகன் போட்டிகளில் கலந்துகொள்ளும் வீரர்களுக்குப் புரவலர் அல்லது உதவித்தொகை கிடைப்பதில் சிரமங்கள் உள்ளன. உதவித்தொகையில் கணிசமான பங்கு உடல் வலிமைக்கும் தசைப் பிடிப்புக்கும் செலவாகும். அடிப்படைத் தேவையுடன் மட்டும் உணவை இணைத்துப் பார்க்கும் சமூகத்தில் தசைகளுக்குத் தீனிபோட்டு வளர்ப்பது அதிசயமாகத் தோன்றும். ஏகப்பட்ட ஆசைகளுடன் பயிற்சிகளைத் தொடங்கியுள்ளான், இந்த நேரத்தில் இன்னும் செலவுகள் கூடும் என்று சொல்லிக்கொண்டே இருப்பதற்கு யோசித்தார். புரதம் அதிகம் உள்ள உணவுக்காக செலவு கூடுகிறது என்பதை ஏற்கமுடியும். துணை உணவுகளை மருந்துடன் மட்டும் இணைத்துப் பழக்கப்பட்ட சமூகத்தில், உடல் வளர்க்கத் துணை உணவும் தேவை என்பதை எப்படிப் புரியவைப்பது? அதற்காக ஆகும் கூடுதல் செலவுகளும், மேலும் தொடர்ந்து ஆணழகனாக இருப்பதற்குப் பயிற்சிகள் மேற்கொள்ளும் காலம் முழுக்க அப்படி சாப்பிடவேண்டும் என்பதை அந்தத் துறையில் இருப்பவர்கள் விளங்கிக்கொள்வார்கள். புதிதாக உள்ளே வருபவர்களுக்கும், வெளியே இருப்பவர்களுக்கும் அது தேவையற்றதாகத் தோன்றும். அப்துலைப் போல் குறைந்த வருமானம் உள்ளவர்களுக்கு அந்தச் செலவு நிச்சயம் அனாவசியம் என்று தோன்றும்.

2013, 2014 இல் எந்த மாதத்தில் அவர்களுடைய நோன்பு மாதம் வரும்? பயிற்சிக்கு வரும் 'பாய்' யாரிடமாவது கேட்கவேண்டும் என தாஸ் நினைத்தார். இன்னும் இரண்டாண்டுகளுக்கு மேல் இருக்கிறது, இப்போது அந்தத் திட்டமிடல் அவசியமற்றது, அது அவருக்குத் தெரியும். இருப்பினும், தகவலுக்காகக் குறித்துக்கொள்ள நினைத்தார். ஒவ்வொரு ஆண்டும் பல இடங்களில் நடக்கும் போட்டிகளில் ஆணழகர்கள் கலந்துகொண்டு கோப்பைகளும், பதக்கங்களும் பரிசுப்பணமும் கொண்டுவருவார்கள். எத்தனை போட்டிகள் நடந்தாலும், தமிழ்நாடு அமெச்சூர் ஆணழகர் சங்கத்தின் சார்பில் நடக்கும் 'மிஸ்டர் தமிழ்நாடு' போட்டியும், அதில் வெல்பவர் 'மிஸ்டர் இண்டியா' போட்டியில் தமிழ்நாட்டின் சார்பில் கலந்துகொள்வார் என்னும் அறிவிப்பும் ஒவ்வொரு ஆணழகனும் கலந்துகொள்ளக் காத்திருக்கும் போட்டி. ஆண்டு 2013 அல்லது 2014 இல் அப்துல் அந்தப் போட்டியில் வென்று, தேசிய அளவில் ஒரு பதக்கமாவது பெறவேண்டும். 2013 இல் அவன் போட்டியில் களமிறங்குவது சிரமம். அதற்குள் ஆயத்தப்படுத்த இயலாது. 2014 இல் இறங்கலாம். அப்துலுக்கு மட்டும் அது கனவல்ல, அவனைப் போல நூற்றுக்கணக்கில் ஆணழகர்கள் தமிழகம் முழுதும் அந்தப் போட்டிக்கு ஆயத்தமாகிறார்கள்.

55 கிலோ முதல் 85+ கிலோ வரை எட்டு எடைப் பிரிவுகளில், ஒரு பிரிவுக்கு தங்கம், வெள்ளி, வெண்கலம் என மூன்று வெற்றியாளர்கள். மொத்தம் இருபத்து நான்கு வெற்றியாளர்கள் தேர்ந்தெடுக்கப்பட்டு, அவர்களுள் கடைசியாக ஒவ்வொரு பிரிவிலும் தமிழ்நாட்டின் சார்பாகக் கலந்துகொள்ள ஒரு வீரர் தேர்ந்தெடுக்கப்படுவார். அந்த ஒரு இடத்துக்கு நடக்கும் போட்டியில் அப்துல் வெல்லவேண்டும். எந்த எடைப்பிரிவில் அவன் இருப்பான் என்பதையும் இப்போது கணிக்க முடியாது. தசைகளை முதலில் கூட்டி, அதன் பின்னர் செதுக்கிச் செதுக்கி இறுக்கும்போது எடையைப் பார்த்து, உணவைக் குறைத்து, துணையுணவைக் கூட்டி தேவைப்படும் எடைப்பிரிவுக்கு எடுத்துச் செல்வது மாஸ்டர்களின் வேலை. அப்துலுக்கு தாஸ் மாஸ்டர் இருக்கிறார், தேசிய அளவில் பல போட்டிகளில்

பங்கெடுத்தவர். தமிழ்நாட்டில் இருக்கும் இருக்கும் முன்னணி மிஸ்டர் இண்டியா, மிஸ்டர் ஏசியா, மிஸ்டர் வேர்ல்டுகளுடன் தொடர்பில் இருப்பவர். அவருக்குத் தன் மாணவர்களை எப்படி ஆயத்தப்படுத்தி களத்தில் இறக்கவேண்டும் என்பது தெரியும்.

7

குறிப்பு:

2013-ம் ஆண்டு முதல் பேரழகன் (Men's physique) என்னும் பிரிவு உடற்கட்டுப் போட்டிகளில் அறிமுகமானது. இதில் பங்கேற்கும் வீரர்கள் ஆணழகன் (Bodybuilding) போட்டிக்கு வரும் வீரர்களின் அளவுக்கு தசைகளைப் பெருக்குவதில்லை. இடை சிறுத்து, மார்பு விரிந்து, தசைகள் அனைத்தும் அளவெடுத்துச் செய்தாற்போல் இருக்கும் உடலழகைக் கொள்வது பேரழகன் போட்டிப் பிரிவு.

★

ரவிச்சந்திரன், சேவியர் தாசய்யன் இருவரும் நண்பர்கள். மௌலிவாக்கத்திலிருந்து கெருகம்பாக்கம், கொலப்பாக்கம், கோவூர், குன்றத்தூர் வரையில் நடந்தும் மிதிவண்டியிலும் ஒன்றாகச் சுற்றித் திரிந்தவர்கள். அப்துல் படித்த சேக்கிழார் அரசு ஆண்கள் பள்ளியில் படித்துத் தேறி நந்தனம் ஆர்ட்ஸில் பட்டம் படித்தவர்கள். விளையாட்டாக உடலை வளர்க்கப் பயிற்சிகளைத் துவங்கி அது ஆர்வமாகப் பொங்க, இருவரும் கல்லூரி நாள்களில் பல்கலைக்கழக அளவில் ஜூனியர் பிரிவில் ஆணழகன் போட்டிகளில் கலந்துகொண்டனர். கல்லூரியை முடித்த பின்னும் உள்ளூர் ஆணழகன் போட்டிகளில் கலந்து கோப்பைகளை வென்று வந்தார்கள். உடற்பயிற்சியின் மீது தீராத ஆர்வத்துடன் அவர்கள் குடியிருப்புப் பகுதியில் இளைஞர்களுக்கு

உடற்பயிற்சி மீது ஆர்வத்தை உண்டாக்குவதுடன் தங்களுக்கும் பயிற்சியைத் தொடர்வதற்குத் தேவையான பணவசதியைக் கூட்டிக்கொள்ள உடற்பயிற்சிக்கூடம் துவங்க நினைத்தார்கள். அதற்காக இடம் தேடினார்கள். குன்றத்தூர் சாலையில் இன்று இருக்கும் பரிமளம் திரையரங்கின் சுற்றுவட்டாரத்தில் காலியாக இருந்த மனைகளில் சிலர் பயிற்சிக்கூடம் வைத்துக்கொள்ள ஒப்புதல் தந்தார்கள். காலி மனையைச் சீராக்கி அதில் ஆஸ்பெஸ்டாஸ் கூரை அடித்து பயிற்சிக்கூடம் உண்டாக்கும் அளவுக்கு அன்று அவர்களுக்கு வசதி இல்லை.

பல இடங்களைப் பார்த்து, கடைசியில் மாங்காடு சாலையில் புதிதாகக் கட்டப்பட்ட கட்டிடம் ஒன்று அவர்களுக்கு ஏற்றாற்போல் இருந்தது. கட்டிடத்தின் சொந்தக்காரர் அண்ணாச்சி. கணினி சேவை அலுவலகங்கள், முகவர் அலுவலகங்கள், கைப்பேசி விற்பனை மையங்கள், வங்கிகள் என உள்ளூர் முகவர்களிடம் சொல்லிவைத்துத் தேடிக்கொண்டிருக்கையில் இவர்களுடைய தேவை அண்ணாச்சிக்கு எட்டியது. இருவரும் உள்ளூர்ப் பிள்ளைகள், அவர்களையும் அழைத்து வணிக சங்கத்து நண்பர்களையும் அழைத்துப் பேசினார். வாடகைக்கும், வாடகை உயர்த்துவதற்கும், இடம் தேவைப்பட்டால் காலி செய்து தருவதற்கும் எந்தப் பிரச்சனையும் வரக்கூடாது என்பதில் கறாராக இருந்தார்.

ரவிச்சந்திரனில் இருந்து ‘ஆர்’, சேவியர் தாசய்யன் என்னும் தாசிலிருந்து ‘டி’, இரண்டையும் சேர்த்து, ஆர்.டி. ஜிம் எனப் பெயர் வைத்தார்கள். கையில் இருந்த பணம் நவீன இயந்திரங்கள் வாங்கப் போதுமானதாக இல்லை. வங்கிக் கடனுக்குப் போக முடிவெடுத்தார்கள். வங்கிக்கு நடையாக நடந்து கடன் வாங்கினார்கள். பயிற்சிக்கூட இயந்திரங்களுக்குப் பணம் வங்கியிலிருந்து நேரடியாகச் செலுத்தப்பட்டது. அண்ணாச்சி, வணிகர் சங்கத் தலைவரை அழைத்து வந்து திறப்பு விழா நடத்த உதவினார். அந்தச் சுற்றுவட்டாரத்தில் பட்டப் படிப்பு முடித்த இளைஞர்கள் முயற்சியில் உருவான முதல் பயிற்சிக்கூடம் என்னும் பெயரை ‘ஆர்.டி. ஜிம்’

பெற்றது. உடற்பயிற்சிக் கூடத்தைத் துவங்கிய காலகட்டத்தில் இருவரும் தமிழ்நாட்டின் சார்பாக தேசிய அளவில் ஆணழகன் போட்டிகளில் கலந்துகொண்டார்கள். சேவியர் தாசய்யன் வெண்கலப் பதக்கம் பெற்றார், ரவிச்சந்திரனால் ‘டாப் டென்’ என்றழைக்கப்படும் முன்னணிப் பத்து ஆணழகர் சுற்று வரையில் செல்ல முடிந்தது.

தமிழ்நாடு உடற்கல்வியியல் மற்றும் விளையாட்டு பல்கலைக்கழகத்தில் தொலைதூரக் கல்வி வழியாக உடற்பயிற்சிக்கூடப் பயிற்சியாளருக்கான முதுநிலைப் பட்டயத்தை இருவரும் படித்தார்கள். ரவிச்சந்திரன் உடற்பயிற்சியில் பன்னாட்டுச் சான்றிதழ்களைப் பெறுவதில் முனைப்பாக இருந்தார். தாஸ் ஆர்.டி. ஜிம்மில் முழுக் கவனத்தையும் செலுத்தி இளைஞர்களை ஆணழகர்களாக உருவாக்கினார். ரவிச்சந்திரன் தனது பாதையில் உடற்பயிற்சிக் கல்வியில் அமெரிக்கச் சான்றிதழ் பெற்றார். ஆணழகர்களுக்காக மட்டுமல்லாமல் விளையாட்டில் பங்குபெறும் இளைஞர்களும் உடலுக்கு உரமேற்ற ஆர்.டி உடற்பயிற்சிக் கூடத்துக்கு வந்தார்கள். மௌலி கபடிக் குழு முதல் ஆங்கில நாளிதழ்களின் விளையாட்டுச் செய்திகளில் அவ்வப்போது பெயர் இடம்பெறும் வீரர்கள் வரை அங்கு பயிற்சி பெற்றார்கள்.

பிரபல நாளிதழின் இணைப்பில் அரைப்பக்கத்துக்கு ‘மௌனமாக வென்ற மௌலிவாக்கம் ஆர்.டி. ஜிம்’ எனத் தலைப்பிட்டு ரவிச்சந்திரன், சேவியர் தாசய்யன் இருவரின் படங்களையும் பிரசுரித்து அவர்களுடைய வெற்றிகளையும் உடற்பயிற்சிக் கல்வியில் ஆர்வத்துடன் அவர்கள் பெற்ற பட்டயங்களையும், மேலும் தொடரும் படிப்புகள் குறித்தும் எழுதியிருந்தார்கள்.

துபையில் மூன்று நட்சத்திர விடுதி ஒன்றில் அங்கிருந்த தமிழர்கள் முதலீடு செய்தார்கள். அந்த விடுதியில் இருந்த உடற்பயிற்சிக் கூடத்துக்குப் பயிற்சியாளர் தேவைப்பட்டார். அந்த முதலீட்டாளர்கள், ரவிச்சந்திரனையும் தாஸையும் சுப்பாராவ் அவென்யூ வரை வந்துபோக கேட்டுக்கொண்டார்கள். துபையில் நட்சத்திர விடுதியில் பயிற்சியாளராகச் சேரும் வாய்ப்பு

இருக்கும் தகவலும், விருப்பமெனில் அதில் சேர அழைப்பும் தரப்பட்டது. ரவிச்சந்திரனும் தாஸூம் யோசித்துப் பதில் சொல்ல ஒருவாரம் அவகாசம் கேட்டனர். அன்றிரவு அவர்கள் இருவரும் நடத்திய நீண்ட கலந்துரையாடலுக்குப் பின், ரவிச்சந்திரன் துபைக்குப் புறப்பட முடிவானது. உடற்பயிற்சிக் கூடத்தை தாஸ் கவனித்துக்கொள்ள, ரவிச்சந்திரன் துபைக்குச் சென்றார்.

2014-ம் ஆண்டு துபையில் நடந்த ஆணழகன் போட்டியைக் காண்பதற்கு தாஸை ரவிச்சந்திரன் அழைத்தார். சரியான நேரத்தில் பாஸ்போர்ட், விசா வழிமுறைகளைச் செய்யமுடியாமற் போனதால் தாஸின் பயணம் தடைபட்டது. மீண்டும் 2015 ல் மிஸ்டர் துபை இண்டியன் போட்டியில் ரவிச்சந்திரனிடம் துபையில் பயிற்சி பெற்ற இந்தியர்கள் கலந்துகொள்வதால் அதைக் காண அழைத்தார். அதே நேரத்தில் மிஸ்டர் தமிழ்நாடு போட்டிக்காக ஆர்.டி. உடற்பயிற்சிக் கூடத்தில் மாணவர்கள் பயிற்சி பெறுவதால் தாஸால் துபை செல்ல இயலவில்லை. இரண்டு துபை பயண வாய்ப்புகள் நழுவிய பின்னர், தாஸ் துபை பயணத்தில் விருப்பம் காட்டவில்லை. தேவையெனில் சென்று பார்த்துவரும் நினைப்பில் விட்டுவிட்டார்.

ரவிச்சந்திரன் துபையில் பல பெயர்களில் அழைக்கப்பட்டார். கேரளத்தவர் 'ரெவி' என்றார்கள். துபை ஹோர்-அல்-அன்சிலிருந்து வரும் ஒரு பாகிஸ்தானியர் எத்தனை முறை திருத்தினாலும் ரவியை நீட்டி 'ராவி'யாக்கி, "ராவி சாப், ஆலு பராட்டாவை நிச்சயமாக நிறுத்தவேண்டுமா?" துபை சத்வா பகுதியில் இருக்கும் பாகிஸ்தானி உணவகத்தின் 'ராவி ரெஸ்டாரென்ட்' பெயர்ப்பலகையைப் பார்த்த பின், ரவி மாஸ்டர் ராவியைத் திருத்தவில்லை. மூன்று நாள்கள் ரியாத்திலிருந்து துபை சென்று விடுதியில் தங்கி அதன் பயிற்சிக்கூடத்துக்குச் சென்ற சவூதி ஒருவர் ரவியை 'ரஃபி'யாக்கினார். யாரஃபி யாரஃபி என அவர் அழைத்தது போக, அவருடைய நண்பர்கள் வந்தால் 'ஹூஸ் ரஃபி ஹீர்' (ஹூ ஈஸ் ரவி ஹியர்) என வினவி பெயர் மாற்றினர். தமிழர்கள்

ரவி அல்லது அதனுடன் சார், மாஸ்டர் பின்னொட்டு சேர்த்து அழைத்தார்கள். விடுதி நிர்வாகத்தினரும் முதலீட்டாளர்களும் அழைக்கையில் மட்டும் அவர் ரவிச்சந்திரன். சென்னை ரவிச்சந்திரன் துபையில் உடற்பயிற்சிக் கூடப் பொறுப்பாளராகப் பொறுப்பேற்று துபை ஆணழகர் வட்டத்தில் குறிப்பிடத்தக்க இந்தியப் பயிற்சியாளர்களுள் ஒருவர் என்னும் பெயரைப் பெற்றார்.

சேவியர் தாசய்யன் மௌலிவாக்கத்தில் தாஸ் மாஸ்டராகி ஆணழகர்களை உருவாக்கினார். ஆர்.டி.க்குச் சென்றால் பதக்கம் நிச்சயம் என்பது அந்தப் பகுதி ஆணழகர் வட்டத்தில் பேச்சாக இருந்தது. நூறு மீட்டர் ஓட்டப்பந்தயத்தில் பங்கேற்கும் ஒரு வீரர் கால்களை உரமேற்ற ஆர்.டி.க்கு வந்தார். அதன் பின் நடந்த நூறு மீட்டர் ஓட்டப் பந்தயப் பயிற்சியில் சென்னை அளவில் சாதனை படைத்துத் தேர்வாகி, தமிழ்நாடு அளவில் வென்று, தேசிய அளவில் போட்டிகளுக்குச் சென்றார். அந்த வீரரின் பயிற்சியாளர் (கோச்) வெற்றிக்குப் பின் அவசியம் தாஸ் மாஸ்டருக்கு நன்றி சொல் என்றார். ஜலந்தர் ஸ்போர்ட்ஸ் மீட்டில் வென்றதும், அங்கிருந்து தாஸ் மாஸ்டரை வீரர் அழைத்து நன்றி சொன்னார். ஆர்.டி. ஜிம் பேசப்பட்டது.

பெயரெடுத்த பின்பும் தாஸ் மாஸ்டர் உடற்பயிற்சிக் கூடத்தின் கட்டணங்களை உயர்த்தவில்லை. மிகவும் எளிமையாக நடத்திச் சென்றார். நடுத்தர வர்க்கத்து இளைஞர்களும் பணம் கட்டிப் பயிற்சிகள் எடுக்கும் அளவிலேயே கட்டணங்களை வைத்திருந்தார். போட்டிக்கு ஆயத்தமாகும் மாணவர்களுள் வசதியானவர்களிடம் மட்டும் பயிற்சிக்குத் தனியாகக் கட்டணம் வசூலித்தார். துபைக்குச் சென்ற ரவிச்சந்திரன் வங்கிக் கடன் தவணைத் தொகையை அதிகப்படுத்தி விரைவாகக் கடனை அடைக்கச் சொன்னபோது தாஸ் மறுத்தார். ரவிச்சந்திரனின் தொடர்ந்த வற்புறுத்தல்களால் தாஸ் வங்கிக்குச் சென்று பேசினார். தவணைத்தொகையை உயர்த்துவதால் கடனில் இருந்து மட்டும் வெளியே வரலாமேயன்றி அப்படியொன்றும் லாபமான அணுகுமுறையாக அது இல்லாதது தெரிந்ததும்

தீர்மானமாக ரவிச்சந்திரனின் வேண்டுகோளுக்கு முற்றுப்புள்ளி வைத்து, மாதாமாதம் கட்டணத்திலிருந்து வங்கிக் கடனை அடைத்தார்.

பி.டி. (பர்சனல் டிரைனர்) எனச் சுருக்கமாக அழைக்கப்படும் தனிப்பயிற்சியாளர்கள் ஆர்.டி. ஜிம்மிலும் இருந்தார்கள். ஆனால், உடற்பயிற்சிக் கூடத்துக்கு வருபவர்கள் தனிப்பயிற்சியாளர் வைத்தாக வேண்டிய சூழல் ஆர்.டி.யில் கிடையாது. வசதியுள்ளவர்கள் தன்னுடைய தேவையை தாஸிடம் சொல்லி அந்தத் தேவைக்குத் தனிப்பயிற்சியாளரை ஏற்பாடு செய்வார். தனிப்பயிற்சியாளரை ஒருவருக்குத் தந்த பின் அவர்களுடைய பயிற்சியில் தேவையற்ற இடைச் செருகல்களை தாஸ் செய்வதில்லை. ஒவ்வொரு ஆணழகரின், வீரரின் பயிற்சி அட்டவணையும் தாஸின் மனதில் இருக்கும். கடந்த வகுப்பில் என்ன செய்தோம் என்பதை அவருக்கு நினைவூட்டுவது மட்டும் மாணவர்களின் வேலை. அதைச் சொன்னதும், அன்றைய தினம் செய்யவேண்டிய பயிற்சிகளைச் சொல்லி, தேவைப்பட்டால் செய்துகாட்டி தனிப்பயிற்சியாளர் இல்லாமல்கூட விரும்பும் உடற்கட்டை அடையும் அளவில் ஆணழகர்களை ஆயத்தப்படுத்துவார். விரும்பும் திறனை அடையும் அளவுக்கு விளையாட்டு வீரர்களை ஆயத்தப்படுத்துவார்.

மௌலிவாக்கம் சுற்றுவட்டாரத்திலிருந்து ஆர்.டி.க்கு பலதரப்பட்ட வாடிக்கையாளர்கள் உண்டு. பரமேசுவரனைப்போல் உடற்பயிற்சியில் ஆர்வம் கொண்டு தலை நரைத்தாலும் விடாது பயிற்சி செய்யும் 40+ அகவையிலிருக்கும் வாடிக்கையாளர்கள். 50+ தொட்டாலும் பயிற்சிக்கூடம் வந்து இடையளவைக் கட்டுக்குள் வைக்க முயற்சி செய்யும் வணிகர்கள், நேரம் கிடைக்கையில் மட்டும் வந்து கரங்களுக்கும் கால்களுக்கும் உரமேற்றிச் செல்லும் காவல் துறையினர், உடற்பயிற்சியின் மீது இருக்கும் தீராக் காதலினால் பயிற்சிக்கூடமே கதியெனக் காலையிலும் மாலையிலும் அங்கு இருக்கும் ஆணழகர்கள், அமர்ந்து செய்யும் அலுவலகப் பணியால் வளர்ந்துவிட்ட தொடை வயிறுகளைச் செதுக்கியெடுக்க நினைக்கும்

மென்பொருளாளர்கள், எடையைக் கூட்ட, எடையைக் குறைக்க என வரும் வாடிக்கையாளர்கள், பரமேசுவரனின் கபடிக் குழு உறுப்பினர்கள், இப்படிப் பலரும் ஆர்.டி.யில் உடற்பயிற்சி செய்கிறார்கள். அனைவருக்கும் வரவேற்பாளர், காசாளர், சத்துணவு ஆலோசகர், தலைமைப் பயிற்சியாளர், கணக்கர், பயிற்சி அட்டவணை இடுபவர் (தனிப்பயிற்சி ஆணழகர்கள் தவிர்த்து), இவற்றுடன் சேர்த்து அனைவருக்கும் நல்ல நண்பர் தாஸ். தாஸ் மாஸ்டரின் சிகப்பு நிற தண்டர் பேர்டின் வருகைக்கு அந்தப் பகுதியில் நல்ல மதிப்பு உண்டு. இத்தனை பின்னணியைக் கொண்ட தாஸிடம் வந்து சேர்ந்திருக்கும் இன்னொரு கல் அப்துல் கரீம். பட்டை தீட்டிய பின்னர் அவன் எந்த வகைக்கல் என்பது விளங்கும்.

ஆட்டோவை இயக்குவதற்குக் கைப்பிடியை இழுத்தபோது அது சிரமத்தைக் கொடுக்காமல் குச்சியைத் தூக்குவதுபோல எளிதாக மேலே உயர்ந்த நாள் முதல் அப்துல் உடற்பயிற்சியின் காதலனாகிவிட்டான். பயிற்சிகளால் கையில் இத்தனை திறன் கூடுமா? முட்டைத் தட்டுகளை வாங்கி பாதி மடக்கிய கையில் வைத்து அரஃபாத் ஸ்டோர்ஸில் இருந்து வீடு வரையில் கைவலிக்காமல் கை மாற்றாமல் நடந்து செல்ல முடிகிறது. உடம்பு முறுக்கேறுவதை உணர முடிகின்றது. உடற்பயிற்சி என்றால் என்ன என்ற கேள்விக்கு அவனால் இப்பொழுது பதில் சொல்லமுடியாது, ஆனால் அது அவனை ஈர்க்கத் துவங்கியது.

தாஸ் பரிந்துரைத்த புரத உணவுகளுள் காலையில் முட்டைகளை விழுங்குவது அவனுக்கு எளிதாக சாத்தியப்பட்டது. ஊற வைத்த கொண்டைக்கடலையும், கேழ்வரகுக் களியும்கூட அவனுக்கு பிரச்சனை இல்லை. காலையில் பயிற்சிக்கு முன் கொண்டைக்கடலையும் முட்டைகளும் எடுத்து, பயிற்சிக்குப் பின் ஆட்டோவில் ஒன்றிரண்டு சவாரிகள் முடித்து வீட்டுக்குச் சென்று கேழ்வரகுக் களி உண்பதில் அவனுக்கு பிரச்சனை கிடையாது. மதிய உணவில் கோழி இறைச்சி எடுப்பது அவனால் முடியாது.

காலை உணவுக்குப் பின் நிறுத்தத்தில் பயணிகளுக்காகக் காத்திருக்காமல், ஓட்டத்தில் இருந்தால் மதிய உணவுக்கு மௌலிவாக்கம் தொட்டுப் பட்டூர் சென்று வீட்டுச் சாப்பாடு சாப்பிட முடியாது. ஏதாவது சாப்பாடு கட்டி எடுத்து ஆட்டோவில் பயணியர் இருக்கைக்குப் பின்னால் வைத்துத் துணியால் மூடிவிட்டு, மதிய நேரத்தில் எங்காவது குறுக்குச் சந்தில் வண்டியை நிறுத்திவிட்டு அவசரமாக சாப்பிட வேண்டியிருக்கும். காலையில் கோழியிறைச்சியை அவனுக்குத் தேவைப்படும் விதத்தில் சமைத்துக் கட்டித் தருவது அம்மா மொய்தீன் பாத்திமாவுக்கு இயலாத காரியம். அவர்களுடைய சூழலும் பின்னணியும் சுற்றமும் காலையில் மாமிசப் புரதம் சமைத்து சாப்பாடு கட்டும் வழமையை அதிசயமாகப் பார்க்கும். உடல் இயங்குவதற்கு உணவு, உடல் வளர்ப்பதற்கு உணவு இரண்டுக்கும் இடைவெளி அதிகம். அப்துலுக்குத் தேவை உடல் வளர்க்கும் உணவு.

நகரம் முழுதும் நிறைந்துள்ள தள்ளுவண்டிக் கடைகளில் கோழியிறைச்சி கிடைக்கிறது. டங்டங்கென சட்டியில் தட்டால் தட்டி ஒரு முட்டையை எடுத்துத் தூக்கிப்போட்டு இன்னொரு தட்டில் பிடித்து அதற்கு மேல் கோழியிறைச்சித் துண்டை வைத்து அதன் மேல் பிரியாணியை அடித்துத் தரும் பிரியாணிக் கடைகள் நீக்கமற நிறைந்துள்ளன. முன்னதற்கு முப்பத்தைந்து ரூபாய்கள் கொடுத்தால் நான்கைந்து சிறிய துண்டுகள் கிடைக்கும், பின்னதற்கு எழுபத்தைந்து ரூபாய்கள் கொடுத்தால் ஒரு பெரிய துண்டு இறைச்சி பிரியாணிக்குள் கிடைக்கும். அதுவே கையைக் கடிக்கும். அந்தப் புரதம் அவனுக்குப் பத்தாது, அதில் இரண்டு மடங்காவது எடுக்கவேண்டும். அது இன்னும் அதிகமாகக் கையைக் கடிக்கும்.

விலை ஏற்ற இறக்கங்களுடன் கோழி இறைச்சி ஒரு கிலோ நூற்றைம்பது ரூபாய்களுக்குக் கிடைத்த நேரத்தில் கால் கிலோ இறைச்சியாவது மதிய உணவுடன் எடுத்துக்கொள்ள அவனுக்குப் பரிந்துரைத்தார் தாஸ், அதுவும் அவன் செலவைத் தாங்குவேன் எனச் சொன்ன பின்னர்தான் பரிந்துரைத்தார். வேண்டிய

புரதச்சத்தை வீட்டுச் சமையலில் நாற்பது ரூபாய்களில் உண்பதற்கும், வெளியில் எழுபது ரூபாய்கள் கொடுத்தாலும் பற்றாமல் இருப்பதும் அவனுக்குப் பெரிய பிரச்சனை.

மதிய உணவுக்குக் கொய்யாப் பழங்களை உண்பான். சவாரி இல்லாமல் போரூரைக் கடக்கும் நேரங்களில் போரூர் சந்திப்பைத் தாண்டி ஆற்காடு சாலையில் நுழைந்ததும் இடப்பக்கம் வண்டியை நிறுத்திவிட்டு சாலையைக் கடந்து போரூர் அங்காடியின் வாசலில் தெருவில் கூறு கட்டியிருக்கும் காய்கனிகளில் கொய்யாவைத் தேடி வாங்கி வந்து வண்டியில் போட்டுக்கொள்வான். அப்படியே மௌலிவாக்கம் திரும்பும் வழியில் பழங்களை அள்ளுவான். ஆற்காடு சாலையைத் தொடாமல் மதனந்தபுரத்திலிருந்து உள்ளே நுழைந்தால் சாலையோரத்தில் கொய்யாப்பழம் கிடைக்கிறதாவெனப் பார்ப்பதும், குன்றத்தூர் வழியிலும் கோவூரில் அள்ளுவதும் வழமையானது.

வாரத்தில் ஒன்றிரண்டு நாள்கள் நிறுத்தத்தில் வண்டியை வைத்துக் காத்திருக்கும்போது சரியான மதிய உணவு வீட்டில் கிடைக்கும். இரவு நேரங்களில் அவன் வெளியில் சாப்பிடுவது கிடையாது. உணவுப் பிரச்சனை உடைப் பிரச்சனை இரண்டும் இல்லாததுபோல் தோன்றினாலும் இருந்தன. நிறுத்தத்திலும் வேண்டுமென்றே பிரச்சனையைக் கிளப்பினார்கள்.

“இவன் பாடிபில்டராயி இன்னாடா பண்ணப்போறான்? கபடி டீம்ல எடம் கெடைக்கும்ன்ற? அதுக்கு பாடி இர்ந்தா மட்டும் போதுமா? ஸ்டாமினா வாணா? போனதபா வந்தானுங்க பார் கெருகைப் புலின்னு. ஒல்லியாதான் இருந்தானுங்க எல்லாரும். தூக்கிப்போட்டுப் போயிரல? பாடிலாம் சொம்மா ஷோதான்.”

“ரெண்டு தபா பரமுண்ணாவ இட்டும்போனதுல வந்த தவ்லத்துரா” பரமேசுவரனின் பெயர் உச்சரிக்கப்படும்போது மட்டும் இயல்பாக அஞ்சி யாருக்கும் கேட்காதபடி உச்சரிக்கப்பட்டது.

“பாக்கலாம் பாக்கலாம் நாம பாக்காத பாடிபில்டரா? எத்தினி நாள் ஓடுதுன்னு பாக்கலாம்.”

உதயகுமரனை அழைத்து, "இன்னாப்பா செயலாளரே, உன் தோஸ்த்து கைகிய்லாம் இப்டி காட்டிக்கினு ஒக்கார்ந்திருந்தா லேடீஸ் கஸ்டமர்ஸ்லாம் ஸ்டாண்டாண்ட எப்படிப்பா வருவாங்க?" வண்டியில் அமர்ந்து புத்தகம் படித்துக்கொண்டிருந்த உதயகுமரன் எதுவும் பேசாமல் புத்தகத்திலிருந்து தலையை உயர்த்திப் பார்த்துவிட்டு மீண்டும் புத்தகத்தைப் படித்தார்.

"கேக்றன்."

"சங்கர், ஒனக்கு என்னதான் பிரச்சனை? அவன் எங்கனா போயிட்டுப்போறான், அதுல நமக்கு என்ன பிரச்சனை? நம்ம ஸ்டாண்ட் ஆளுங்க சிலர் நைட்ல டாஸ்மாக் போறாங்க, அதுக்கு எதாவது நாம கேள்வி கேட்க முடியுமா? உடம்பைக் குறை சொல்றதுன்னா எல்லார் உடம்பையும் குறை சொல்லலாம். அவன் இன்னிக்கு நேத்து ஸ்டாண்டுக்கு வந்தவன் இல்ல, வருஷம் ஆவுது. வேணும்னா ஒண்ணு செய்றேன், அவன இந்தப் பக்கமே வராதடான்னு சொல்லிர்ரேன். ஒண்ணும் பிரச்சனையில்ல, இப்பவே நாலஞ்சு கஸ்டமருங்க அவனைத்தான் மொபைல்ல எப்பவும் கூப்புர்ராங்க, சவாரி எடுக்குறான். இங்க வராதடான்னு சொல்லிடுவமா?"

சங்கர் கூட்டணி சற்றே பின்வாங்கியது.

"அதுக்கில்ல குமரா, இப்ப பாரேன், மாரைத் தெனாச்சுக்குனு ஸ்டாண்டுல வண்டில ஒக்காந்துக்குனு இருந்தா, வர்ர சவாரி இன்னா நெனைக்கும்? எனுக்கும் அவனுக்கும் இன்னா பகை? நான் வளத்துவுட்ட பையன் அவன். நானு ஸ்டாண்டுக்கோசுரந்தான் பேசுறேன் குமரா."

அப்போது வாட்சப் செயலி அறிமுகமாகி இரண்டாண்டுகள் ஆகியிருந்தன. ஸ்மார்ட் போன் வைத்திருப்பவர்கள் கண்டபடி வரும் முன்னனுப்பல்களால் ஒரே தகவலை நான்கைந்து முறைகள் படிக்கும் நிலைக்கு ஆளானார்கள். அப்படிக் கண்டபடி முன்னனுப்பப்பட்ட கதைகளுள் இந்திய நண்டு, தமிழ்நாட்டு நண்டு என மாறி மாறி வந்த நண்டுக்கதையும்

ஒன்று. நண்டுக்கதை வாட்சப்பில் மட்டுமா திரும்பத் திரும்ப வந்தது? சாலையோர ஆட்டோ நிறுத்தத்தில் வரவில்லையா? வாட்சப்பில் திரும்பத் திரும்ப அனுப்பப்படும் கதைகளைச் சட்டெனக் குப்பைக்கு அனுப்ப முடிகின்றது. அதே கதை ஆட்டோ நிறுத்தத்தில் திரும்பத் திரும்ப வரும்போது அத்தனை எளிதில் குப்பைக்கு அனுப்பமுடிவதில்லை. ஒவ்வொரு முறையும் கேள்வி கேட்டுப் போராடித்தான் குப்பைக்கு அனுப்ப முடிகிறது.

அப்துலிடம் உதயகுமரன் பேசினார்.

“கரீமு, உங்கிட்ட பெரிய சைஸ் சட்டைங்க இருக்கா?”

“இல்லண்ணா. எதுக்குண்ணா?”

“ஒண்ணுமில்ல கரீமு, ஆட்டோல உக்காரும்போது ஷர்ட்டு பேண்ட்டெல்லாம் டைட்டா இருந்தா லாங் சவாரிக்கு சரிப்படாது. வெயில் காலம் வந்தா கேட்கவேணாம் அப்படியே ஒடம்போட ஒட்டிக்கும். உனக்கு ஷர்ட்டெல்லாம் டைட்டாய்ட்டாப்ல இருக்கு.”

“ஆமாண்ணா, அட்ஜஸ்ட் பண்ணிக்கினு ஓட்றேன். இப்ப நோன்பு வேறயா, ஈவினிங்ல ஜிம் போரேன். பெருநாளுக்குத் துணி எடுத்துத் தைக்கும்போது அளவு பெருசா குடுக்கணும்.”

“பெருநாள் எப்போ?”

“இன்னும் ரெண்டு வாரம் இருக்கு.”

“அதுவரைக்கும் வெய்ட் பண்ணணுமா கரீம்? உன் நல்லதுக்குதான் சொல்றேன். விஷயம் இல்லாம நான் எதுவும் பேசமாட்டேன்.”

“நீங்க சொன்னா எதுனா அதுல அர்த்தம் இருக்கும். ரெடிமேடு சட்டை வேணும்னா வாங்கிர்ரேன்னா, பேண்ட் இப்ப வேணாம். ஜிம்முக்கு டிராக்ஸ் வாங்கி அதுவும் செலவாச்சு.”

“சட்டை மாத்துனியானா அதுவே போதும். ரொம்ப யோசிக்காத கரீமு, ரெடிமேட்ல பிராண்டட் சட்டைலாம்

நமக்கு இல்லை. அது பிராண்டுக்குனு செலவு பண்ண ரெடியா இருக்றவங்களுக்கு. நமக்கு சட்டை வேணும் அவ்ளதான். ரொம்ப கீழயும் போகாம ரொம்ப மேலயும் போகாம, டிராக்ஸ் வாங்குனியே அதே மாதிரி அங்கயே ஷர்ட்டு குறைவான வெலைல என்ன இருக்குனு கேட்டுப்பாரேன்.”

நூற்றைம்பது இருநூறு ரூபாய்கள் செலவாகலாம். இப்போதைக்கு ஒரு சட்டை வாங்கினால் போதும். இன்னொன்றை ரமதான் மாதத்துடன் இணைத்து வாங்கலாம். சென்ற வாரத்திலும் இறுக்கமாகத்தானே சட்டையை அணிந்திருந்தேன், உதயகுமரன் ஒன்றும் சொல்லவில்லையே? இப்பொழுது ஏன் தளர்வாக உடையணியச் சொல்கிறார். தளர்வான சட்டை வாங்கும் செலவு அவனுக்கு ஒரு வாரத்துக்குக் கூடுதல் ஓட்டத்துக்கு வீசப்படும் வலை.

சேமிப்பும் சிக்கனமும் இப்போதைக்கு அவன் வாழ்வில் இல்லை. செய்யும் செலவுகள் அனைத்தும் அடிப்படைத் தேவைக்குதான் என்னும் நிலையில் இருப்பவனுக்கு சேமிப்பு புரியாத வார்த்தை, சிக்கனம் தேவையில்லாத வார்த்தை. உடல் வளர்ப்பது அடிப்படைத் தேவையா ஆடம்பரமா என்று பட்டிமன்றம் நடத்தி அப்துல் சிக்கனமாக வாழவில்லை, கோழி இறைச்சியும் முட்டைகளும், பயிற்சிக்கூடத்துக்குக் கட்டணமும் உடையுமாக அனாவசிய செலவுகள் செய்கிறான் என நிறுவலாம். பட்டிமன்றப் பேச்சில் வெற்றி பெறுவது வாதத் திறனால் மட்டுமேயன்றி வாழ்க்கையின் யதார்த்தமும் அப்படித்தான் இருக்கவேண்டிய அவசியமில்லை. ஆட்டோ நிறுத்தத்தில் வைக்கப்படும் புகார்களில் இருந்து அவனைக் காத்து ஆதரவாகச் செயல்படும் உதயகுமரனும், உடற்பயிற்சிக்கூடத்தில் தேவை, திறன் இவை இரண்டின் அடிப்படையில் மட்டும் பயிற்சிக்கு வருபவர்களுக்கு முன்னுரிமை கொடுத்து, மற்ற ஏற்றத்தாழ்வுகள் பயிற்சிக்கூடத்தில் இல்லாதபடி பார்த்துக்கொள்ளும் தாஸ் மாஸ்டரும் அவனுடைய வாழ்க்கையின் இன்னொரு அத்தியாயத்துக்கு முதல் வரியை எழுதத் துவங்கினார்கள்.

8

குறிப்பு:

2021-ம் ஆண்டு தாஷ்கண்ட், உஸ்பெகிஸ்தானில் உலக ஆணழகன் பேரழகன் விளையாட்டு சம்மேளனம் (World Bodybuilding and Physique Sports Federation) உலக அளவில் ஆணழகன் போட்டியை நடத்தியது. அதில் கலந்துகொள்ளச் சென்ற இந்திய வீரர்கள் குழுவில் தமிழ்நாட்டிலிருந்து ஒன்பது வீரர்கள் பங்கேற்றனர்.

★

கட்டப்பஞ்சாயத்து 'சுள்ளி கெஜா'வைக் கூட்டமாக நான்கு பேர்கள் சுற்றி நின்று போட்டுத் தள்ளினார்கள். போட்ட பின் இருசக்கரங்களில் ஏறிப் பறந்தார்கள். பாதியில் வண்டிகளை மாற்றினார்கள், கூட்டத்துடன் கலந்தார்கள். சிறிது நேரத்தில் யாரோ இருவர் சுள்ளி கெஜாவைப் போட்ட பொருள்களின் மீது இரத்தம் காய்ந்த நிலையில் காவல் நிலையத்தில் சரணடைந்தார்கள். செயலி வழியாகக் கைப்பேசிக்குள் ஊடகங்களில் செய்தி பகிரப்பட்டது. அதற்கு முன்பு, எவற்றையும் அறியாமல் அப்துல், குற்றவாளிகள் தப்பித்த பாதையைக் கடந்தான்.

சுள்ளி கெஜா எப்பொழுதும் எங்கும் தனியாகச் செல்வதில்லை. முன்னே இரண்டு மெய்க்காவலர் அடியாட்கள் பின்னே

இரண்டு பேர். இவர்களல்லாமல், அவன் ஒரு இடத்துக்குச் செல்லும் முன்பே அங்கு தன் ஆள்களை அனுப்பி யாரேனும் 'சம்பவம்' செய்யும் சந்தேகத்துக்குரிய நபர்கள் நடமாட்டம் குறித்த தகவல்களை அறிந்துகொள்வான்.

பூங்காவனம் நகர் அவனது கோட்டைதான். நகரின் நுழைவாயிலில் எந்தக் கட்சிக்கொடி பறந்தாலும் சுள்ளி கெஜாவுக்கு அவை ஒரு பொருட்டல்ல. ஆளும்கட்சியினரும் அவனுடைய ஆள்களின் மீது புகார் அளிக்க அச்சப்படும் அளவுக்கு வளர்ந்துவிட்டான். ஒரு கொலை, எளியவர்களுக்குப் பாதுகாப்பு என்னும் பெயரால் கட்டப்பஞ்சாயத்து, சிற்சில நில ஆக்கிரமிப்புகள், ஆக்கிரமிப்பை அகற்றிக்கொள்ள பேரம் பேசுதல் எனப் படிப்படியாகத்தான் முன்னேறினான். எந்தக் கட்சியிலும் சேராமல், யார் கேட்டாலும் நிழலான காரியங்களை முடித்துத் தர அவனுக்கு சாத்தியப்பட்டது.

இப்படியே காலத்தைக் கழிப்பது சரியல்ல என யாரோ அரசியல் ஆலோசகர் அவன் காதில் சொல்லியிருக்கவேண்டும். மாநில அளவில் நின்றுவிடுவதா? தேசிய அளவில் சேருவதா? எப்படி அரசியல் வாழ்க்கையைத் துவங்கினால் பலன் என சொல்லித்தர ஆள்கள் அருகில் இல்லை. தேசியக் கட்சியைத் தேர்ந்தெடுத்திருக்கலாம். என்ன இருந்தாலும் பிறந்து வளர்ந்த மண், ஊட்டி வளர்த்த மொழி இந்த மொழி என மாநில எல்லைக்குள் அரசியல் நுழைவை அமைத்து, தலைமைக் கழகக் கொள்கைப் பரப்புப் பட்டறையில் இணை துணை பிணை என ஏதோ ஒரு பொறுப்பு கிடைத்தது. தலைமைக் கழகப் பொறுப்பு என்பதால், பகுதிக்குள் காரியம் நடக்க பகுதிச் செயலாளரை அணுகவேண்டியிருந்தது. தலைமைக் கழகப் பொறுப்பு என்றால் பகுதியைவிடச் சிறந்த பொறுப்பு என நினைத்தவனுக்குப் பகுதியில் காரியம் சாதிக்கக்கூட ஒரு தொலைபேசி, ஒரு அண்ணே அழைப்பு, ஒரு விண்ணப்பம், ஒரு நினைவூட்டல் என்ற நீண்ட வழிமுறை பிடிக்கவில்லை.

தலைமைக்குத் தன் பலத்தை நினைவூட்டினான். தலைமை கொஞ்சம் பொறுத்துச் செல்லச் சொன்னது. கட்சியென்றால்

அப்படித்தான் என அரசியல் பாடம் நடத்தியது. பொறுமை எல்லை மீறித் தலைமைக் கழக அதிகாரத்தைப் பயன்படுத்தித் தலைமையை நேரில் சந்திக்கச் சென்றான். தலைமைக்கழகக் கொள்கை பரப்புப் பட்டறை தொடர்பாக எது வேண்டுமானாலும் பேசலாம். ஆனால் அவன் பேசுவது பகுதி தொடர்பான பலப்பரீட்சை என்பதால், பகுதிச் செயலாளருடன் வந்தால் பிரச்சனையைப் பேசித்தீர்க்கலாம் எனத் தகவல் சொல்லித் திருப்பி அனுப்பினார்கள். அதிகம் பேசியபோது 'புதுப்பேட்டை' திரைப்படத்தை நினைவூட்டி அமைதியாக இருக்கச் சொன்னார்கள். சுள்ளி கெஜா பொங்க நினைத்து தற்காலிகமாக அடங்கினான். தம்பியின் திருமண விழா நடக்கவிருப்பதால் அதைப் பிரச்சனையில்லாமல் முடித்துவிட்டு அதற்குப் பிறகு பொங்க நினைத்தான்.

பூங்காவனம் நகரில் சம்மந்தி வீட்டார் இருந்தார்கள். மாலையில் சில பேச்சுவார்த்தைகளுக்கு அங்கு முன் பின் மெய்க்காவலர்களுடன் சென்றான். சுள்ளி கெஜா பூங்காவனம் நகருக்கு வந்திருப்பது எதிரி முகாமுக்குத் தெரிவிக்கப்பட்டது. பூங்காவனம் நகரில் வைத்து கெஜாவைத் தூக்கமுடியாது. நகரில் இருந்து வெளிவந்து சந்தைக்கடையைத் தாண்டி, புதிதாகத் திறக்கப்பட்ட மீன் அங்காடியைத் தாண்டி ஜியெஸ்டி என்றழைக்கப்பட்ட நெடுஞ்சாலையில் ஏறு முன், இடப்பக்கம் செங்குத்தாகத் திரும்பி சிறிது தூரம் செல்லும் பாதையும், அதையடுத்து வலப்பக்கம் செங்குத்தாகத் திரும்பி சிறிது தூரம் செல்லும் பாதையும் கெஜாவைத் தூக்க சரியான இடம். இரவில் அங்கு ஆள் நடமாட்டம் இருக்காது. நெடுஞ்சாலையைப் பிடிக்க எப்போதாவது வரும் ஒருசில வாகனங்கள் தவிர மக்கள் நடமாட்டம் இருக்காது.

யாரேனும் தூக்குவதற்கு 'ஸ்கெட்ச்' போட்டாலும், தூக்குவதென்றால் அங்குதான் தூக்குவார்கள் என்பது சுள்ளி கெஜாவுக்குத் தெரியாதா? பூங்காவனம் நகர் சென்றதும் அந்த இரண்டு செங்குத்துத் திருப்பங்களிலும் கெஜா 'பாரா' போட்டான். காவல் காப்பதற்குப் 'பாரா' என்று சொல்வது

பழைய சென்னைத் தமிழ் வழக்கு. அந்தத் திருப்பத்தில் கெஜாவைத் தூக்க வேண்டுமென்றால் முதலில் 'பாரா' போட்டு நிற்பவர்களைத் தூக்கவேண்டும். ஒருவனைத் தொட்டாலும் அடுத்தவன் உஷாராகித் தகவல் தெரிவிப்பான். எதிரி முகாமில் இரண்டு திருட்டு இருசக்கர வாகனங்களும், நான்கு 'பொருள்'களும், ஆறு அடியாள்களும் ஆயத்தமானார்கள். அந்த ஆறு பேர்களுள் குழுவின் முதன்மைக் குற்றவாளி தலைவனும் அடக்கம். அவனுடைய வாழ்நாளில் கிடைத்த பெரிய 'சம்பவம்' இது. பூங்காவனம் நகரில் இருந்து சுள்ளி கெஜா புறப்பட்டபின் தகவல் தரும் 'ஆள்காட்டி' பூங்காவனம் நகரிலேயே அசால்ட்டாகச் சுற்றிக்கொண்டிருந்தான். முன் பின் மெய்க்காவலர்களால் ஆள்காட்டி யார் என்று கண்டுபிடிக்க முடியாது. துப்புத்துலக்கல் ஆய்வின்போது கைப்பேசி எண்ணைக் கண்டுபிடித்து, 'டவர் லொக்கேஷன்' எல்லாம் கண்டு உள்ளே நுழைந்தாலும் டவர் கிடைத்த அந்த இடத்திலேயே 'சிம்' செயலிழந்திருக்கும்.

சுள்ளி கெஜா சம்மந்தி வீட்டாரைப் பார்த்துவிட்டு பூங்காவனம் நகரில் இருந்து புறப்பட்ட தகவல் குற்றவாளித் தலைவனுக்குத் தரப்பட்டது. நெடுஞ்சாலையைத் தொடும் திருப்பத்தில் ஏதோ பராமரிப்புப் பணியில் இருந்த இருவர் திடீரெனத் திருப்பத்துக்கு உள்ளே நடக்கத் துவங்கினார்கள். அவர்கள் முதல் திருப்பத்தைத் தொடும் நேரத்தில் தேநீர்க்கடைக்கு அருகில் பராமரிப்புக் கருவிப்பெட்டியைச் சேர்த்துக் கட்டியிருந்த இரண்டு இருசக்கர வாகனங்களில் ஏறி அமர்ந்து இருவர் இருவராக நான்கு பேர் புறப்பட்டார்கள்.

தலைவன் கைக்கடிகாரத்தைப் பார்த்தான். நேரத்தைக் கூட்டிக் கழித்துக் கணக்கிட்டுவிட்டு வண்டி ஓட்டுபவன் முதுகில் லேசாகத் தட்டினான். வண்டி வேகம் எடுத்தது. தலைவனின் வண்டி சீறுவதைப் பார்த்து அடுத்த வண்டியும் சீறித் திருப்பத்தின் முனைக்கு வந்தது. அதற்குள் முதலில் சென்ற இருவருக்கும் முதல் காவல்காரனுக்கும் தெருவிளக்கு வெளிச்சத்தில் வாய்த் தகராறு முற்றி கைகலப்புக்குப் போனது.

செங்குத்துத் திருப்பத்தில் இருந்த இன்னொரு காவல்காரன் தூரத்தில் தனது கூட்டாளியுடன் இருவர் கைகலப்பில் இறங்குவதைப் பார்த்ததும் கைப்பேசியை எடுத்தான். கெஜாவை அழைத்து வேறு பாதையில் செல்லும்படி சொல்வது திட்டம். அதற்குள் முதல் இருசக்கர வாகன குற்றவாளிகள் வண்டி ஓட்டத்திலேயே அவன் மண்டையில் கட்டையால் அடித்தனர். அவன் கீழே விழுந்தான். அவன் கையிலிருந்து கீழே விழுந்த கைபேசி 'ஆன்' ஆகியிருக்கிறா என்று எட்டிப் பார்த்தனர். அது அமைதியாக இருந்தது.

முதல் காவலாளியுடன் கைகலப்பில் இருந்த இருவருள் ஒரு குற்றவாளி கீழே விழுந்தவனை நோக்கி ஓடிவந்தான். அதுவரையில் அவனை எழுந்திருக்கவிடாமல், இருசக்கர வாகனத்திலிருந்து இறங்கி ஒருவன் காலால் அழுத்தினான். ஓடிவந்தவன் அருகில் வந்ததும் கீழே கிடப்பவனை ஒப்படைத்துவிட்டு, இருசக்கர வாகனத்தில் ஏறினான்.

இரண்டு 'பாரா'க்களும் எப்படியாவது பிரச்சனையை சுள்ளி கெஜாவுக்குத் தெரிவிக்கத் துடித்தார்கள். கைகலப்புக்கு வந்தவர்களும் இணையாக சண்டைபோட்டு இரண்டு 'பாரா'க்களையும் தங்களை முதலில் காத்துக்கொள்ளும் நிலைக்குத் தள்ளினார்கள். தற்காப்புச் சண்டை நிலைக்கு 'பாரா'க்கள் வந்ததும், சட்டைப்பையில் இருந்த மிளகாய்ப்பொடியை அவர்களுடைய கண்களில் தூவினார்கள். கட்டையால் மண்டையில் அடித்து வீழ்த்திவிட்டு அமைதியாகத் தங்கள் நான்கு கூட்டாளிகளை நோக்கி நடந்தார்கள்.

சுள்ளி கெஜாவின் இன்னோவா வந்தது. காத்திருந்த இருசக்கர வாகன நால்வர் அணி, இரண்டாவது செங்குத்துத் திருப்பத்தில் இன்னோவாவின் முன் கண்ணாடியை உடைத்தது. கெஜா தலையைக் குனிவதற்குள், காய்ச்சி அடித்துத் தட்டிக் கடினப்படுத்திப் பின் அறத்தை வைத்துக் கைகளால் ராவப்பட்ட கூரான சிறிய கடப்பாரை கதவுக் கண்ணாடியைக் குத்தி உடைத்தது. ஒருவன் கதவைத் திறந்து கெஜாவைக் கீழே

இழுத்துப் போட்டான். கெஜாவைக் காப்பாற்றக் கைகளை நீட்டிய ஓட்டுநருக்குக் கையில் வெட்டு விழுந்தது. ஓட்டுநர் இருக்கைக் கண்ணாடியும் உடைக்கப்பட்டு ஓட்டுநரைக் கொத்தாக அள்ளி வெளியில் போட்டார்கள். மண்டையில் அடித்தார்கள். ஓட்டுநர் கீழே விழுந்ததும், கெஜாவைத் தாக்கிக்கொண்டிருக்கும் இருவருடன் இணைந்தனர். அதற்குள் பாதிச் சம்பவம் முடிந்துவிட்டது.

நால்வரும் சேர்ந்து குறைவைக்காமல் முழுச் சம்பவத்தையும் முடித்தார்கள்.

இரண்டு சிறிய பொருள்களைத் தங்கள் இடுப்பின் பின்னால் இருவர் செருகிக்கொண்டனர். பெரிய நீண்ட பொருள்களின் கைப்பிடியில் சுற்றியிருந்த கந்தைத் துணியைப் பிரித்து சட்டைப்பையில் வைத்தார்கள். கந்தைத் துணியைப் பிரிக்கும்போதே பொருளின் கைப்பிடியை நடந்து வந்தவர்கள் பிடித்தார்கள். இருவரும் தங்கள் ஒருகையில் பொருளைப் பிடித்துக்கொண்டு இன்னொரு கையால் வியர்வையை வழித்துவிட்டு நெடுஞ்சாலையை நோக்கி நடந்தார்கள். மற்ற நால்வரும் திருட்டு இருசக்கர வாகனங்களில் மீன் அங்காடியை நோக்கிச் சென்றார்கள். மீன் அங்காடிக்கு அருகில் வண்டியை நிறுத்தி, சாவகாசமாக இறங்கி நடந்துபோனார்கள்.

மீன் அங்காடிக்குப் பின்னால் ஒரு சவாரியை இறக்கிவிட்டு, செங்குத்துத் திருப்பங்கள் வழியாக நெடுஞ்சாலைக்குச் செல்ல நினைத்த அப்துல் சவாரி கிடைக்காது என்னும் எண்ணத்தில் மீன் அங்காடியைச் சுற்றிவந்து பயணியரைத் தேடினான். மீன் அங்காடி ஆட்டோ நிறுத்தத்தை நோக்கி இருவர் நடந்து வந்தார்கள். அவர்களை நோக்கி வண்டியை நகர்த்தியபோது, அங்காடி ஆட்டோ நிறுத்தத்தில் இருந்த ஓட்டுநர் ஒருவர், “இங்க பாசஞ்சர் எடுக்காதபா, பஸ் ஸ்டாண்டுக்குப் போ” என விரட்டினார். அப்துல் “சரிண்ணா” சொல்லி பேருந்து நிலையத்துக்குச் சென்றபோது ‘அவர்களைக்’ கடந்தான்.

பேருந்து நிலையத்துக்குச் செல்லும் பாதையில் காக்கிச்சட்டைக்

காவலர் வண்டியை நிறுத்தச் சொன்னார். போக்குவரத்துக் காவலர் நிறுத்தினால் பிரச்சனை இல்லை, வாகனத்தின் ஆவணங்கள், ஓட்டுநர் உரிமம், இவை ஒழுங்காக இருந்தால் போதும். சட்டம் ஒழுங்கு காவலர்களோ, குற்றப் பிரிவுக் காவலர்களோ நிறுத்தினால் பிரச்சனை உண்டாகலாம். அவர்கள் கேட்கும் கேள்விகளுக்கு சரியான பதில் சொல்லாவிட்டால், அவர்கள் மேன்மேலும் விசாரிக்கலாம். நிற்கச் சொல்லலாம். காவலர்கள் நிறுத்தினால் எப்படி பவ்யமாகப் பதில்சொல்ல வேண்டுமென அவனுக்குத் தெரியும்.

“எங்கேர்ந்து வர்ர?”

“ஃபிஷ் மார்க்கெட் பின்னால கஸ்டமர டிராப் பண்ணிட்டு வரேன் சார்.”

“ஓன் வண்டியா?”

“இல்ல சார், வாடகைக்குதான் எடுக்றேன்.”

“வண்டி பேப்பர்ஸ் காட்டு. லைசென்ஸ் எடு. ஓரமா நிறுத்து. அங்கயே நில்லு.”

‘ஏன் சார் நிக்கணும்?’ கேள்வி கேட்கவேண்டுமெனில் அது பகலாக இருக்கவேண்டும், ஏதேனும் சந்திப்பில் இருக்கவேண்டும், அல்லது தைரியமோ பின்புலமோ வேண்டும். அவனுக்குக் கொஞ்சம் தைரியம் உண்டு, ஆனால் பின்புலம் இல்லை. அமைதியாக வண்டியை ஓரங்கட்டிவிட்டு நின்றான். இரண்டு மூன்று இருசக்கர வாகனங்களையும் நிறுத்தினார். அவர்களும் வண்டியை ஓரங்கட்டி நின்றனர். காவலர் வந்து ஒவ்வொருவரையும் தனித்தனியாக அழைத்து அவர்கள் எங்கிருந்து வருகிறார்கள், வந்த வழி எது, எங்கு செல்கிறார்கள், எந்த வழியில் செல்வார்கள் எனக் கேட்டு அனுப்பினார்.

அப்துலிடம் மட்டும் அதே கேள்விகளுடன், கூடுதலாக, “பார்ட் டைம்ல ஆட்டோ ஓட்றியா?” - அவனுடைய கைகளின் தசைப் புடைப்பில் பார்வையை ஓட்டிவிட்டுக் கேட்டார்.

“இல்ல சார், தொழிலே இதுதான். காலைலேர்ந்து ஸ்டாண்டுலயும் லைன்லயும் மாறி மாறி இருப்பேன் சார்.”

“ஸ்டாண்ட் எங்க?”

“மௌலிவாக்கம் சார்.”

“வீடு.”

“பட்டூர்ல சார்.”

“சரி போ.”

அவன் வழியில் பயணியர் யாரையும் எடுக்கவில்லை. காவலர் விசாரித்த தோரணையில் குழம்பிக் கலக்கத்தில் வண்டியை ஓட்டி வீட்டுக்குச் சென்றான். காலையில் வழக்கம்போல பயிற்சிக்கூடம் ஆட்டோ நிறுத்தம் சவாரி என வரிசையாக வழமைகளில் மூழ்கினான். மதுரவாயல், தினத்தந்தி, புரசைவாக்கம் சவாரிகள் ஓட்டி, மதிய உணவு கொய்யாப்பழத்தை மோட்சம் திரையரங்கிற்கு எதிரில் இருந்த சந்தில் வண்டியை நிறுத்தி அவசரமாகத் தின்று தண்ணீர் குடித்தான். உடனே வண்டியைக் கிளப்பி புரசைவாக்கம் டேங்க் அருகில் ஏராளத் துணிக்கடை வாசல்களில் பயணியர் தேடிக் களைத்து, பழைய ராக்சி அருகில் பயணியர் எடுத்து வேப்பேரி, சென்ட்ரல், அண்ணா சாலை, கிண்டி வரை அங்கங்கு பயணியரை ஏற்றி இறக்கி, கத்திப்பாரா வழியாக போரூரை அடைந்து அங்கிருந்தும் டிக்கெட்டில் இருவரை ஏற்றிக்கொண்டு பாய்க்கடை வந்து சேர்ந்தபோது நிறுத்தத்தில் இருந்த ஓட்டுநர்கள்...

“சவாரிக்கு இன்னிக்கு எந்த ரூட்ல இருந்த கரீமு? கொஞ்சம் சவாரி எடுத்த எடமெல்லாம் சொல்லு?” புதிதாகக் கேட்டார்கள். அப்படிக் குறிப்பாக விசாரிப்பது அங்கு வழமை இல்லை. “ன்னாடா கலெக்ஷன் எப்டி? யெம்மெம்டியேல ட்ராஃபிக்ல மாட்னியாமெ?” அதற்குள் தேநீர், தேங்காய் பிஸ்கெட், கீரை போண்டா, மசால் வடை, போரூருக்கு டிக்கெட், ஆலமரத்துக்கு

டிக்கெட், 'டியூ' கட்ட நாளாச்சு, அடுத்த மாதம் வண்டிக்கு தகுதிச் சான்றிதழ் (F.C.) என உரையாடல் செல்லும். இன்று குறிப்பாக எந்தெந்தத் தடங்களில் அவன் சென்றான் என்ற புதிய கேள்வி.

வாட்டசாட்டமாக இருக்கும் ஆட்டோ ஓட்டுநர், இந்த ஆட்டோ ஸ்டாண்டில் அவன் ஒரு ஆள்தான். அந்த வாட்டசாட்டமான ஓட்டுநரின் தினசரி நடவடிக்கைகள் என்னென்ன, கடந்தகால நடவடிக்கைகள் என்னென்ன என்று காவல் நிலையத்தில், சிறப்புக் காவல் படை அலசுகிறது, விசாரிக்கிறது, விவரம் சேகரிக்கிறது. நிறுத்தத்திற்கு அருகில் விபரங்கள் திரட்டப்பட்டதில் செய்தி வெளியே கசிந்துள்ளது. இந்நேரம் அனைத்து விபரங்களும் சிறப்புக் காவல் படையிடம் இருக்கும். விபரங்களில் சில முன்னே பின்னே சந்தேகமாக இருந்தால், அடுத்த நிமிடம் அவன் உள்ளே இருப்பான். அடுத்த கட்ட விசாரிப்புகள் காவல் துறைக்குத் தேவைப்படும் அணுகுமுறையிலும், அவன் தகவல்களின் அடிப்படையிலும் இருக்கும்.

சுள்ளி கெஜா வெட்டிக் கொல்லப்பட்ட செய்தியும், இரண்டு குற்றவாளிகள் சரணடைந்த தகவலும், புலன் விசாரணையும், சிறப்புக் காவல் படையுமாகச் செய்தியில் படித்த பிறகு அவன் குற்றம் நடந்த பகுதியின் சுற்று வட்டாரத்தில் நேற்று சவாரிக்குச் சுற்றியது நினைவுக்கு வந்தது. ஒரு காவலர் வண்டியை நிறுத்தி விசாரித்து, "பார்ட் டைம்ல ஆட்டோ ஓட்றியா" கேட்டதை இணைத்து யோசித்தான். அவனுக்கு உதவக்கூடியவர்கள் இருவர். உதயகுமரன், பரமேசுவரன். முதலில் உதயகுமரனுடன் பேசி யோசனை கேட்டு, அதன் பின்னர் பரமேசுவரனிடம் தகவல் சொல்ல நினைத்தான். உதயகுமரனே அவனிடம் பேசினார். அவன் சொன்ன எல்லா விபரங்களையும் கேட்டார்.

மீன் அங்காடியைச் சுற்றி அந்த நேரத்தில் எத்தனையோ ஆட்டோக்கள் சென்றிருக்கும். அங்காடி நிறுத்தத்தில் கண்டிப்புகள் அதிகம். பயணியரை அங்கு இறக்குவதைக் கட்டுப்படுத்த முடியாது, ஆனால் நிறுத்தத்தின் அருகில் இருந்து

யாரையும் ஏற்றிக்கொள்ள அனுமதிக்க மாட்டார்கள். நேற்றும் அப்படித்தான் அவனுக்கு நடந்தது.

பேருந்து நிலையத்திற்குச் செல்லும் வழியில் நடந்த சோதனை வழமை. இரவு துவங்குமுன் நகருக்கு உள்ளே இருக்கும் பாதையில் வராமல் நெடுஞ்சாலையிலிருந்து பூங்காவனம் நகருக்குள் ஏறும் வண்டிகள் பேருந்து நிலையத்தைத் தொடும் முன்பு சோதிப்பது உண்டு. இது வழமையான விசாரிப்புதான். இந்த விசாரிப்பில் குற்றப் பின்னணி இருக்கக்கூடிய பார்வை காவல் துறைக்குத் தோன்றினால் மட்டும் 'கவனிப்பு' இருக்கும்.

இதையும் சுள்ளி கெஜா கொலையையும் இணைத்து தேவையற்ற பீதியில் குழப்பத்துக்கு ஆளாக வேண்டாம் எனத் தெளிவான அறிவுரை கிடைத்தது. அறிவுரையைக் கேட்டு மீன் அங்காடிக்குச் சென்றதை மறக்க முயற்சி செய்தான். அடுத்தடுத்த நாள்களில் உடற்பயிற்சியை முடித்து, வண்டி எடுத்து நிறுத்தத்தில் மட்டும் நின்றான். மற்ற ஓட்டுநர்களைப் போலவே பயணியர்க்குக் காத்திருக்கும் நேரத்தில் 'டிக்கெட்' போட்டான், 'டிக்கெட்' சுற்றுகள் முடிந்து போக்குவரத்து குறைந்த பின் நிறுத்தத்தில் வண்டியைப் போட்டுவிட்டு சாஸ்தா டீ ஸ்டாலின் சுவற்றில் சணல் கயிறில் தொங்கிய தலைப்புச் செய்திகளைப் படித்தான். வண்டிக்குச் சென்று அமர்ந்தான். நீண்ட தூர சவாரிகளுக்காகப் புறப்படவில்லை.

"ன்னா பண்ண கரீமு?" சீண்டினார்கள்.

"தோடா முட்டைக்கும் சிக்கனுக்கும் ஓட்னான்ல, இப்ப அங்க ஜிம்முல எதோ ஷூ போடுன்னு சொன்னாங்ளாம்பா, அதுக்கு ஓட்டணும் இப்ப. அப்டித்தான கரீமு பொறப்படு பொறப்படுன்னா சைலன்ட்டா ஒக்காண்ட்ட?" வெறுப்பேற்றினார்கள்.

எல்லா நேரத்திலுமா உதயகுமரன் கூடவே இருந்து அவர்களை அடக்குவார்? அவனுடைய பிரச்சனைக்கு அவன்தான் தீர்வு காண வேண்டும்.

“ண்ணா வுடுங்கண்ணா. நானே பிரச்சனைல இருக்றண்ணா?”

“தோடா பெரிய்ய பிரச்சன. கெஜா விடப் பெரீப்பெரீ ஆளுங்களைப் போட்டப்பலாம் அங்க ஆட்டோ சவாரிங்க யாரும் போவலியா? என்னிய டீ ஃபோர்ட்டீன் ஸ்டேஷனுக்கு வரச்சொல்லி சவாரி எங்க எடுத்த என்ன ஏதுன்னு விசாரிச்சாங்க. பெரீ இவனாட்டம் அள்ட்டிக்ற. போடா.”

“இந்த மாங்காடு ஸ்டீஷனாண்ணா? எப்பொ? நீங்க பயப்படவே இல்லியாண்ணா?”

“எப்பொன்னு ஞாபகம் இல்ல. இப்ப ரவுண்ஸ் வரார, இந்த எஸ்.ஐ. இல்ல, பழைய எஸ்.ஐ. ரியல் எஸ்டேட்டுக்கு ஓட்டுவம்ல அதுலொ விசாரிச்சது. சரி டீ சொல்லேன். இப்ப தேங்கா பிஸ்கெட் நிர்த்திட்டாப்லக்குது. அவிச்ச முட்டை ஒண்டியா? டீ சொல் டீ சொல். வா வா கஸ்டமருங்க வர்த்துக்கொள்ள டீ குட்சுல்லாம். அட நீ குடிக்காதரா, நீ முட்ட போண்டா மட்டும் சாப்டு, எனுக்கு டீ சொல்லு.” இறுக்கம் தளர்வதுபோல் தெரிந்தாலும், இந்தத் தேநீருக்குப் பின் வேதாளம் மீண்டும் முருங்கை மரத்தின் மீதேறித் தொங்கலாம். உதயகுமரன் இல்லாத நேரங்களில் இப்படித் தேநீர்களாலும் பேசவிட்டும் பிரச்சனைகளைத் தீர்க்க முயற்சிசெய்ய வேண்டும். மேலும், அவனும் நிறுத்தத்தில் அவர்களுடன்தான் இருப்பான். காசுக்காக அதிகமாக ஓடமாட்டான், எனில் அங்கு பொறாமைக்கு இடமும் இல்லை.

ஒரு வாரத்தில் சுள்ளி கெஜாவைச் செய்திகளில் காணவில்லை. தமிழகத்தில் நிலவிய கடுமையான மின்வெட்டுச் செய்திகள் முன்னணிக்கு வந்தன. இரண்டு மணிநேர மின்வெட்டில் கடைகளின் வாசலில் இருந்த சின்னச்சின்ன ஜெனரேட்டர்கள் உறுமின. வீடுகளில் இன்வர்ட்டர்கள் தேக்கிவைத்த மின்சாரத்தைத் தந்து ஓய்ந்தன. மொட்டை மாடிகளின் பயன்பாடு அதிகமானது. குன்றத்தூர் சாலையில் நடமாடும் ஜெனரேட்டர்களின் நடமாட்டம் அதிகமானது.

மாமாவின் அறிவுரைப்படி குட்டி யானை வாங்கியிருந்தால் அதில் ஒரு ஜெனரேட்டரை ஏற்ற முடியுமா? ஏற்ற முடிந்தால், இப்படி ஸ்டாண்டில் கிடப்பதற்கு நாலு காசு பார்த்திருக்கலாம் என நினைத்தான். 'ஹெவி வெஹிக்கிள்' லைசென்சுக்குச் செல்லவேண்டும். எதற்கு 'ஹெவி'? எதற்கு இன்னும் வண்டிக் கனவு? உடல் வளர்ந்து வருகிறது. இன்னும் இரண்டு ஆண்டுகள் முழுமையாகப் போட்டிக்கு ஆயத்த நிலையை அடையலாம். வெற்றிக்கு பிறகு கிடைக்கப்போகும் வேலை வாய்ப்பு பண வரவையும் கூட்டும் என நினைத்தான். 'பேச்சியம்மன் துணை' ஆட்டோ முதலாளி அப்படி நினைக்கவில்லை.

"கரீமு, அடுத்த வாரம் வண்டி எஃப்.சி.க்குப் போவுது என்ன? புதன்கெழமை வண்டிய நிறுத்திடு."

"இன்னும் ஒருமாசம் டயம் இருக்குண்ணா. தேதி பாருங்க."

"தெரியும்பா இப்ப பண்ணணும்."

"சரிண்ணா, நானே எடுத்துனு போயி பொல்யூஷன் சர்டிபிகேட்லாம் வாங்கி டச்சப் பண்ணி எஃப்.சி. முடிச்சுர்ரண்ணா."

"இல்ல கரீமு, நான் பார்த்துக்கறேன். சீட்டுக்கெல்லாம் ரெக்சின் மாத்தி, டச்சப் தெரியாதபடி புதுசாட்டமா வண்டிய ரெடி பண்ணணும்."

"வாடகை ஏத்துவீங்களாண்ணா?"

"அப்படில்லாம் இல்ல. ஒருவாரம் ஓட்டு, வர்ர புதன் கெழமை வண்டிய நிறுத்திடு என்னா...அப்புறம் இந்த வாரத்துல வேற யார்ட்டயாவது வண்டி கெடைக்குதான்னு பார்த்து வெச்சிக்க."

"என்னண்ணா சொல்றீங்க? உங்க வண்டிதானண்ணா ஸ்டாண்டுல சொல்லி ஓட்டச் சொன்னாங்க. வேற வண்டி எதுக்குண்ணா? வேணும்னா வெய்ட் பண்றண்ணா. ரெக்சின் மாத்த பெயிண்ட்டிங்கு எஃப்.சி. எல்லாம் முடியற

வரைக்கும் வெய்ட் பண்றாண்ணா. வேற வண்டிலாம் எடுக்கமாட்டேண்ணா."

"சொல்றதைக் கேளு. நான் வண்டியைக் கைமாத்துனாலும் மாத்துவேன். ஜெனரேட்டர் சப்ளைக்கு பெரீ வண்டி ஃபைனான்சுல எடுப்பேன். நீ 'ஹெவி' வெச்சிருக்க?"

"ஹெவி இல்லண்ணா."

"நான் சொல்லக்கூடாது கரீமு. உன் மேலக்ற அக்கறைலதான் சொல்றேன். ஜிம்முகிம்முனு சுத்தறதவிட ஹெவி லைசென்சு எடுத்தியானா நல்லாருக்கும் கரீமு. வர்ர புதன் கெழமை வண்டியக் கொணாந்து நிறுத்திடு."

அறிவுரைகள் எப்பொழுதும் அவரவர் எல்லைகளுக்கும் பார்வைகளுக்கும் ஏற்றபடிதான் கிடைக்கின்றன. பரமேசுவரனுடன் ஒருநாள் மாங்காடு சாலையில் பயணம் செய்தபோது அவர் காட்டிய உலகம் வேறு. தொடர்ந்து முக்தாரும், தாஸ் மாஸ்டரும் போட்டுத் தந்த பாதை வேறு. ஆட்டோ நிறுத்தத்தில் வம்பிழுக்கும் 'சங்கர் அண்ணா' தேநீர் குடிக்கையில் பேசும் விபரங்கள் ஆட்டோ ஓட்டுவதில் இருக்கும் நடைமுறைச் சிக்கல்களை எதிர்கொள்ளத் துணிவைத் தருகின்றன. ஆட்டோ முதலாளி புதிதாக இன்னொரு அறிவுரையைத் தருகிறார். சுமையுந்துகளை ஓட்டுவதற்கு உரிமம் எடுக்கச் சொல்கிறார்.

முதலாளி சொல்வதும் சரிதான். நீண்ட தூரம் மாநிலங்களுக்கு இடையே ஓட்டுவதற்கு வேண்டுமானால் அதே தொழிலில் பல ஆண்டுகள் பழகி. பல பயணங்களைப் பார்த்த பின்னர் ஓட்டுநர் இருக்கையில் அமர வாய்ப்புக் கிடைக்கும். ஆட்டோவையும் ஓட்டிக்கொண்டு அதையும் பார்ப்பது நடக்காத காரியம். சிறிய அளவில் சுமையுந்துகளை நகரத்துக்குள் ஓட்டுவதை வேண்டுமானால் கையில் எடுக்கலாம். இப்பொழுது இருக்கும் சரக்குப் போக்குவரத்துக்கு வருமானம் கூடுதல் வரும். பழைய நாள்களில் குன்றத்தூரில் கட்டிடப்பொருள்கள் விற்கும்

கடையில் வேலைசெய்தபோது சரக்குகளை ஏற்றி வரும் சுமையுந்து ஓட்டுநர்களுடன் அப்துலுக்குப் பழக்கம் உண்டு. இதற்கு முன் யாராவது ஆட்டோ ஓட்டுநராக இருந்து சுமையுந்து ஓட்டுநராக மாறியுள்ளார்களா? இருக்கலாம். அவனுக்குத் தெரியாது. அவனுடைய அப்போதைய எல்லைக்குள் அப்படி யாரும் இல்லை.

அடுத்த வண்டி கிடைப்பது அத்தனை சுலபமாக இல்லை.

9

குறிப்பு:

துவக்கத்தில் குறிப்பிடப்பட்ட ஆணழகன் போட்டி நிற்றல் நிலைகளின் (Mandatory poses) பெயர்கள்:

1. Front lat spread - முன் பட்டைப் பரவல்
2. Front double biceps - முன் புய இருதசை
3. Side chest - பக்கவாட்டு மார்பு
4. Rear lat spread - பின் பட்டைப் பரவல்
5. Rear double biceps - பின் புய இருதசை
6. Side triceps - பக்கவாட்டுக் கீழ்ப் புயத்தசை
7. Abdominal and thigh - அடிவயிறும் தொடையும்

இவற்றுடன், 'அதிகத் தசை புடைப்பு' (Most muscular) நிற்றல் நிலையும் சேரும்.

★

தொழிலும் பாதையும் அப்துலை சோதித்து இன்னொரு பாதையையும் உடற்பயிற்சியில் இன்னொரு உலகத்தையும் அறிமுகப்படுத்தின.

ஆட்டோ ஓட்டுதல் சுகம், அதுவே சுதந்திரமும். தின வாடகை, எரிபொருள், பராமரிப்புச் செலவு, தினச்

சம்பளம் இவற்றைத் தனியாக எடுத்துவைக்கக் காலையில் மாங்குமாங்கென வண்டி ஓடிவிட்டால் அதன் பிறகு இந்த உலகமே இயங்காமல் நின்றாலும் அடுத்த நாள் காலையில் வண்டி எடுக்கும் வரையில் கவலை கிடையாது. சேவை செய்வதற்கு வாடிக்கையாளரையும் தடத்தையும் தேர்வு செய்யும் சுதந்திரம் வேறு எந்தத் தொழிலில் இருக்கிறது? குறைகளெனப் பார்த்தால், மீட்டர் போடுவது கட்டாயம். மீட்டருக்கு மேல் பணம் வாங்கினால் புகார் அளிக்க வண்டியிலேயே எண் குறிப்பிட்டு வைக்கப்படுகிறது. ஆட்டோவுக்கு உள்ளும் புறமும் பயணிகள் பார்வையில் படும்படியாக ஆட்டோவின் வாகனப் பதிவு எண் எழுதி வைக்கப்படுகிறது. பயணிகளின் புகார்கள் பெருகினால், குறிப்பிட்ட ஆட்டோவின் மீது நடவடிக்கை எடுக்கப்படும். பெருகிவரும் கணினி முறை 'டாக்சி'கள் ஆட்டோக்களின் அடாவடிப்போக்கைக் குறைத்துள்ளதாகப் பேசுவார்கள். 2014ல் கைபேசிச் செயலிகளில் ஆட்டோக்கள் இணைக்கப்படும் வரையிலும் நிறுத்தத்தில் இருப்பவர்கள் ஆட்டோ ராஜாக்களாகத் தோன்றினர்.

அப்துலின் ஆட்டோக் காலம் 2014க்கு முந்தையது. மேற்சொன்ன எந்தச் சுகத்தையும் சுதந்திரத்தையும் அவன் அனுபவித்ததில்லை. அப்துலைப் போலத்தான் பலரும். அவர்களுடைய பேச்சு, வெளியில் இருந்து பார்க்கையில் அடாவடியாகவும் உள்ளிருந்து பார்க்கையில் விரக்தியின் வெளிப்பாடாகவும் மாறி நிற்கும். அனைவருக்கும் காலையில் வண்டி எடுத்ததும் சொல்லிவைத்ததுபோல் தின வாடகைக்கும் எரிபொருளுக்கும் காசு எடுத்து வைக்க பயணியர் வந்து அமர்வதில்லை. எல்லா நாள்களிலும் ஓட்டுநர்களால் வண்டி எடுக்க முடிவதில்லை.

நிறை குறைகள் இருந்தபோதும் அவனுக்கு ஓட்டுவதற்கு ஒரு வாடகை வண்டி நேற்றுவரை இருந்தது. இன்று நிறுத்தத்துக்குச் சென்றால் கழிவிரக்கம் உண்டாகிறது. மாமா சொன்னதைப் போல் குட்டி யானை எடுக்க முன்பணம் இல்லை. உதயகுமரன் சொல்லிவைத்த நட்பு வட்டங்களில் ஆட்டோக்கள் இப்போதைக்கு இல்லை. பரமேசுவரனை அணுகினான்.

பரமேசுவரனின் தம்பிக்கு இரண்டு புதிய ஆட்டோக்கள் இறக்கப் போவதாகவும் அதில் ஒன்றை அப்துலுக்குத் தந்து ஓட்டுவதற்குப் பரிந்துரைப்பதாகச் சொன்னார். ஆனால் வண்டி இறங்க இன்னும் ஆறுமாதங்கள் ஆகலாம், அதுவரை வேறு எங்காவது ஓட்டச் சொன்னார். குன்றத்தூர் கடைக்குச் சென்று உதவி கேட்டால் கிடைக்கலாம், கிடைக்காமலும் போகலாம். கிடைத்தால் அதுவே பின்னர் நன்றிக்கடனாகி நகரவிடாமல் செய்யலாம்.

உடற்பயிற்சிக் கூடத்துக்குச் சென்று அடுத்த ஆட்டோ கிடைக்கும் வரையில் வருவது சிரமம் எனச் சொன்னான். தாஸ் மாஸ்டர் வருத்தப்பட்டார். தேவைப்பட்டால் வந்து பயிற்சி செய், மாதக் கட்டணத்தைப் பிறகு பார்க்கலாம் என்றார். அவனுக்கு மனம் ஒப்பவில்லை. இன்னொரு ஆட்டோ கிடைத்துவிடும் என்னும் நம்பிக்கை இருந்தது. வருமானம் இல்லாமல் ஒரு மாதம் ஓடியது. உடற்பயிற்சி இல்லாமல் உணவு குறைந்து வயிற்றில் சதை போட்டது. ஒரு படுக்கை அறை வாடகை வீட்டுக்குள் உடற்பயிற்சிக்கு வசதி கிடையாது. பிழைப்பு ஓடினால்தான் அதைத் தொடர்ந்து மற்றவையும் ஓடும். பிழைப்பு நின்றால் எல்லாமும் முடங்கும். அப்பாவின் கிங் சைக்கிள் உதிரி பாகத் தொழிற்சாலையில் வேலை கேட்க நினைத்தார். தொழிற்சாலையை யார் ஏற்று நடத்தப்போகிறார்கள் என்னும் குழப்பத்தில் உற்பத்தி குறைந்து ஓட்டம் இல்லாமல் இருக்கிறது.

கையில் ஓட்டுநர் உரிமம் இருக்கையில், அதிலும் பயணியர் ஏறும் சிறிய வண்டிகளை ஓட்ட 'பேட்ஜ்' எடுத்து வைத்திருக்கும் ஒருவன் இப்படிக் குழம்பவேண்டிய அவசியமில்லை. 'ஓட்டுநர் உலகம்' பத்திரிகையைக் கையில் கொடுத்து டாக்சி நிறுவனத்தில் பதிந்துவைக்கச் சொன்னார் உதயகுமரன். இன்னும் இரண்டு மாதங்களில் வேறு சரியான ஆட்டோ கிடைக்கவில்லையெனில் 'டாக்சி' நிறுவனத்துக்கு ஓட்டச் சொன்னார்.

கிங் சைக்கிள் தொடர்பில் வாகன உதிரி பாகங்களின் மையமான ஜீபி ரோடு - ஜெனரல் பேட்டர்ஸ் சாலையில்

ஒரு வாய்ப்பு வந்தது. ஜெனரல் பேட்டர்ஸிலிருந்து பிரிந்து உள்ளே செல்லும் பார்டர் தோட்டத்துப் பட்டறையில் *'FOR PRIVATE USE'* எழுதப்பட்ட நீல ஆட்டோவில் உதிரி பாகங்கள் எடுத்துச் செல்ல சென்னையின் சாலைகளை அறிந்த ஓட்டுநர் கேட்டார்கள். அவன் ஒப்புக்கொண்டான். முழு மனதாக இல்லாமல், இப்போதைக்கு வருமானம் வருவதற்கு மட்டும் ஒப்புக்கொண்டான். எந்த முதலாளியும் வேலைக்கு சேரும்போதே தற்காலிகமாகச் சேர்பவர்களை விரும்புவதில்லை. வேலை இல்லையென்றால் உடனே கணக்கை முடிப்பதற்கும் தயங்குவதில்லை. வேலையில் சேர்பவர்களும் காலமெல்லாம் அங்கு உழைப்பதற்கு உறுதிமொழி எடுப்பதில்லை.

தற்காலிகமாக இராயப்பேட்டைக்கு வந்தான், வியந்தான். எப்போதாவது வந்துபோகும் இந்தப் பகுதிக்குள் இனி அடுத்த ஆட்டோ கிடைக்கும் வரையில் வேலையா? இராயப்பேட்டையும் திருவல்லிக்கேணியும் சந்திக்கும் பகுதி பார்டர் தோட்டம். அது அப்துலை மட்டுமல்ல; யாரையும் ஆச்சரியப்படுத்தும் பகுதி. நடக்கும் தூரத்தில் இராயப்பேட்டை மருத்துவமனை, எக்ஸ்பிரஸ் அவென்யூ, திரும்பினால் திரையரங்கங்கள், சாலையைத் தாண்டினால் ஹிக்கின்பாதம்ஸ், கூப்பிடு தூரத்தில் ரிச்சி தெரு, ஓமந்தூரார், நெரிசலில்லாவிட்டால் சென்ட்ரலும் பதினைந்து நிமிடப் பயணத்தில்தான். ஞாயிற்றுக்கிழமைகளில் அரைமணி நேரம் நடப்பதற்கு ஆயத்தமாக இருந்தால் உழைப்பாளர் சிலை கடற்கரை.

சவாரிக்கு மஞ்சள் நிற ஆட்டோவில் பயணியர் தேடி அலைந்த வேலை இங்கு இல்லை, போலவே பயணியர் இல்லாத நேரங்களில் நிழலில் வண்டியை நிறுத்திவிட்டு சாயும் ஓய்வும் இல்லை. காலையில் 'மேடம்' வந்து டெலிவரி சலான்களைக் கொத்தாகக் கையில் கொடுத்து 'ரூட்' சொல்கிறார்கள். அது ஆனதும், தந்ததும் வண்டியில் சரக்குகளை ஏற்றச் சொல்கிறார்கள். சரக்கு ஏற்ற ஆள்கள் இருந்தாலும் அப்துலும் தோள்கொடுப்பது அவசியமாக எதிர்பார்க்கப்படுகிறது.

சென்னை மாநகரின் மொத்தக் குறுக்குவெட்டையும் அளக்காமல் குறைந்த தூரத்தில் இருக்கும் வினியோக வேலைகள் நீல ஆட்டோவுக்குத் தரப்பட்டன. வடக்குக்குப் பொருள் அனுப்ப சரக்கு பதிவு செய்யக் கற்றுத் தந்தார்கள். சென்ட்ரல் இரயில் நிலையத்தின் வாசல் வரை மட்டுமே அதுவரையில் வந்துபோனவன், உள்ளே சரக்குப் பதிவு வரையில் வந்து பொருள்களை அனுப்பிவிட்டு ஆவினில் சூடான பாலை உறிஞ்சி வேடிக்கை பார்த்துக்கொண்டே குடித்தான். தமிழகத்தின் தென்கோடி வரையில் உதிரி பாகங்களை அனுப்ப கோயம்பேடு சென்று தனியார் சரக்கு சேவை வழியாக வெள்ளை காடாத் துணியால் தைக்கப்பட்ட உதிரி பாகப் பொதிகளை அனுப்பினான்.

குன்றத்தூரிலிருந்து உயர் நீதிமன்றம் செல்லும் மாநகரப் போக்குவரத்துக் கழகத்தின் தடம் எண் *88K* அவனுக்கு உற்ற நண்பனானது. பட்டூரில் இருந்து சைக்கிளில் பாய்க்கடைக்கு வந்து சந்துக்குள் சைக்கிளை நிறுத்திப் பூட்டிவிட்டு பாய்க்கடையில் பேருந்தைப் பிடித்து ஹிக்கின்பாதம்ஸில் இறங்கி நடந்து பார்டர் தோட்டத்தில் இருந்த பட்டறைக்குப் போவது பழகியது. பாய்க்கடையில் பேருந்துக்காக நிற்கும்போது போரூர் போரூர் எனப் பயணியரை அழைக்கும் நண்பர்கள் இவனைப் பார்த்து “போரூர்ல எறங்கி வேற எதுனா புடியம்பா. எய்ட்டியெய்ட்கேக்குதான் நிக்கணுமா?” தனியாக அழைத்தார்கள். “ஸ்ட்ரெய்ட்டு பஸ்ணா” புன்னகையுடன் மறுத்தான். கடைசி டெலிவரியை முடித்து நீல நிற ஆட்டோவை நிறுத்தி சாவியைக் கொடுத்துவிட்டு, நடந்து வந்து ஹிக்கின்பாதம்ஸில் ஏறினால் பாய்க்கடை. பாய்க்கடை சந்தில் இருந்து சைக்கிளில் பட்டூர். இந்த ஓட்டுநர் தொழிலில் பணவரவு இருந்தது, உடற்பயிற்சி விட்டுப்போனது.

பட்டறையில் வேலை செய்யும் சிலருக்கு மொட்டை மாடியில் தங்குமிடம் இருக்கிறதாம். அப்துல் அங்கு சென்றதில்லை. அனைத்தும் ‘மேடம்’ தரும் டெலிவரி சலான்களுடனும் ஆட்டோவில் ஏற்றும் சரக்குக் கட்டுகளுடனும் முடிவதால்

மேலே செல்வதற்கு அவசியம் இல்லாமற் போனது.

மாலையில் வண்டி சாவியைத் தரும்போது 'மேடம்', "அப்துல், நீ இன்னிக்கு இருப்பியாம். பெரியவர் வந்து பார்த்தபின்ன ஒரு பார்சல் டெலிவரி இருக்காம்."

"மேடம், எங்க டெலிவரி? ரிடர்ன்ல சாவி யார்ட்ட தரணும்? லாஸ்ட் பஸ்ஸு புடிக்க முடியுமா மேடம்?"

"இல்ல. அது லாங் ரூட்டுனு நெனைக்கிறேன். வாஷர்மென்பெட் இருக்கலாம். பெரியவர் எப்ப வருவார்னு தெரியாது. நீ வெய்ட் பண்ணி டெலிவரி முடிச்சிட்டுதான் போகணும். டெலிவரி முடிச்சு, வண்டிய நிறுத்திட்டு மேல வொர்க்கர்ஸ் இருப்பாங்க. சாவியை அவங்கள்ட குடுத்துட்டுப் போயிரு. நான் கௌம்பறேன்."

"சரி மேடம்."

பெரிவர் வருவதற்கு எட்டு மணியாகிவிட்து. அவர் கட்டுகளைப் பார்த்து யார் யாரிடமோ தொலைபேசியில் பேசி முடித்து அவனை அழைக்க எட்டரையானது. எதுவும் பேசாமல் டெலிவரி சலானை அவனிடம் தந்துவிட்டுப் புறப்பட்டார். முகவரியைப் பார்த்தான், தண்டையார்ப்பேட்டை. மணி எட்டரை. யாரிடம் என்ன கேட்பது? சென்றுதான் தீரவேண்டும். புறப்பட்டான். சரக்கைக் கொடுத்துப் படிவங்களில் கையெழுத்தைப் பெற்றுத் திரும்பவும் வந்து பட்டறைக்கு அருகில் ஆட்டோவை நிறுத்தும்போது மணி பத்து.

பட்டறை பூட்டியிருந்தது. பக்கத்தில் மாடிக்குச் செல்லும் கதவும் சாத்தப்பட்டிருந்தது. கதவைத் தட்டினான். மேலே மொட்டை மாடியிலிருந்து வயதானவர் ஒருவர் எட்டிப் பார்த்தார். நிற்கச் சொல்லி சைகை காட்டினார். கதவு திறக்கும் ஓசை கேட்டது. பட்டறையின் பின்பக்கம் ஆட்டோவை எடுத்துவரச் சொன்னார். பின்பக்கத்தில் இன்னொரு கதவைத் திறந்தார். அது கோடவுன் போல இருந்தது. அந்த இடத்துக்கு அதுவரையில் அவன் சென்றதில்லை. பரமேசுவரன் வீட்டில் பார்த்ததைப்

போல் இங்கும் ஒரு மஹிந்திரா பொலிரோ இருந்தது, ஆனால் இது பிக்-அப் வகை, பழைய வண்டி. உதிரிப்பாகங்கள் எஃகு அலமாரிகளில் அடுக்கிவைக்கப்பட்டிருந்தன. வெள்ளைத் துணியில் பாதி தைத்த சரக்குகள் இருந்தன. நாளை முழுமையாகத் தைத்து முடித்து அவனிடம் சொல்லி ரெயில்வே பார்சலில் அனுப்புவார்களாக இருக்கும். பிக்-அப்புக்கு அருகில் ஆட்டோவை நிறுத்தச் சொன்னார். சாவியை வாங்கினார், கதவை இழுத்து மூடிவிட்டு...

"வீடு எங்கப்பா? பைக்கு வெச்சிருக்கியா?"

"வீடு பட்டூர்லங்க."

"மணி பத்தேகாலாகுது. பஸ்ஸு இருக்குமா?"

"டைரக்ட் பஸ் இன்னிக்குக் கெடைக்காது. மாறி மாறி கிண்டி போய்ட்டேன்னா, ராத்திரியானாலும் போரூருக்கு ஷேர் ஆட்டோ கெடைக்கும், போயிருவேன். செலவு கொஞ்சம் அதிகம் ஆகும்."

"டிரிப் அலவன்ஸ் இதுக்கு ஒனக்கு உண்டுமே. பஸ்ஸுக்கு எக்ஸ்ட்ரா செலவானாத்தான் என்ன? செல்வி டிரிப் அலவன்ஸ் பத்தி சொல்லலியா?"

"இல்ல."

"வீட்டுக்குப் போகமுடியும்னா போ. காலங்காத்தால திரியும் பட்டூர்லேர்ந்து வரணும். இங்க எங்களோட படுக்றதுன்னா படுத்துக்கோ, லுங்கி மாத்திக்கோ. காலைல எழுந்து எங்களோடவே ரெடியாயிட்டு டிரிப்புக்கு போ. உன் வசதி. ஒரு பாய் தலகாணி, லுங்கி தரப்போறோம். பெரிய மாளிகைல்லாம் இல்ல"

அப்பாவை அழைத்துத் தகவல் சொன்ன பின், பெரியவருடன் மாடிக்குச் சென்றவன் அப்படியே நின்றுவிட்டான்.

மாடியில் திறந்தவெளியில் சிறிய உடற்பயிற்சிக் கூடம் இருந்தது.

ஜிம் என்று அதைச் சொல்லக்கூடாது. செங்கற்களை அடுக்கிப் பூசிக்கட்டி தண்டால் எடுப்பதற்கு வசதியாகக் கைப்பிடி செய்திருந்தார்கள். தரையில் அப்படி இரண்டு கைப்பிடிகள் இருந்தன. சிறியது ஒன்றும் பெரியது ஒன்றுமாக இரண்டு கர்லாக்கட்டைகள் இருந்தன. இரும்புக்குண்டு டம்பெல்ஸ்கள் பெரிய அளவில் நான்கு தரையில் கிடந்தன. மரப்பலகை ‘பெஞ்ச்’ இருந்தது. உடற்பயிற்சிக் கூடங்களில் பெஞ்ச் ப்ரஸ்ஸுக்கு இருக்கும் சுமைதாங்கி இங்கு பெஞ்சுக்குப் பின் இல்லை. இரும்புக்கம்பியில் எடைத் தட்டுகள் மாட்டித் தரையில் வைக்கப்பட்டிருந்தன. உதவிக்கு இரண்டு ‘ஸ்பாட்டர்கள்’ இல்லாமல் பெஞ்ச் பிரஸ் அடிக்க முடியாது. சுவரிலிருந்து நீண்டு ஒரு பேரலல் பாரும், அதன் அருகில் புல்-அப் பாரும் இருந்தன. அவை இரண்டும் ஜிம்களில் இருப்பது போல் அல்லாமல் இவர்களே தங்கள் பட்டறையில் செய்ததைப் போல் இருந்தன.

“யார் இங்க எக்சர்சைஸ் செய்றா?”

“பசங்கதான். பட்டறையக் குளோஸ் பண்ணிட்டு மேல வந்து ஒரு குரூப் எக்சர்சைஸ் பண்ணும். அடுத்த குரூப்பு எதுனா சமைக்கும். அடுத்த நாள் குரூப்பு மாறிக்கும்.”

“மாஸ்டர் யாராவது வருவாங்களா?”

“மாஸ்டர்னு யாரும் இல்ல. பசங்களா ஆர்வத்துல செய்றதுதான். பார்த்திபன்னு ஒருத்தர் வருவாரு. இங்க பக்கத்துல பேண்ட் அடிக்றவரு. அவரு எதுனா பசங்களுக்கு சொல்லித் தந்துட்டுப் போவாரு. சாப்டியா?”

“இல்ல.”

“ஐயோ, நம்பள்ட்ட எதுவும் இருக்காதே. எல்லாத்தையும் கழுவி வெச்சுட்டுத் தூங்கப் போயிருப்பானுங்க. நீ போய் பக்கத்துல எதுனா சாப்ட்டுட்டு சீக்கிரமா வா. வெய்ட் பண்ரேன். நானும் தூங்கணும்.”

அதற்கு மேல் அவனும் அவரைத் தொல்லை செய்யவில்லை. ஓடிச்சென்று அருகில் இருந்த இரவுக் கடையில் கிடைத்ததை அவசரமாகத் தின்றான். மேலே வந்து அவர் தந்த லுங்கியைக் கட்டிக்கொண்டு உடைகளை வெளியில் கட்டியிருந்த கொடிக்கயிற்றில் போட்டான். கொசுவத்திச் சுருளையும் தகட்டையும் எடுத்துவந்து பற்றவைத்தார். நீண்டிருந்த ஆஸ்பெஸ்டாஸ் கூரையின் கீழ் பாயைப் போட்டுப் படுத்தவன் எந்தக் கனவுகளும் இல்லாமல் ஆழ்ந்து உறங்கினான்.

★

“ஃபர்ஸ்ட் பாக்கச்சொல்லவே பாடிபில்டர்னு நெனச்சேன்பா” கேள்விக்குறிக் கைப்பிடி பற்றவைத்த ஸ்டெய்ன்லெஸ்டீல் குவளையில் பால் கலக்காத தேநீரைத் தரும்போது பெரியவர் சொன்னார்.

அனைத்து அடர்வண்ணங்களிலும் முண்டா பனியன் அணிந்திருந்த நண்பர்கள் அப்துலைச் சுற்றி நின்றார்கள். ஓட்டுநர் உரிமம் எப்போது எடுத்தாய்? இதற்கு முன் எங்கு வண்டி ஓட்டினாய்? சென்னையில் வாகன உதிரி பாகச் சந்தையுடன் இதற்கு முன்பே தொடர்புண்டா? புதுப்பேட்டைக்குச் சென்றிருக்கிறாயா? எந்த ஜிம்? அது நவீன உடற்பயிற்சிக் கருவிகள் இருக்கும் கூடமா? எவ்வளவு நாளாக ‘பாடிபில்டிங்’ செய்கிறாய்? ஓட்டுநர் வேலையில் உடல் வளர்த்தால் சரிப்படுமா? அரசாங்க வேலை கிடைக்குமா? வாய் பிளந்தார்கள். சொந்த வண்டி ஏன் போடவில்லை? பறங்கிமலை ஜோதி தெரியுமா?

அவன் வேலைக்குச் சேரும்போதுகூட ‘மேடம்’ இத்தனை கேள்விகள் கேட்கவில்லை. நான்கு கேள்விகள்தான் கேட்டார்.

எப்பொழுது ஓட்டுநர் உரிமம் எடுத்தாய்?

எவ்வளவு நாள்களாக ஆட்டோ ஓட்டுகிறாய்?

கூகுளும் டேட்டாவும் இல்லாமல் முகவரியைக் கேட்டு வழி

கண்டுபிடித்து சென்னைக்குள் வண்டி ஓட்டத் தெரியுமா?

அச்சாபீஸ் பாருக் பாய் மகனா நீ?

வேலை கிடைப்பதற்கே நான்கு கேள்விகள் போதுமானதாக இருந்தன. இவர்கள் அவனுடைய வரலாற்றை காலைத் தேநீருடன் நடக்கும் உரையாடலில் கரைத்துக் குடிக்க நினைக்கிறார்கள். அவர்கள் சுற்றி நின்று கேள்வி கேட்பதையும் நட்பு பாராட்டுவதையும் விரும்பினான். முதல்முறையாக அவனுடைய எல்லைக்கு வெளியே இருந்து அவனுடைய உடற்கட்டை வியக்கும் வார்த்தைகளைச் சொல்லி விபரம் கேட்டதில் குளிர்ந்தான்.

ஏழரை மணிக்குப் பட்டறையைத் திறக்க ஆயத்தமானார்கள். அறைகளைப் பூட்டிவிட்டுக் கீழே இறங்கினார்கள். அவர்களுடன் அப்துலும் கீழே இறங்கினான். அருகில் தள்ளுவண்டிக் கடைக்குச் சென்று காலைச் சிற்றுண்டியை முடித்தார்கள். சூடான இட்லிக்குத் தொட்டுக்கொள்ள கறிக் குருமா கிடைத்தது. அவன் சட்னியைத் தவிர்த்து கறி குருமாவில் இட்லியைக் குழைத்து உண்டான். கறி குருமாவில் துண்டுகள் கிடைக்கும் என நினைத்து ஏமாந்தான். மணம் மட்டும் பட்டையும் லவங்கமும் சேர்ந்து மூக்கைத் துளைத்தது.

சிற்றுண்டிக்குப் பின் யாரும் தேநீர் குடிக்கவில்லை. பட்டறையில் பத்து மணிக்குத் தேநீர் வருமாம். அப்துல் பத்து மணிக்கு எந்தக் கடையில், எந்தக் குடோனில், எந்த இடத்தில் இருப்பானோ தெரியாது. சாப்பிட்டுவிட்டு பட்டறைக்கு நடந்துபோகையில் கணக்குப் பார்த்து அவரவர் காசு கொடுத்து வாங்கி அப்பொழுதே கணக்கை முடித்தார்கள். “டிரைவர் என் கெஸ்ட்டுப்பா” எனப் பெரியவர் சொன்னதற்கு ஆளாளுக்கு “என் கெஸ்ட், என் கெஸ்ட்” எதிரொலித்தார்கள். அவன் மறுத்து எல்லோரையும் போல காசு தருவதாகக் கண்டிப்பாகச் சொன்னான். நேற்று இரவு மாறி மாறிப் பேருந்துகளில் வீட்டுக்குச் சென்றிருந்தால் செலவு ஆகியிருக்கும், அதையாவது செலவு செய்யவிடுங்கள் என வலுக்கட்டாயமாக அவன்

சாப்பிட்ட சிற்றுண்டிக்குக் காசைக் கேட்டு எண்ணித் தந்தான்.

காலையில் வந்ததும் டெலிவரி சலான்களை அவனிடம் இருந்து வாங்கும்போது பெரியவர் ஏதும் நேற்று சொன்னாரா என மேடம் கேட்டார். மேடத்தின் பெயர் செல்வி என்பது நேற்றிரவில் இருந்து அவனுக்குத் தெரியும்.

“பெரியவர் எதுவும் பேசலை ‘செல்வி’ மேடம்” சொல்ல நினத்தவன், பெயரைத் தவிர்த்து பழையபடிக்கு “மேடம்” மட்டும் சொல்லி முடித்தான்.

பெரியவர் அலுவலகத்தில் செல்வி மேடத்தைத் தவிர யாரிடமும் பேசமாட்டாராம். எதுவாக இருந்தாலும் மேடம் வழியாகத்தான் பேசுவாராம். சின்னவர் அப்படி இல்லையாம். வந்தால் அலுவலகமும் பட்டறையும் கலகலவென இருக்குமாம். அவன் வேலைக்குச் சேர்ந்த இந்தக் கொஞ்ச நாள்களில் சின்னவர் அலுவலகத்துக்கு வரவில்லை. மொட்டை மாடி ஜிம்கூட சின்னவர் அனுமதியின் பேரில் துவங்கப்பட்டது. அவனிடம் கேள்விகள் கேட்டு விபரங்களை அறிந்துகொண்ட பட்டறை ஆள்கள், அவர்களாகவே சில தகவல்களை அவனுக்குச் சொன்னார்கள்.

அன்று மாலை கடைசிப் பேருந்தில் புறப்பட முடிவு செய்து, கடைசி வினியோகம் முடித்து ஆட்டோவின் சாவியைக் கொடுத்துவிட்டு மாடிக்குச் சென்றான். பட்டறையிலிருந்து ஆள்கள் வந்து உடை மாற்றிக் கொடியில் போட்டார்கள். சிலர் பையை எடுத்துக்கொண்டு கடைக்குப் போனார்கள். “ஃபிரிஜ்ஜு இல்லீல்ல அன்னன்னிக்கு செய்து சாப்ட்டு காலி பண்ணிக் கழுவி வெச்சிருவோம். தாயார் சாகிபு தெருவுக்கு மின்னயே மளிகைக்கடைல எல்லாம் கெடைக்கும். டெய்லிதான் வாங்குவோம். தோச மாவு ரெண்டு அர லிட்டர் பாக்கெட் வாங்குனா பதினாறு தோசை வரும். சரியாருக்கும். யாராவது ஒண்ணு ரெண்டு கூட சாப்டாத்தான் ஆம்லெட் போட்டு மேனேஜ் பண்ணிக்கணும். திரியும் கீழ எறங்கி ஒரு அர லிட்டர் மாவு வாங்கிக்கினு வந்து, பேஜார்ல?”

ஒரு ஃபிரிட்ஜ் என்ன விலை இருக்கும்? எத்தனை மாதங்கள் சிறுகச்சிறுக எவ்வளவு சேர்த்தால் ஃபிரிட்ஜ் வாங்கலாம்? தன் வீட்டிலும் ஃபிரிட்ஜ் இல்லை. அம்மாவும் தினமும் அரை லிட்டர் இட்லி மாவு வாங்குவாரோ? முட்டைத் தட்டுகளை இரண்டு மூன்றாக வாங்கினால் அரஃபாத் ஸ்டோர்ஸில் விலை குறைத்துத் தருவாரா? ஒரு தட்டு வாங்கி ஐந்து நாள்களுக்குள் முடிப்பதைவிட அதிகமாகி ஃபிரிட்ஜில் வைத்தால் காசு மீதமாகுமா? மீதமானாலும் ஃபிரிட்ஜுக்கு முதலில் எடுத்து வைக்கவேண்டும். இப்போது முட்டை நினைப்பு எதற்கு? தாஸ் மாஸ்டரிடம் சொல்லிவிட்டு மௌலிவாக்கத்திலிருந்து பார்டர் தோட்டம் வந்தாயிற்று. நேற்று கிடைத்ததைப்போல், 'டிரிப் அலவன்ஸ்' தனியாகக் கணக்கிட்டுக் கிடைக்கக்கூடிய இரவு வினியோகங்கள் வாரத்துக்கு இரண்டு மூன்று கிடைத்தாலும் போதுமே. இரவில் எப்படியாவது கிண்டி வரையில் சென்று சேர்ந்தால் போதும், அங்கிருந்து பட்டூர் போவது சிரமம் அல்ல.

இரவு வினியோகம் இல்லாத நாள்களில், மாடியில் உடற்பயிற்சி செய்துவிட்டு வீட்டுக்குச் செல்ல பட்டறையில் அனுமதி கேட்டால் என்ன? கடைசிப் பேருந்து 88K எத்தனை மணிக்கு ஹிக்கின்பாதம்ஸுக்கு எதிர்ப்புறம் வந்து நிற்கும்? வடபழனி வரை சென்றாலும் போதும் 16K, M. எதிர்ப்பக்கம் சென்ட்ரலுக்குச் சென்றால் 17B. 17M? அனைத்துக்கும் நேரம் கேட்கவேண்டும். அனுமதி மட்டும் கிடைத்தால், இருக்கும் கருவிகளை வைத்து என்னென்ன செய்ய வேண்டுமோ அவற்றைச் செய்து உரமேற்றலாம். பழக்கம் விட்டுப்போகாது. யாரிடம் அனுமதி கேட்கவேண்டும். நேற்று கதவைத் திறந்துவிட்ட முதியவரிடமா? முதியவரிடம் கேட்டான்.

"இங்க நான் வந்து எக்சைஸ் பண்லாமா?"

"ஒருநாள் கெஸ்ட்டுபா. அதுகூட நேத்திக்கு லேட்டாச்சுன்றதுக்கோஸ்ரம். தெனிக்கும்னா, கேக்கணும்பா."

"யார்ட்ட கேக்கணும்?"

“எதுக்கும் செல்விட்ட பேசு. ஒரு ஆளுக்குன்னு விட்டா ஆளாளுக்கு வரேன்னுவாங்க. கூட்டமாயிரும். பசங்களுக்கு தொந்துருவாயிரும்.”

மௌலி பரமுண்ணா, முக்தார் பாய், தாஸ் மாஸ்டர் மூவரும் தனக்கு உதவியதுபோல் எளிதாக செல்வி மேடமும் உதவி செய்வார் என எதிர்பார்த்தவன் ஏமாந்தான். செல்வி அதற்கு ஒப்புக்கொள்ளவில்லை அனுமதி மறுத்தார். முதியவர் அன்றைக்குத் தங்கச் சொன்னது அவருடைய பெருந்தன்மை. அதைப் பிடித்துக்கொண்டு பட்டறையில் வேலை செய்பவர்களுக்கு நிர்வாகம் ஏற்பாடு செய்திருக்கும் இடத்தில் தினமும் உடற்பயிற்சிக்குச் செல்வது அவர்களுக்கு இடைஞ்சலாக இருக்கலாம். ஒருநாள் விருந்தினரை ஏற்பதில் பிரச்சனை இல்லை, அதுவே நிரந்தரமானால்? இல்லாத குழப்பத்தை உருவாக்க நிர்வாகம் தயாராயில்லை வேலை நேரத்துக்குப் பின் அவர்களுடன் நேரத்தைச் செலவிடுவது தனிப்பட்ட முறையில் நடக்கலாம், அது அவரவர் விருப்பம், அதில் நிர்வாகம் தலையிடாது. வசிப்பிடத்தை தினமும் அலுவலக ஆள்கள் பயன்படுத்துவதை அனுமதிக்க முடியாது என்றார்.

செல்வி பேசும்போது பேனாவைப் பிரம்பைப் பிடிப்பதுபோல் பிடித்து, அடிப்பதுபோல ஆட்டி ஆட்டிப் பேசினார். உறுதியாக மறுக்கும்போது அவர் பேனாவால் யார் தலையிலோ பிரம்பால் அடித்துச் சொல்வதைப் போல இருந்தது. அதுவரையில் வேலை தொடர்பாகப் பேசிய வாக்கியங்கள் அல்லாமல் தொடர்ந்து வாக்கியங்களை அன்று அவனிடம் கொட்டினார். செல்வி பேசிய தமிழில் ஆங்கிலம் அதிகம் இருந்தது. டெலிவரி, பார்சல், குன்றத்தூர் நாள்களிலிருந்து தெரியும், இன்வாய்ஸ், புக்கிங், பேமென்ட், செக், டிடி, பில், இவை இப்போது தெரியும், அவை தொழிலுடன் தொடர்புள்ளவை, பழகிவிட்டான். அட்வான்டேஜ், ரிக்வொஸ்ட், ஷட்டப், நான்சென்ஸ்கள் புரியும். அது என்னது ‘லீவரேஜ்’? ஆறாம் ஏழாம் வகுப்பில் எப்போதோ வந்து உயிரை எடுத்த நெம்புகோலா? படிப்பில் உயிரை எடுத்தது

இங்குமா? பள்ளியில் ஆங்கிலம் ஒழுங்காகப் படித்திருக்க வேண்டுமோ? படித்திருந்தால் ஆட்டோ ஓட்டியிருப்பானா? ஆங்கிலம் புரிய என்ன செய்ய வேண்டும்? அனுமதி மறுத்து தனது சிற்றுரையைச் செல்வி முடிக்கும்போது, அப்துலுக்கு செல்வியைப் பிடித்தது.

10

குறிப்பு:

மிஸ்டர் ஒலிம்பியா போட்டியைப் போல் உலக அளவில் ஆணழகர்களுக்கு நடக்கும் இன்னொரு போட்டி அர்னால்டு கிளாசிக். இவை தொழில்முறை ஆணழகர் போட்டிகள். அமெச்சூர் போட்டிகளில் தன்னை நிரூபித்து வென்று Pro card கிடைத்த பின்னர் தொழில்முறைப் போட்டிகளில் ஆணழகர்கள் பங்கேற்பார்கள். Pro card கிடைக்கப்பெற்ற முதல் இந்தியர் சுஹாஸ் காம்கர், தமிழர்களில் அந்தப் பேறு பெறுபவர் பரத் ராஜ்.

★

தேசிய அளவில் ஆணழகன் போட்டியில் பதக்கம் பெற்று விளையாட்டு இட ஒதுக்கீட்டில் அரசு வேலை பெற வேண்டி அப்துல் பயிற்சிகளைத் துவங்கியபோது, அவனுக்கு மூன்றாண்டுகள் கால அவகாசம் இருந்தது. உடற்பயிற்சியில் அனுபவமுள்ள பரமேசுவரன், முக்தார் பாய், தாஸ் மாஸ்டர் இவர்களுடைய கணிப்பின்படி சரியாகப் பயிற்சி பெற்றுக் களமிறங்க அவ்வளவு கால அவகாசம் அவனுக்குப் போதுமானது. அதில் ஓராண்டைக் கடந்துள்ளான்.

2012 ரமதான் மாதம் நெருங்கியது.

இந்த ஓராண்டில் தொழிலில் ஏற்றத்தாழ்வை அவன் கண்டிருந்தாலும், அவனுடைய சூழல் அவனை உடற்பயிற்சியிலிருந்து விலக்கவில்லை. ஏதாவது ஒரு வகையில் வாய்ப்புகளை அவனுக்கு அருகில் போட்டுச் செல்கிறது. ஆர். டி. உடற்பயிற்சிக்கூடத்தில் பயிற்சியைத் தொடர்ந்திருந்தால், நவீன கருவிகளில் பயிற்சி பெற்று தனித்தனியாகத் தசைப் புடைப்புகளை இந்நேரம் அவன் உடம்பில் தாஸ் மாஸ்டர் செதுக்கிக் காட்டியிருப்பார். பார்டர் தோட்டத்தில் அடிப்படை உடற்கட்டமைப்பைச் செதுக்கக் கருவிகள் இருக்கின்றன. இந்தப் பயிற்சிகளாலும் உடற்கட்டைத் தக்கவைக்க இயலும். அதற்காக நிர்வாகத்திடம் அவன் கேட்ட அனுமதி மறுக்கப்பட்டதில் வருந்தாமல் இருப்பதற்கு அதை செல்வி மறுத்ததும் ஒரு காரணமாக இருக்கலாம்.

★

நேசிப்பில் சிறந்த நேசிப்பு தன் உடலை நேசிப்பது. வியர்வையும் மூச்சிரைப்பும் குழைத்துப் பூசி வடித்த உடற்கட்டை உருக்குலையாமல் பாதுகாப்பது. கண்ணாடியின் முன் நின்று புஜங்களை மடக்கி மணிக்கட்டை உள்ளுக்குள் வளைத்து தசைகளின் புடைப்பைக் கண்களால் அளவெடுக்கையில், அதற்குச் சற்றுமுன் செய்த ‘டம்பெல்ஸ்’ பயிற்சிகளால் ஏற்பட்ட வலி புன்னகையில் கரையும். பக்கவாட்டு உடம்பைப் பார்க்கையில் தலைமறைவாக வாழும் வயிறு வருகைப் பதிவேட்டில் கையெழுத்திட்டு மீண்டும் காணாமற் போகும். பாதிக் கழுத்திலிருந்து முறுக்கேறிய தசை சறுக்கு மரமாக இறங்கி நானும் தோளின் ஒரு பகுதிதான், சிறிது மேலேறி நிற்கிறேன் அவ்வளவுதான் எனக் கொஞ்சும். புயத்தசையில் ஆரம்பிக்கும் வளைவு நேப்பியர் பாலத்தைப் போல் தோள்களிலும் வளைந்து வளைந்து தொடரும். யாரும் வந்து இரண்டாகப் பிளப்பதற்கு முன்பே தொடைகளின் தசைகள் தனித்தனியாகப் பிளந்து நரம்புகளையும் தோலையும் மீறி நகர்ந்துவிட முயற்சி செய்யும். இடுப்பில் கையை வைத்துப் பட்டைப் பரவலை விரித்தால், முன் பட்டைப் பரவல் *(front lat spread)* நிலையில் தோள்களும்

பட்டையும் விரிந்து சரிவாகக் குறுகி இடுப்புடன் இணையும் *'V'* வடிவம் பாம்பு படமெடுப்பது, கருடன் இறக்கை விரிப்பது, இரண்டில் யாருக்கு எது பிடிக்குமோ அதை நினைவுபடுத்தும்.

ஒருமுறை அப்படிச் செதுக்கப்பட்ட உடல் தன்னைக் கவனிக்கச் சொல்லிக் காதோடு பேசும். உண்பதும் பருகுவதும் எரிசக்தியாகவும் திறனாகவும் கொழுப்பாகவும் எடையாகவும் மாறுகின்ற செய்தி ஒவ்வொரு கவளத்திலும், ஒவ்வொரு மிடற்றிலும் நினைவுக்கு வரும். சுவை இரண்டாம் பட்சமாகும். எவ்வளவு எடை கூட்ட வேண்டும், எவ்வளவு குறைக்கவேண்டும், எந்தத் தசை பெருகுகிறது, எங்கு சேர்க்கவேண்டும், எதைச் செதுக்கவேண்டும், எந்நேரமும் உடல் நினைப்பில் மற்றவை பின்னுக்குத் தள்ளப்படும்.

ஆணழகனுக்கு உடலைச் செதுக்கப் பொருளாதாரப் பின்புலமும் கைகொடுக்க வேண்டும். அப்படி இல்லையெனில் புரவலர்கள் கைகொடுக்க வேண்டும். செய்யும் தொழில் அதற்கேற்றாற்போல் அமைய வேண்டும். பயிற்சிகளுக்கு நேரம் ஒதுக்க சூழல் ஒத்துழைக்க வேண்டும். எவ்வளவு முயற்சி செய்தும் ஆணழகன் அந்தப் பாதையில் செல்ல வேண்டாமென விதியோ இயற்கையோ நினைத்து வாய்ப்புகளை விலக்கினால், தான் கட்டிய தாஜ்மகாலைத் தொலைவில் இருந்து பார்த்து வாழ்ந்த ஷாஜஹானைப்போல் கட்டுடல் நினைவில் காலம் ஓடும்.

அவன் தனது வேலை வாய்ப்புக்காகத் துவங்கிய பயிற்சியில் இறுகிய உடல், மீண்டும் பயிற்சிகளைத் துவங்க அவனை அழைத்தது. என்றாவது மீண்டும் இரவு நேர வினியோகத்துக்கு வண்டி எடுக்க அப்துல் காத்திருந்தான். பொலிரொ பிக்-அப்பில் பெரிது பெரிதாக 'ப' வடிவைத் திருப்பிப் போட்டு மும்மூன்று சிறகுகளை இணைத்த புல்லட் முன் கேடயங்கள் *(Royal Enfield Bullet Crash Guard)* பிளாஸ்டிக்கிலும் சாக்கிலும் சுற்றப்பட்டு இரவு நேர வினியோகத்துக்குச் சென்றன. பொலிரோ எடுக்கும் வாய்ப்பு அவனுக்கு இல்லை. அவனுடைய எல்லை நீல நிற ஆட்டோ வரையில் மட்டும். அப்படியே இரவு

நேர வினியோகத்தை முடித்து வண்டியை விடும்போது, மீண்டும் மொட்டைமாடிக்கு அவனை அழைப்பார்களா? அன்றைக்கு அவன் புதிய ஓட்டுநர், இப்போது பழகிய ஓட்டுநர். “சீக்கிரம் கௌம்பு அப்துல், நான் மேல போகணும்”. சொல்ல மாட்டார்களா?

செல்விக்குத் தெரியாமல் மாடிக்குச் சென்றால் என்ன? செல்விக்குத் தெரியாமல் அங்கு எதுவும் நடக்காது. ‘சும்மா பார்க்க வந்தேன்’ என்றாலும் செய்தி அடுத்த நாள் காலையில் செல்விக்கு வரும். பட்டறையிலும், அலுவலகத்திலும் கடையிலும் மட்டுமா செல்விக்குக் கண்கள். ‘அச்சாபீஸ் பாரூக் பாய் மகனா நீ?’ செல்வி கேட்ட கேள்வி அவனுக்கு நினைவில் உள்ளது. செல்விக்கு அப்பாவைத் தெரிந்திருக்கிறது, அல்லது சிபாரிசு செய்த யாருக்கோ அப்பாவைத் தெரியும். பார்டர் தோட்டத்தில் பெரும்பாலான பட்டறைகளில் வேலைக்கு ஆள் எடுக்கும் விதம் அப்படித்தான்.

“நமக்குத் தெரிஞ்ச பையன் ஐடிஐ டர்னர். கேசீப்பில அப்ளை பண்ணியிருக்கான் வர்ரவரைக்கும் டெம்ப்ரவரியா எதுனா இருந்தா சொல்லேன்... வந்து போகட்டும்.”

“ஏன் டெம்ப்ரவரிக்கோஸூரந்தான் வருவியா? கேசீப்பி ஏன்? நம்ப வொர்க்ஷாப்புலயும் பத்தடி லேத் இருக்குப்பா. ஈயெஸ்ஸைலாமும் இருக்கு. இங்கயே இருக்க ஸொல்லு. ஓனர்ட்ட சொல்லி வெக்கிறன். நான் சொல்லும்போது வந்து பாக்க ஸொல்லு.” அடுத்த சில நாள்களில் அந்த ‘டர்னர்’ அங்கிருந்து வேறு பெரிய தொழிற்சாலைகளில் வேலை கிடைத்தால் மாறுவார், இல்லையென்றால் அவருடைய நண்பர்களுக்கும் அந்தப் பகுதியில் ஏதாவது வேலைக்குப் பரிந்துரைப்பார். சங்கிலி ஒன்றுக்குள் ஒன்றாகத் தொடரும்.

அப்படித்தான் ஒரு ஆட்டோ ஓட்டுநர் வேலையில்லாமல் இருக்கும் தகவல் கிங் சைக்கிள் வழியாக, செல்விக்கு வந்தது. கிங் சைக்கிள் அவசரத்துக்கு சில எலக்ட்ரோ பிளேட்டிங் வேலைகளை அவர்கள் பட்டறையிலும் ஓட்டிய நிறுவனம்.

இரண்டு நிறுவனங்களுக்கும் லட்சுமி ஆர்க்கேடில்தான் ஆடிட்டர். அவை இல்லாவிட்டாலும் குப்புமுத்து தெருவில் பிறந்து வளர்ந்து, ஜீபி சாலையிலும் பார்டர் தோட்டத்திலும் பதினைந்து ஆண்டுகளாக பெரியவர் சௌத்ரியின் நிறுவனத்தில் இருப்பவருக்கு திருவல்லிக்கேணி கிங் சைக்கிள்ஸ் உதிரி பாகங்கள் தெரியாவிட்டால்தான் ஆச்சரியம். செல்வி விபரங்கள் சேகரித்தார். கிங் சைக்கிள் புத்தக பைண்டிங் வாட்ச்மேன் - பாரூக் பாய் மகன். மேற்கொண்டு விவரங்கள் ஓட்டுநர் உரிமத்தைப் பார்த்தால் கிடைக்கும். நம்பி வேலைக்கு எடுக்கலாம். உழைப்பான். பெரியவர் வழக்கம்போல் செல்வியின் முடிவுக்குத் தலையசைத்தார்.

அந்த அலுவலகத்தில் கணினியில் உதிரிப் பாகங்களை எண்கள் வாரியாக உள்ளிடும் வேலைக்குச் சேர்ந்து 'இன்வாய்ஸ்' வரை வந்து கணினியில் ஏதாவது பார்க்கவேண்டுமென்றால் செல்வி என்னும் நிலைக்கு உயர்ந்தார். சிறிய அலுவலகம் பெரிய அலுவலகமாகவும், பட்டறையாகவும் வளரும்போது செல்வியும் நிறுவனத்துடன் வளர்ந்தார். கோப்புகளைப் பையில் அடுக்கிக் கையில் பிடித்துக்கொண்டு பார்டர் தோட்டத்திலிருந்து வெளிவந்து எதிர்வாடையில் லட்சுமி ஆர்கேட் வரை நடந்து 'ஆடிட்டர்' அலுவலகத்தில் காத்திருந்து சந்தேகங்களுக்கு விளக்கம் அளிக்கும் வரையில் இப்போது அவருக்கு செல்வாக்கு.

"செல்வி அனைத்தையும் தெளிவாகச் சொன்னாள், சௌத்ரி சாப். எந்தப் பிரச்சனையும் இல்லை" ஆடிட்டர் அழைத்துச் சொல்வதும் கேட்பதும் பெரியவருக்கு வழமையானது. கடந்த பதினைந்து ஆண்டுகளில் நிறுவனம் வளரும்போது பட்டறை, அலுவலகம், வினியோகம் அது அதற்கு ஆள்கள் தனித்தனியாக வந்து சேர்ந்தார்கள். அனைத்து சிறிய நிறுவனங்களிலும் இருப்பதைப்போல் ஒட்டுமொத்த 'ஆல் இன் ஆல்' மேற்பார்வை செல்வி.

செல்வி குடியிருந்த பகுதியும் அலுவலகமும் அருகருகில் இருப்பது அவருக்கு வசதி. அலுவலகத்திலிருந்து நடக்கும் தூரத்தில் வீடு. பார்டர் தோட்டத்துக்குப் பக்கத்தில் செல்லப்பிள்ளையார்

கோயில் தெருவில் செல்வி குடியிருக்கிறார். செல்வியின் தாத்தா ராணுவ வீரர். குப்புமுத்து தெருவில் இருந்த நீண்ட திண்ணை வைத்த வீடுகளுள் அவர்களுடையதும் ஒன்று. எப்பொழுதோ வடஆற்காட்டிலிருந்து சென்னைக்குக் குடியேறிய முன்னோர்கள் பாகம் பிரித்து பாகம் பிரித்து அந்த வீடு ராணுவ வீரரின் பெயரில் எழுதிப் பதிவுசெய்தபோது அவர் முன்னாள் ராணுவ வீரர்.

முன்னாள் ராணுவத்தினர் அடிப்படையில் அவருக்கு மண்ணெண்ணெய்க்கு முகவராகும் வாய்ப்புக் கிடைத்தது. திண்ணையை அடைத்து மரச்சட்டம் அடித்து அளிக்கம்பித் தடுப்பு இட்டார்கள். வீட்டுக்குள் படியேறி வலமும் இடமும் திரும்பி திண்ணைக்குள் செல்வதற்கு இரண்டரை அடி அகலத்தில் இரும்புக் கதவுகள் பொருத்தினார்கள். ஒரு பக்கத் திண்ணை மண்ணெண்ணெய் முகவரின் அலுவலகமானது. ஜீபி சாலையில் ஓடியன் திரையரங்கிற்கு அருகில் இருந்த ஓடியன் பெயின்ட்டிங் வொர்க்ஸில் இரண்டுக்கு ஒன்று அடிக்கணக்கில் ‘எஸ். சுப்பிரமணி ஏஜென்ஸீஸ் மண்ணெண்ணெய் வியாபாரம், குப்புமுத்து முதலி சாலை’ எழுதிய விளம்பரப் பலகையை அளிக்கம்பியில் முடுக்கிவைத்தார்கள்.

சிவப்பு நிற மண்ணெண்ணெய் பீப்பாயில் கீழே பொருத்தப்பட்ட பித்தளைக் குழாயைத் திறந்து கூம்பு வடிவ அளவையில் எஸ். சுப்பிரமணி தாத்தா பிடித்து ஊற்றுவார். அளவையின் அலகு இலையைக் கட்டி வைத்தாற்போல் இருக்கும். எவ்வளவு சிறிய பாட்டிலின் வாய் வழியாகவும் கை அசங்காமல் எண்ணெய் ஊற்றுவார். என்ன இருந்தாலும் மிலிட்டரிக்காரர் அல்லவா? ராணுவத்தார்க்கும் முதுமை வரும், உடல் தளரும். செல்வியின் தாத்தாவும் தளர்ந்தார். எஸ்.சுப்பிரமணி ஏஜென்ஸீஸ் பலகை அதே அளிக்கம்பியில் அப்படியே இருந்தது. மண்ணெண்ணெய் வருவதில்லை. பீப்பாய் காலியாகக் கிடந்தது. பீப்பாயின் அடியில் இணைத்திருந்த பித்தளைக் குழாய் பழுப்பேறியது. குழாயை யாரும் திறக்காமல் இருந்ததால் அதன் காதில் போடப்பட்ட பூட்டும் துருவேறியது. வீட்டின் முகப்பு அகலத்தில் முக்கால்

பாகம் செல்வியின் அப்பாவுக்கும், கால் பாகம் வழியாக செல்வியின் அத்தைக்கும், வீட்டின் நீளத்தில் பாதிக்கும் சற்று மேலாக முன்பக்கம் செல்வியின் அப்பாவுக்கும், மீதமுள்ள பின்பக்கம் அத்தைக்கும் பிரித்து எழுதப்பட்டது. அத்தை தனக்குக் கிடைத்த பாகத்தில் வீடு கட்டப்போவதாகச் சொன்னார். அப்பாவுக்கு வீட்டை இடித்துக்கட்ட வசதியில்லை.

தன்னுடைய பாகத்துப் பணத்தைப் பெற்றுக்கொண்டு தன் பகுதியைத் தங்கைக்கு எழுதித் தந்தார் அப்பா. எஸ். சுப்பிரமணி ஏஜென்சீஸை சமையல் எரிவாயு ஏஜென்சீஸாக மாற்ற அப்பா முயற்சி செய்தார். இடம் கேட்டார்கள். சுமையுந்து வந்துபோக பெரிய பாதை கேட்டார்கள். கையில் இருந்த பணத்தில் அவர்கள் கேட்ட இடம் வாடகைக்குதான் கிடைக்கும். யோசனையில் பொருள் கரைந்தது.

எல்லீஸ் சாலையிலிருந்து தள்ளி உள்ளே செல்லப்பிள்ளையார் கோயில் தெருவில் நானூறு சதுர அடியை வாங்கிக் குடியேற முடிந்தது. செல்விக்கு அந்த நானூறு அடியாவது அசையாச் சொத்தாக அமைந்ததில் மகிழ்ச்சி. குப்புமுத்து தெருவில் அவர்கள் இருந்த வீட்டின் அளிக்கம்பிகள் இடிக்கப்பட்டு மாடி வீடானது. அப்பா எப்படியும் சமையல் எரிவாயு ஏஜென்ஸீஸ் எடுக்கப்போவதாக நம்பினார். செல்வி +2 முடித்து படிப்பைத் தொடர முடியாமல், பெரியவர் சௌத்ரி சாபின் சிறிய அலுவலகத்தில் கணினியில் உதிரிப் பாகங்களை எண்கள் வாரியாக உள்ளிடும் வேலையில் சேர்ந்தார், வளர்ந்தார்.

செல்வியின் பின்னணி அப்போது அப்துலுக்குத் தெரியாது. அவனுக்குத் தெரிந்தது, செல்வியின் சிபாரிசால் அவனுக்கு வேலை கிடைத்துள்ளது. அவன் உடற்பயிற்சிக்கு மொட்டைமாடியைப் பயன்படுத்திக்கொள்ளக் கேட்டபோது செல்வி மறுத்ததன் காரணம் அதுவாகக்கூட இருக்கலாம். “தெரிஞ்ச ஆள்னு மேடம் வேலைக்குச் சேத்தாங்க. இப்ப வொர்க்ஷாப் ஆளுங்களுக்குனு வெச்சிக்ற ஜிம்முல செய்யத்துக்கு பர்மிஷனும் தராங்க.” யார் வேண்டுமானாலும் கொளுத்திப்போடலாம். என்ன கொளுத்திப்போட்டாலும் செல்வியை எதுவும் பாதிக்காது.

அனுமதி மறுத்தது அப்படியே இருக்கட்டும். எப்படியும் ரமதான் மாதத்தில் பயிற்சிகளுக்கு நேரம் மாறும். நோன்பு துறந்து இரண்டு மணி நேரம் கழித்து பயிற்சிக்கு ஆர்.டி. ஜிம் சரிப்படும், வீட்டுக்கு அருகில் உள்ளது. இப்போது கெஞ்சிக்கூத்தாடி செல்வியிடம் அனுமதி பெற்றாலும் பயிற்சி முடித்த பின் வீட்டுக்குத் திரும்ப எத்தனை மணியாகும்? இந்த ஒருமாதத்தில் பட்டறையும் பழகலாம், செல்விக்கும் அவனிடம் நம்பிக்கை அதிகமாகலாம், அவன் முகமும் அன்னிய முகமாக இருக்காது, சலுகைகள் கிடைத்தாலும் கிடைக்கலாம். காத்திருக்க முடிவு செய்தான்.

“அங்கதான எல்லீஸ் ரோட்ல இருக்க? நோம்பு தொறக்றது பெரிய மஜீத்ல ரொம்ப ஜோரா இருக்குமடா. இதுக்கு முன்ன சவாரில எப்பனா போயிருக்கியா?” அப்துலின் அப்பா பாரூக் கேட்டார்.

“ரெண்டு மூணுவாட்டி போயிருப்பேன். அண்ணா சிலைல கட் எடுத்து பீச்சுக்குப் போகும்போது டி ஒன் போலீஸ் ஸ்டேஷன்ல ரைட் எடுக்கணும், அதான? சவாரி போயிருக்கேன். ரஷ் இருக்கும். இந்தப் பக்கந்தான் முன்ன போனதில்ல, மீர்சாகிப்பேட்டை சைடு, இப்ப முக்தார் பாய் பார்க்றதுக்குதான் ஃபர்ஸ்ட் டைம் போனேன். பெரிய மஜீத்துக்கு ஒருநாள் போறேன்.”

“போ. நோம்பு தொறந்துட்டு வா. பார்டர் தோட்டத்துலேர்ந்து அங்க போக என்ன அஞ்சு நிமிஷம் ஆகுமா?”

அப்பா சொன்னதால், ஒருநாள் வண்டியை நிறுத்தி சாவியைக் கொடுத்துவிட்டுப் புறப்பட்டான். அலுவலகத்திலிருந்து ஐந்து நிமிட நடை. அவன் சென்று சேரும்போது நோன்பு துறக்க இன்னும் நேரம் இருந்தது. ஆனாலும், அமர்ந்திருந்த மக்கள் கூட்டத்தில் எங்கே அமர்வது என்ன வழிமுறை எதுவும் புரியவில்லை. மக்களோடு மக்களாக அதே போக்கில் சென்றான். யாருடனோ நடந்தான், குழுவாக இருந்தவர்களுடன் இவனும் இணைந்தான். அவர்களுடனே அமர்ந்தான்.

நோன்புக் கஞ்சியும், கடல்பாசியும், பழங்களும், ரூஹ் அஃப்சா கரைசலும், கொண்டு வந்து தந்தார்கள். அவற்றைக் கொண்டு வந்து தந்தவர்கள் யாரும் இஸ்லாமியர்கள் அல்ல எனக் குழுவில் இருந்தவர்கள் பேசியது காதில் விழுந்தது. தலையை உயர்த்திப் பார்த்தான். சற்று தூரத்தில் திடலில் பெரிய பீப்பாய்களிலும் கூடைகளிலும் இருந்து பழங்களையும் கஞ்சியையும் பிளாஸ்டிக் பக்கெட்டுகளுக்கு மாற்றி வரிசையில் அமர்ந்திருப்போருக்கு வினியோகிக்க அனுப்பினார்கள். சேவை செய்வோர் தங்கள் சட்டையில் பேட்ஜ் அணிந்திருந்தார்கள். இஸ்லாமியர்களாக இல்லாவிட்டாலும் அனைவரும் வெள்ளைத் தொப்பியுடன் இருந்தார்கள். பூச்சுகளற்ற அலங்காரங்களற்ற உண்மையான மத நல்லிணக்கத்தை அங்கு பார்த்தான். தொலைவில் சில வெளிநாட்டவர் இந்த பிரம்மாண்ட கஞ்சி வினியோகத்தைப் படம் பிடித்தார்கள். தொலைக்காட்சி ஒன்றும் நிகழ்வைப் படம் பிடித்தது.

நோன்பு துறந்து தொழுது முடித்தவன், வந்த வழியே திரும்பி ஹிக்கின்பாதம்ஸ் பேருந்து நிலையத்துக்குச் செல்லவில்லை. வாலாஜா பள்ளிவாசல் திருவல்லிக்கேணி நெடுஞ்சாலையைத் தொடும் வாயில் வழியாக வெளியேறினான். அந்தப் பகுதி திருவிழாவைப்போல் இருந்தது. பள்ளிவாசலை விட்டு வெளியே வந்ததும் தொப்பிக்கடைகள், உருதுப் புத்தகக் கடைகள், துணிக்கடைகள், லுங்கிக் கடைகள். கடைகளின் சுவற்றில் குர்ஆன் வாசகங்கள் எழுதப்பட்ட படங்கள். கண்ணாடிக் கடையில் மக்கா மதீனா படங்கள், குர்-ஆன் வசனங்கள் பூவேலை செய்த திரைகள். சிறிய மக்கா மதீனா படம் வாங்க நினைத்தான். அதற்கு அவனிடம் பணம் இல்லை.

நடைபாதைக் கடையில் கூடையில் இனிப்பு வகைகளை அடுக்கி வைத்து விற்றுக்கொண்டிருந்தார்கள். விசாரித்தான், அரபு நாட்டு இனிப்பு வகையாம். சேவையை சர்க்கரைப் பாகில் தோய்த்து எடுத்ததைப் போல் இருந்தது. கூடையில் தட்டு வைத்து அதன்மேல் சிகப்புத் துணி விரித்து சுருள் சுருளாக நூலிழை அளவுக்கே கனமாக சேமியாவைச் சுற்றி

வைத்திருந்தார்கள். 'ஆ ருமாலி சேமியா! ஆ ருமாலி சேமியா' அதை விற்பவர் சீரான இடைவெளிவிட்டு யார் குறித்தும் கவலைப்படாமல் கூவிக்கொண்டிருந்தார்.

அம்மா இந்தக் கடைவீதியை நோன்பு நாள்களில் பார்த்திருப்பார்களா? அப்பா பார்த்திருக்கிறார். அம்மாவுக்கு மீர்சாகிப்பேட்டையிலிருந்து இங்கு வரும் வாய்ப்புக் கிடைத்திருக்குமா? இன்று கேட்டுப் பார்த்து என்றாவது முடிந்தால் கூட்டிவரவேண்டும். பட்டூரைப் போலப் பலமடங்கு பெரிய கடைவீதி, குறிப்பாக இஸ்லாமியர் அதிகமாகக் காணப்படும் கடைவீதி. சொல்லி வைத்தது போல் எல்லா தேநீர்க் கடைகளிலும் தொப்பி அணிந்தோர் கூட்டம் அதிகமாக இருந்தது. அனிச்சையாகத் தன் தலையைத் தொட்டான். தொப்பி இல்லை. தேநீர் குடித்த பின் தொப்பி வாங்க நினைத்தான்.

தேநீர்க் கோப்பையைக் கையில் எடுத்துக்கொண்டு ஓரமாக நின்றான். ஆதம் மார்க்கெட்டின் நோன்புக் காலப் பரபரப்பைப் பார்த்தபடி மெதுவாக தேநீரை முடித்துவிட்டு ஐஸ்ஹவுஸை நோக்கி நடந்தான். தொப்பிக் கடையைக் கடக்கும்போது மீண்டும் தொப்பி வாங்க நினைத்து அதையும் தள்ளிப்போட்டான். திருவல்லிக்கேணி நெடுஞ்சாலையில் வாலாஜா பள்ளிவாசலிலிருந்து ஸ்டார் திரையரங்கம் வரையில் நெரிசல் இருந்தது. ஸ்டாருக்குப் பிறகு கூட்டம் இல்லை.

அதற்குப் பின் விறுவிறுப்பாக நடந்து ஐஸ்ஹவுஸ் சந்திப்பில் திரும்பி ரப்பானி வைத்தியசாலைக்கு வந்து முக்தார் பாய் வீட்டு வாசலில் நின்றான். அழைப்பு மணியை அழுத்தினான். பதில் இல்லை. பக்கத்தில் யாரிடம் கேட்பது? முக்தாருக்கு அடுத்தபடியாக அங்கே அவனுக்குத் தெரிந்த இன்னொரு முகம் கூப்பர். உள்ளே வரும்போது கூப்பர் மாதா கோவில் வாசலில் இல்லை.

மாடியிலிருந்து யாரோ ஒரு பெண் எட்டிப் பார்த்தார். முக்தார் பாய் வீட்டில் முன்பு ஒலித்த அதே கேள்வி,

“கோன்?”

“முக்தார் பாயைப் பார்க்க வந்திருக்கேன்.”

“அவரு உம்ரா போயிருக்கார். ஈத் (பெருநாள்) முடிஞ்சுதான் ரிடர்ன் ஆவார்.”

“அப்படியா, சரி, தேங்க்ஸ்.”

“உங்க பேரு?”

“மௌலிவாக்கம் அப்துல் கரீம். பாய்க்குத் தெரியும்.”

“ஈதுக்கு அப்புறம் கால் பண்ணிப் பேசிட்டு வாங்க.”

“சரிங்க.”

அண்ணாந்து பார்த்துப் பேசியதில் கழுத்து வலித்தது. மீர்சாகிப்பேட்டை மார்க்கெட்டிலிருந்து 25G பிடித்து போரூர் வந்து, ஷேர் ஆட்டோவில் பாய்க்கடை வந்து, சைக்கிளை எடுத்துக்கொண்டு வீட்டுக்குச் சென்றான்.

அவ்வளவு நேரத்துக்கு அப்பாவும் அம்மாவும் அவனுக்காகக் காத்திருந்தார்கள். வாலாஜா பள்ளிவாசல் கதையை சொல்லி முடித்து, அம்மாவை அழைத்துச் செல்ல நினைத்ததையும் சொன்னான். மீர்சாகிப்பேட்டைப் பகுதியில் வாழ்ந்தவர் ஆதம் மார்க்கெட்டில் புதிதாக எதைப் பார்க்க? எல்லாம் அதேதான். பட்டூருக்கு வேண்டுமானால் புதிதாக இருக்கலாம், மீர்சாகிப்பேட்டைக்கு அல்ல என்றார்.

அப்பாவிடம் ஞாபகமாக செல்வி குறித்துக் கேட்டான். செல்வியின் பெயரை அப்பா கிங் சைக்கிளில் கேள்விப்பட்டுள்ளார், பார்த்ததில்லை. பெரியவருக்குக் கிடைத்த அருமையான ‘ஸ்டாஃப்’ என்று சொல்வார்களாம். செல்வி இப்போது ‘ஸ்டாஃப்’ கிடையாது மேலாளர் அளவுக்கு வளர்ந்திருக்கிறார். தனக்கு வேலை கிடைத்தது செல்வியின் வார்த்தைகளால் என விளக்கினான்.

அப்பா செல்வியைப் பார்த்ததில்லை, ஆனால் செல்விக்கு

அப்பா அச்சகத்தில் வேலை செய்தது வரையில் தெரிகிறது என்றால், செல்விக்கு எந்த அளவுக்கு ஆள்களைத் தெரிந்திருக்க வேண்டும்? பிடித்துப்போன செல்வியின் மீது இப்போது மரியாதையும் பயமும் உண்டாயின. செல்வியின் வீடு எங்கிருக்கிறது? ஓட்டுநர் எப்படி ஒரு நிறுவனத்தில் எல்லாமுமாக இருக்கும் பெண்ணிடம் வேலை அல்லாத விபரங்களைப் பேசுவது?

செல்வி மொட்டைமாடி 'ஜிம்'முக்கு அனுமதி மறுத்ததும் அவன் முக்தார் பாயின் உதவியை நாட நினைத்தான். பார்டர் தோட்டத்தில் சாவியைக் கொடுத்த பின், ஜாம்பஜார் ராக்ஃபிட் ஜிம்முக்கு நடப்பது பெரிய வேலை இல்லை. ராக்ஃபிட்டில் ஒருமணி நேரம் உடற்பயிற்சி செய்துவிட்டு, இராயப்பேட்டைக்கு நடந்து அங்கிருந்து 25Gயில் போரூர், அங்கிருந்து பாய்க்கடை, சந்திலிருந்து சைக்கிளை எடுத்து மிதித்தால் வீடு. இந்தச் சுற்றுக்கு எத்தனை மணி நேரம் ஆகும்? ஒருமுறை ஜிம் செல்லாமல் நேரக்கணக்கை மட்டும் பார்த்து வீடு செல்ல நினைத்தான். இரவு பத்தரையிலிருந்து பதினொன்று வரையில் வீட்டை அடைந்தாலுமே ஆறு மணிநேரம் தூங்கலாம். அடுத்த நாள் காலையில் எழுந்து மீண்டும் பாய்க்கடை 88K. இந்தச் சுழற்சியை நோன்புக்காலம் முடிந்த பிறகுதான் முன்னோட்டம் ஓட்டிப்பார்த்து சரியாக அமைந்ததெனில் தொடரமுடியும். முக்தார் பாயும் அதற்குள் சென்னை திரும்பிவிடுவார். அனைத்தும் ஒரு புள்ளியில் இணைந்தால், விடுபட்ட பயிற்சியைத் தொடரலாம். இப்பொழுதும் அவன் முன்னே வருமானத்துக்கு இன்னொரு வழி திறந்துள்ளது. 'ஹெவி' ஓட்டுநர் உரிமம் எடுத்தால் மௌலிவாக்கத்தில் கிடைத்ததை விடவும் பெரிய வாய்ப்பு பட்டறையில் கிடைக்கலாம். பட்டறையில் இதுவரை அவன் பார்த்த வண்டிகள் பொலிரோ பிக்-அப்பும் அவன் ஓட்டுகின்ற ஆட்டோவும் மட்டும். பெரியவரிடம் பெரிய சுமையுந்துகள் இருக்கலாம், அது அவனுக்குத் தெரியாமல் இருக்கலாம். பட்டறையில் இல்லாவிட்டாலும் பரபரப்பாக இயங்கும் ஜீபி சாலையில் இனி தனக்கு உண்டாகப்போகும் தொடர்புகள், தனியார் சரக்கு சேவைகளிலும், ரெயில்வே

பார்சல் புக்கிங் அலுவலகத்திலும் போக வர தனக்கு உருவாகும் சின்ன வட்டம், இவை ஒரு 'ஹெவி' ஓட்டுநருக்கு நல்ல வேலை வாய்ப்பைப் பெற்றுத் தரலாம். அதற்காக சுமையுந்து ஓட்டப் பழகவேண்டுமா? சென்னை நகருக்குள் ஆட்டோ ஓட்டுவதைப் போல, அது அத்தனை எளிதா? வெளியூர்களுக்குச் செல்லவேண்டியிருந்தால்? சரக்கு ஏற்றி நெடுஞ்சாலையில் வண்டி ஓட்டிப் பாதுகாப்பாகக் கொண்டு சேர்ப்பது வசப்படுமா? உரிமம் எடுத்தால் மட்டும் போதுமா? எப்படியிருப்பினும், அது தேவையா?

உடல் வடிப்பது அவனுக்குப் பிடித்திருக்கிறது. இடையில் சில மாதங்கள் பயிற்சி இல்லாமற் போனாலும் மீண்டும் அதற்கு வாய்ப்புக் கிடைக்கிறது. அதிகபட்சமாக இன்னும் ஒருமாதக் காத்திருப்பில் ராக்ஃபிட்டில் சேரலாம். ராக்ஃபிட்டுக்கும் பேருந்துப் போக்குவரத்துக்கும் உடல் ஒத்துழைக்க வேண்டும். அவ்வளவுதான். இரண்டாண்டுகளுக்குள் ஏதாவது பதக்கம் பெற முயற்சி செய்யலாம். அரசுப் பணிக்கு பத்தாம் வகுப்பில் கண்டிப்பாகத் தேர்ச்சி பெறவேண்டும் என தாஸ் மாஸ்டர் சொன்னாரே? உடல் வடிக்கப் பயிற்சி செய்வதோடு, பத்தாம் வகுப்புப் பரீட்சைகளை எழுத வேண்டுமா? தினமும் அரைமணி நேரம் கூடுதலாகக் கடினமான பயிற்சிகளை செய்யத் தயார், ஆனால் ஆங்கிலத்தையும் கணக்கையும் மீண்டும் புத்தகத்தை விரித்து வைத்துத் துவங்க வேண்டுமா? பார்சல் புக்கிங் பழகிய மூளையால் கணக்கு பழக இயலாதா?

செல்வி என்ன படித்திருப்பார்?

11

குறிப்பு:

அர்னால்டு பிரஸ் (Arnold press) – தோளும் தோளைச் சார்ந்த இடங்களும் ஒன்றுசேரப் புடைப்பதற்கு ‘அர்னால்டு பிரஸ்’ பயிற்சி உதவும். இரண்டு டம்பெல்ஸ்களை இறுகப் பிடித்து குத்துச்சண்டை வீரன் முகத்தை மறைப்பதுபோல் வைத்து கைகளைச் சுழட்டிக்கொண்டே உயர்த்தவேண்டும். உயர்த்தியதுபோல் தாழ்த்தவேண்டும். அழுத்தப் பயிற்சியில் ஏறி இறங்கும் மூட்டு அசைவுடன் சேர்த்து இந்தப் பயிற்சியில் மூட்டு சுழல்வது கூடுதல் பயிற்சி. உடலின் மேற்பகுதியை உறுதி செய்வதில் அர்னால்டு பிரஸ்ஸுக்கு முக்கியமான இடம் உண்டு.

★

ஞாயிற்றுக்கிழமை ‘டெலிவரி’க்குப் போகச்சொன்னால் அப்துல் மறுப்பான் என செல்வி நினைக்கவில்லை.

தீர்மானமாக மறுத்தான். மாலை ஏழு மணிக்கு மேல் ‘டெலிவரி’ இருந்தால் கிடைக்கும் கூடுதல் பணத்துக்கு ஆலாய்ப் பறந்து ஆட்டோ எடுப்பவன், ஞாயிற்றுக்கிழமையில் ‘டிரிப் அலவன்சு’டன் சேர்த்து வீட்டிலிருந்து அலுவலகம் வந்து போக போக்குவரத்துச் செலவும் (கன்வேயன்ஸ் அலவன்ஸ்) கிடைக்கக்கூடிய டெலிவரிக்குப் போக மறுக்கிறான். மேலும்

ஞாயிற்றுக்கிழமையில் வேலை செய்வதாக இருந்தால், அந்த ஞாயிறு விடுமுறையை இன்னொரு வேலை நாளுக்கு மாற்றிக்கொள்ளும் வசதியும் உள்ளது. இத்தனை இருந்தும் ஏன் மறுக்கிறான்.

"மேடம் மத்த ஞாயித்திக்கிழமைன்னா போறேன் மேடம். சனிக்கிழமை எவ்ளோ லேட் நைட்னாலும் போறேன் மேடம். நாளைக்கு மட்டும் வேணாம்."

"அடிங்" பட்டறையில், டெலிவரியில் அடாவடியாக யாராவது செயல்படும்போது செல்வி அங்கிருந்தால் அப்படித்தான். ஆங்கிலமெல்லாம் மறைந்து 'குப்புமுத்து தெரு' முன்னுக்கு வரும். அவரைச் சொல்லிக் குற்றமில்லை. அவருடைய பணிச் சூழலில் சில நேரங்களில் அப்படிச் சீறவில்லையென்றால் தலையில் மிளகாய் அரைக்கப்படும்.

"இனி உனக்கு நைட் ட்ரிப்பே இல்ல. சின்ன டெலிவரிதான்னு உன்னைச் சொன்னேன். நான் பொலிரோ எடுக்கச் சொல்றேன். பெரியவர் கேட்டா, நீ போமாட்டேன்னு சொன்னதா சொல்றன்"

"மேடம் மேடம் முக்கியமான வேலை இருக்கு மேடம்."

"கல்யாணம் கிரகப்பிரவேசம்னா அவங்கள்ட்ட வேலை இருக்குன்னு சொல்லு. யாரும் கோச்சுக்க மாட்டாங்க."

"ஃபங்ஷன்லாம் ஒண்ணுமில்ல மேடம்."

"பின்ன, வண்டி எடுத்துக்கிட்டு போ."

"இது காம்ப்பட்டீஷன் மேடம்."

"காம்ப்பட்டீஷனா?"

"பல்லவன் கிளாசிக் 2012, மகாபலிபுரம் பக்கத்துல."

"பல்லவன்? சிவகாமியின் சபதமா?" செல்வியின் சீற்றம் குறைந்தது போல் இருந்தது.

"மேடம்..."

“சிவகாமியின் சபதமான்னு கேட்டேன்.”

“புரியல மேடம்.”

“மகேந்திர பல்லவன், மாமல்லன். சரி விடு. உன் பல்லவன் 2012 ல மகாபலிபுரத்துக்குப் பக்கத்துல என்ன செய்றார்?”

“பாடிபில்டிங் காம்ப்படீஷன் மேடம்.”

“ஸ்போர்ட்ஸ் மீட்டுக்குப் போற. அப்துல், இது கொஞ்சம் ஓவரால்ல உனக்கு? நீ இருக்கியா அதுல?”

“நான் இல்ல மேடம், மௌலிவாக்கம் நண்பர்கள்...”

“எத்தனை மணிக்கு காம்ப்படீஷன்?”

“காலைலேர்ந்தே வெய்ட்லாம் பார்ப்பாங்க மேடம். அப்புறம் பிரீ ஜட்ஜிங். அப்புறம் காம்ப்படீஷன்”

“அட இங்கிலீஷ் வேர்ட்ஸ்லாம் அடிச்சு விடற? ப்ரீ ஜட்ஜிங் ம்ம்ம். சரி, மெய்ன் ஈவன்ட் எத்தனை மணிக்கு வரும்?”

“ஃபைனல்சா மேடம்?”

“ம்ம்ம்... ஆமா”

“அது சாயந்திரம் ஆகிடும் மேடம்”

“சரி நான் பார்ட்டிக்கு போன் பண்ணி சொல்லிர்ரேன். டூ அவர்ஸ் முன்னால டெலிவரி வாங்கிக்கச் சொல்றேன். நீ காலைல ஏழு மணிக்கு இங்கேர்ந்து வண்டி எடு, சரியாருக்கும். டெலிவரி முடிச்சுட்டு வந்து வண்டி சாவி ஹாண்டோவர் பண்ணிட்டு பல்லவனைப் பார்க்கப் போ. சாயந்திரம் ஃபைனல்சுக்குள்ள நீ அங்க போயிரலாம். சரியா.”

“தேங்க்ஸ் மேடம்.”

“அப்புறம், மாடில நீ எக்சர்சைஸ் பண்றதுக்கு, நான் பெரியவர்ட்ட கேக்குறேன், அவர் ஓக்கேன்னா, பசங்கள்ட்டயும் ஒரு வார்த்தை பேசிட்டு சொல்றேன்.”

“தேங்க்ஸ் மேடம்...”

★

மொட்டைமாடி உடற்பயிற்சியில் முதல் நாள் அப்துல் சட்டையைக் கழற்றிக் கொடியில் போட்டான். பையில் இருந்து உடற்பயிற்சி நேரத்தில் அணிவதற்காக வாங்கியிருந்த உடைகளையும் லுங்கியையும் எடுத்து வைத்தான். கால்சட்டையை மாற்ற லுங்கியை அணிந்தான்.

"எக்ஸைஸுக்குனு தனி ட்ரஸ்ஸா? நாங்கலாம் கட் பனியன் லுங்கிலயே முடிச்சுருவோம்."

"தனி டிரஸ்ஸுனு இல்ல, மௌலிவாக்கத்துல ஜிம்ல செய்து பழகிருச்சு, அதான் கொணாந்தேன். இங்க நீங்கலாம் இப்படியே செய்றீங்கன்னா, நானும் லுங்கி கட் பனியனோடத்தான். இங்க என்னென்ன க்ளாஸ் போடுவீங்க?"

"கிளாஸா? இது என்ன ஸ்கூலா? சும்மா ஃபிட்டா இருக்றதுக்கு செய்றோம். நீ பாடிபில்டிங்காட்டம் எதுனா செய்தியானா, எங்களுக்கும் காட்டு நாங்களும் செய்றோம். பார்த்திபன் வருவாரு கேட்டுக்கலாம்."

பார்த்திபன் படியேறி வந்தார். படியேறியதில் அவருக்கு மூச்சிரைத்தது. பார்த்திபனை அவன் முக்தார் பாய், தாஸ் மாஸ்டர் அளவில் கட்டுமஸ்தான ஆளாகக் கற்பனை செய்திருந்தான். அவரோ ஒல்லியாக இருந்தார். தசைகள் தளர்ந்து உடற்கட்டு குலைந்த தோற்றத்தில் இருந்தார். "வணக்கண்ணா" என அனைவரும் சொன்னார்கள், அவனும் கூடவே சொன்னான்.

"இது யாரு புதுசா? பாடி நல்லா இருக்கு. ஜிம்ல செய்தியா? கிரவுண்டா?"

"புரியலண்ணா?"

"இல்லப்பா காசு கட்டி ஜிம்ல செய்தியா? கார்ப்பரேஷன் கிரவுண்ட்ல செய்தியான்னு கேக்குறேன்."

செய்தல் உடற்பயிற்சி செய்தல். அவனுக்குப் புரிந்தது.

“ஜிம்லண்ணா.”

“இப்பலாம் ஜிம்முக்கு ரொம்ப காசாய்ருச்சுபா. ஜாம்பஜார் ஃப்ரன்ஸ்ல பாஞ்சுரூவா வாங்குனா ஜாஸ்தி, மாஸ்டரு ஐஸோஸ்ல (மாஸ்டர் ஜிம், ஐஸ் ஹவுஸ்) பத்து ரூவாதான் வாங்குனாரு. அதுக்கே வழியில்லாம சேப்பாக்கம் கார்ப்பரேஷன் ஜிம்முக்குப் போவோம். உசேன் பாய் செய்து காட்டுவாரு. செரி அத்தவுடு. நம்ப பசங்க இன்னான்னா செய்வாங்கனு தெரியும். நீ ஜிம்ல செய்தவனாச்சே நீ இன்னான்னா செய்வே?”

வார்ம்-அப்பிலிருந்து துவங்கி தாஸ் மாஸ்டர் சொல்லித் தந்த அனைத்தையும் சொன்னான்.

“டக்கர்பா. நான் உனுக்குச் சொல்றதுக்கு ஒண்ணியும் இல்ல. எல்லாம் உங்க மாஸ்டர் காட்னாப்ல அப்படியே செய். அந்த பட்டர்ஃப்ளை இன்னாமோ சொன்னீல்ல அதெல்லாம் பின்ன வெய்ட்டுங்க செய்யும்போது டம்பெல்ஸால இங்கயே பார்த்துக்கலாம். இப்ப உனுக்கு வெய்ட்டுங்க வேணாம். பின்ன பார்த்துக்கலாம்.”

“சரி மாஸ்டர்.”

“ப்ச் மாஸ்டர்லாம் வேணாம். பார்த்திண்ணானு வேணா கூப்டுக்கோ. செய்துட்டு சாப்டுட்டு படுக்கத்துக்கு மின்ன வீட்டாண்ட வந்து என்ன பாரு.”

“பார்த்திண்ணா, நான் இங்க தங்கறதில்ல. வீட்டுக்குப் போயிடுவேன்.”

“வீடு எங்ககுது?”

“பட்டூர்.”

“எங்கோர்ந்து பஸ் புடிப்ப? டீவீயெஸ்லியா?”

“ஹிக்கின்பாதம்ஸ்லண்ணா.”

“போறதுக்கு மின்ன வந்து பார்த்துட்டுப்போ. ‘குலாப் பேண்டு’

(Ghulab Band) போர்டு போட்டுக்குதுல்ல அங்க வந்து பார்த்திபன பார்க்கணும்னு சொல்லு, யாராச்சும் கூப்ட்டுவுடுவாங்க.”

மற்றவர்களிடம் சிறிது நேரம் பேசிய பின் பார்த்திபன் மெதுவாகப் படியிறங்கிச் சென்றார்.

பெரியவர் ஜீபி சாலையில் சிறிய கடைபோட்ட நாள்களில் இருந்து பார்த்திபனுக்குப் பழக்கம். சில ஆண்டுகள் பெரியவரிடம் வேலை செய்தார். அந்தக் காலத்தில் உடற்பயிற்சியில் ஆர்வம் இருந்து, திடமாக உடலை வைத்திருந்து பின்னர் பழக்கவழக்கங்கள் மாறியபோது, பெரியவரிடமிருந்து தானாக விலகினார். தொடர்ந்த புகைப்பழக்கத்தால் காசநோயில் விழுந்து, பிழைத்து எந்த வேலையும் செய்ய உடம்பில் வலு இல்லாமல் பார்டர் தோட்டத்தைச் சுற்றி வந்து கடைசியில் அங்கு இருக்கும் வாத்தியக் குழுவில் சரிகை வைத்துத் தைத்த சிவப்பு மஞ்சள் பச்சை வண்ண உடையும் சரிகைத் தொப்பியுமாக கூட்டத்தோடு கூட்டமாகச் செல்கிறார். எல்லா நாளும் குலாப் வாத்தியக் குழுவுக்கு வேலை இருக்கும் என சொல்வதற்கில்லை. வேலை இருந்தாலும், அன்றைய வாத்தியக் குழுவுக்குப் பார்த்திபனை அழைப்பார்கள் என்றும் சொல்வதற்கில்லை. சும்மாவேனும் பார்டர் தோட்டத்தில் சுற்றுவதற்கு ‘குலாப் பேண்டு’ குழு அவருக்கு அடையாளம்.

பயிற்சியை முடித்துவிட்டு ஹிக்கின்பாதம்ஸ் பேருந்து நிறுத்தம் செல்லுமுன் குலாப் பேண்டுக்குச் சென்றான்.

“பார்த்திண்ணாவைப் பார்க்கணும்.”

“பார்த்திபனா? அதோ அந்த டீக்கடை பக்கத்துல பாரு, நிப்பாரு.”

டீக்கடைக்கு அருகில் பார்த்திபன் ஒரு பிளாஸ்டிக் நாற்காலியில் கால் மேல் காலிட்டு அமர்ந்திருந்தார். மாடிக்கு வரும்போது அணிந்திருந்த கால்சட்டையைக் கழட்டிவிட்டு லுங்கியில் இருந்தார். சட்டை அதே சட்டை. கால் மேல் காலிட்டதில் அவருடைய இரண்டு கால்களும் இணைந்து ஒன்றாக ஒரே ஒரு

கால் மட்டும் தரையைத் தொட்டிருப்பதுபோல் விநோதமாக இருந்தது. தலையை அழுத்திக்கொண்டு நாற்காலியில் அமர்ந்தபடி வானத்தை அண்ணாந்து பார்த்தார். அப்துல் அவர் அருகில் சென்றான்.

“பார்த்திண்ணா, போகும்போது வந்து பார்த்துட்டுப் போகச் சொன்னீங்க.”

“மேட்டர்க்குது. பத்து நிமிசம் லேட்டானாலும் பஸ்ஸு கெடிக்கும்ல.”

“அது ஒண்ணும் பிரச்சனையில்லை. சொல்லுங்கண்ணா.”

“நீ வெச்சுக்ற பாடி, பாடிபில்டர் பாடி.”

“தேங்க்ஸ்ணா.”

“எதுக்கோசுரம் செய்ற போலீஸ்க்கா?”

“இல்லண்ணா, நான் பத்தாங்கிளாஸ் ஃபெயில். போலீஸ்க்கெல்லாம் இல்ல. இது காம்ப்படீஷனுக்கு.”

“பேரு இன்னா சொன்ன?”

“அப்துல்.”

“அப்துலுக்குப் பின்ன எதுனாச்சியும் இருக்குமப்பா, ஜப்பார், ரஹீம், ரகுமான்னு.”

“கரீம், அப்துல் கரீம்.”

“கரீமு, நான் பாக்றதுக்கு சீட்டா (ஒல்லியான மனிதன்) மாறி இருப்பேன். ஒருகாலத்துல உன்னாட்டம் இருந்தேன். எங்கூட ரெயில்வே பசங்க செய்துக்றாங்கோ, பாக்சருங்க செய்துக்றாங்கோ, போலீஸ்காரங்க செய்துக்றாங்கோ, அதுல சொல்றேன். நீ கன்ஃபிட்டா இருக்கணும்னா மாடில செய் வேணான்ல. மாடில ஓடம்பை பெருசாக்கி எடுக்லாம். நல்லா செய்துட்டு முட்டை, மூக்கடலை, கேவுரு, பீஃபு, எலும்பு சூப்புனு

செலுவு பண்ணி சாப்டியானா ஜிங்குன்னு ஏறும். அது வேற. ஆனா, காம்பட்டீஷன் கெனாக்கண்டுக்னு இருந்தியாகண்டி மொட்டமாடி செரியாவாது. ஜிம்முக்குப் போ. தனித்தனியா ஒவ்வொண்ணுக்கும் செய்ணும்னா அதுதான் செரியாவும்."

"ஜிம்முக்குப் போகாம முடியாதாண்ணா."

"யார்ரா முடியாதுண்ணா? முடியும். ஆனா... இங்க பார், மின்னல்லாம் அடுப்புன்னா வெறவடுப்புதான... அப்புறம் திரி ஸ்டவ்வு, பம்ப் ஸ்டவ்வு. இப்ப உங்கூட்ல வெறவா? கிஸ்னாயிலா? கேஸா?"

"கேஸ்."

"அதாண்டா சொல்றேன்."

அப்துலுக்கு அவர் காட்டிய உவமைகள் பிடிபடவில்லை. நவீனப்படுத்துவதின் சிறப்பு குறித்து ஏதோ சொல்கிறார் எனப் புரிந்துகொண்டான்.

"இங்க எதுனா ஜிம் பாத்தியா?"

"ஜாம்பஜார்ல ராக் ஃபிட் பார்த்தேன்."

"நீலமேகம் இருந்தானா?"

"பேரு தெரியல. கருப்பா இருந்தாரு. உயரமா ஃபிட்டா. போலீஸாட்டம் மீசையெல்லாம் முறுக்கி வெச்சு."

"நீலமேகந்தான். அங்க போறியா?"

"ஒருக்கா முக்தார் பாய் கூப்டுக்குனு போனாரு?"

"ன்னாது முக்தாரை உனுக்குத் தெரியுமா? சொல்லவேல்ல."

"ஜிம் பத்தி மட்டும் பேசனதால சொல்லண்ணா."

"போப்பா போயி முக்தாரை இட்டும்போயி நீலமேகத்தாண்ட சேர்ர வழியைப் பாரு. செல்வி ஓக்கே சொல்லிட்சுல்ல, மாடிக்கு

வா போ செய், யாரு வேணான்றா? ஆனா, உன் தேவைக்கு செய்ணும்னா ஜிம்ல செய். அவ்ல்தான், பொறப்படு.”

★

அப்துல் தன்னுடைய ஆணழகன் கனவுப் பாதையில் தீர்மானமான முடிவு ஒன்றை எடுத்தான். ஆர்.டி. ஜிம் தவிர வேறு எங்கும் செல்வதில்லை. மாஸ்டர் என்றால் அது தாஸ் மாஸ்டர் ஒருவர்தான். மொட்டைமாடி ஜிம் தற்காலிகம்.

முக்தார் பாய் உம்ராவிலிருந்து திரும்பியிருப்பார். ஒருநாள் வேலை முடிந்ததும் மீர்சாகிப்பேட்டைக்குச் சென்று மரியாதை நிமித்தமாக அவரைப் பார்த்துவர வேண்டும். உடற்பயிற்சிகள் ஒழுங்காகச் செல்கின்றன என்னும் தகவலை அவருக்குத் தரவேண்டும். அது தேவையில்லை, பார்த்ததும் அவரே உடற்பயிற்சி எப்படிச் செல்கிறதெனத் தெரிந்துகொள்வார்.

செல்வி ஏதோ நிறைவான தருணத்தில் மொட்டைமாடிப் பயிற்சிக்கூடத்தில் உடற்பயிற்சி செய்ய அனுமதித்துள்ளார். பல்லவன் கிளாசிக் போட்டியைப் பார்க்கச் சென்ற அன்று வந்த கோபத்துக்கு செல்வி மறுத்திருந்தால் பின்பு என்றும் அவன் மாடிக்குச் செல்ல இயலாமற் போயிருக்கும். நிலைமை சாதகமாக அமைந்ததைப் பயன்படுத்த வேண்டும். அப்துலைப் பொறுத்தவரையில் மொட்டைமாடிப் பயிற்சியால் அவனுக்கு உடற்பயிற்சிக்கூடத்துக்கு மாதாமாதம் கட்டவேண்டிய தொகை மீதமாகும். அது பெரிய சேமிப்பு.

பார்த்திபன் அண்ணாவின் உரையாடலைத் தொடர்ந்து அவனுக்கு வந்த யோசனை உடலை உரமேற்றிக்கொள்வதும் பின்னர் செதுக்குவதும். தாஸ் மாஸ்டர் என்றோ இந்த ‘பல்கிங் அன் கட்டிங்’கை யாருக்கோ சொன்னார். அதை அவன் முயற்சி செய்தால் என்ன? பார்த்திபன் அண்ணா சொன்னதையே செய்வது. நன்றாக உண்டு உடலை வளர்ப்பது. பயிற்சிகள் செய்து வலுவைக் கூட்டுவது. ஆறு மாதங்கள் இப்படியே தொடரலாம். தாஸ் மாஸ்டர் சொல்லியதைப் போல்,

“காசு இருக்கா? சிக்கன் சாப்டு” முடிவுசெய்தான். ஞாயிறு விடுமுறையில் தாஸ் மாஸ்டர் மாலையில் பயிற்சிக்கூடத்துக்கு வருவார். அவரைச் சந்தித்து தான் நினைத்துள்ளதைப் பகிர்வது. ஒப்புக்கொள்வார். ஒப்புக்கொள்ளும்படி பேசவேண்டும். இப்பொழுதே தாஸ் மாஸ்டரிடம் செல்லக்கூடாது. முதலில் இங்கேயே உடலைப் பெருக்கிக்கொண்டு அதன் பின்னர் அவர் முன்னே போய் நிற்கவேண்டும். பெருக்குதல் என்றால் உப்புதல் அல்ல; பயிற்சியுடன் சேர்த்து உரமேற்றிப் பெருக்குதல்.

அடுத்த நாளே பார்த்திபன் அண்ணாவைச் சந்தித்து மொட்டைமாடிக்கு தானும் பயிற்சிக்கு வரப்போவதைச் சொன்னான். “சொன்னேன்ல நீலமேகத்தாண்ட போடான்னு” துவங்கியவரை “அண்ணா ஒரு நிமிஷம்” என நிறுத்தி, இன்னும் உடலுக்கு இதனினும் நல்ல வடிவம் கிடைத்த பிறகு மௌலிவாக்கம் தாஸ் மாஸ்டரை சந்தித்துப் பேசி மேற்கொண்டு செதுக்கும் ஆலோசனைகளைப் பெற இருப்பதை விளக்கினான். உரமேற்றிப் பின்னர் செதுக்க நினைத்திருப்பதை அவரிடம் சொன்னான். பார்த்திபன் தலையை அழுத்திக்கொண்டு வானத்தை அண்ணாந்து பார்த்தார். “அப்டியே செய்” என்றார்.

மொட்டைமாடி உடற்பயிற்சியில் அவன் ஆர்.டி.ஜிம்மில் செய்ததுபோல் உடற்பயிற்சிக்கான உடை அணிந்து பயிற்சி செய்யவில்லை, எல்லோரையும்போல கையில்லா பனியனும் லுங்கியும் அணிந்து பயிற்சி செய்தான். வழமையிலிருந்து மாறாமல் எப்போதாவது மொட்டைமாடிக்கு வரும் பார்த்திபன் அவனுக்கு எடைப்பயிற்சிகளை அறிமுகம் செய்தார். ஏற்கெனவே தோப்புக்கரணம் இட்டுப் பழகிய கால்களாதலால், முதலில் கம்பியைத் தோள்களில் வைத்துக்கொண்டு தோப்புக்கரணம் போடச்சொன்னார். பிறகு அதில் எடைத்தட்டுகளை ஏற்றினார். அவர்களிடம் ஆர்.டி. ஜிம்மில் இருப்பதுபோல் அதிகமான எடைத்தட்டுகள் இல்லை. இருப்பதை வைத்து எவ்வளவு திறம்படச் செய்யவேண்டுமோ அவ்வளவு செய்யவேண்டும். அவன் அப்படியே செய்தான்.

பொடிநடையாக ரிச்சி தெருவுக்குச் சென்று பழைய திறன்பேசி ஒன்று வாங்கினான். ‘டேட்டா பேக்’ இட்டான். உதயகுமரனை அழைத்தான். நலமாக இருப்பதாகவும் நிறைய தொடர்பாடல்களைப் பழகுவதாகவும் சொன்னான். அவர் மகிழ்ச்சியைத் தெரிவிக்கும்போது அறிவுரை சொன்னார்.

“கரீமு. சிட்டிக்குள்ள ஓட்ற, வேலை பழகுற, எல்லாம் சரி, இனிமே யார்ட்டயாவது பேசும்போது வார்த்தைக்கு வார்த்தை அண்ணா அண்ணா சார் சார்லாம் சொல்லாத, சரியா? மரியாதைக்கு ஒருமுறை சொன்னா போதும்.”

“ட்ரை பண்றண்ணா.”

“இதைத்தான வேணான்றேன். ட்ரை பண்றேன், முயற்சி செய்றேன். இது போதும்.”

“சரி.”

“சூப்பர்.”

“ஆட்டோ ஸ்டாண்ட் எப்படி இருக்கு?”

“சூப்பரா இருக்கு. பரமேசுவரன் ரொம்ப பிசி. அவரு தம்பி ஆட்டோ இறக்கிடுவாராட்டம் இருக்கு. உன்னைக் கூப்பிட்டாங்களா?”

“இப்ப எதுவும் கூப்புடலை. நான் அங்கேர்ந்து இங்க வேலைக்கு வரும்போது சொன்னார்.”

“உன்னைக் கூப்பிட்டா வருவியா?”

“தெரியலை. அந்த நேரத்துல எப்படின்னு பார்த்துட்டு முடிவு செய்யணும்.”

“அதுதான் சரி. அந்த நேரத்துல என்ன தேவையோ அதைப் பார்க்கலாம்.”

தொடர்பைத் துண்டித்ததும் சிந்தித்தான். பரமேசுவரன்

அழைத்தால் அவனால் இந்த வேலையை விட்டு விலக முடியுமா? வேலையில் சேர்வதும் விலகுவதும் அவன் வந்த நாள்களிலிருந்து இங்கு சாதாரணமாக நிகழ்கிறது, பார்க்கிறான். திடீரென்று வருகிறார்கள், திடீரென்று கணக்குப் பார்த்து கடைசிச் சம்பளம் வாங்கிச் செல்கிறார்கள். சிலர் ஒரு வாரம் வருகிறார்கள்; அடுத்த வாரம் வருவதில்லை.

செல்வி பதினைந்து ஆண்டுகளுக்கும் மேலாக அங்குதான் இருக்கிறாராம். அவனுக்குத் தகவல் கிடைத்தது. அலுவலகத்திலிருந்து நடந்து செல்லும் தூரத்தில்தான் பக்கத்தில் எங்கோ அவர் வசிக்கும் தகவலும் அவனுக்கு இப்போது தெரியும். எதுவரையில் படித்துள்ளார் என்னும் தகவல் இன்னும் கிடைக்கவில்லை. நிச்சயமாக அவனைப்போல் பத்தாம் வகுப்புத் தேர்வில் தோல்வியடைந்திருக்க வாய்ப்பு இல்லை. எத்தனை கணக்கு வழக்குகளைப் பார்க்கிறார். ஆங்கிலம் பேசுகிறார். எப்போதாவது பெரிவரிடம் இந்தியில் பேசுகிறார். வடநாட்டிலிருந்து அழைப்புகள் வந்தால் இந்தியும் ஆங்கிலமும் கலந்து பேசுகிறார். அதிகம் படித்திருப்பார். அந்த விபரங்களும் என்றாவது அவனுக்குக் கிடைக்கும். கிடைக்காவிட்டால் அவனாகத் தேடியும் பெற்றுக்கொள்வான்.

செல்வி என்ன படித்திருந்தால் அவனுக்கு என்ன? ஏன் அவனுக்கு இந்தக் கவலை? புதுக் குழப்பம். செல்வி அங்கு பணிபுரியும் ஆண்டுக்கணக்கு அவனுக்குத் தெரிவது இயல்பு. செல்விதான் இந்த நிறுவனத்தில் எல்லாம், பதினைந்து ஆண்டுகளாகப் படிப்படியாக இந்த நிலைக்கு உயர்ந்துள்ளார். இந்தத் தகவலை நீண்ட நாள்களாக நிறுவனத்துடன் தொடர்புடைய யார் வேண்டுமானாலும் சொல்லலாம். அது ஒன்றும் அத்தனை பெரிய தகவல் அல்ல. ஆனால் செல்வியின் வீடு எங்கு இருக்கிறது என அவன் தெரிந்துகொள்ள நினைத்தது?

“மேடம் சரியா டயத்துக்குக் கௌம்பிர்ராங்க இல்ல? பஸ்ஸு பிடிச்சு போகவேண்டியதா இருக்கும், லேடீஸ்ல.”

“செல்வி மேடம் வீடு பக்கத்துலதான். பத்து நிமிஷத்துல நடந்தே

போயிருவாங்க.”

அப்படித் தெரிந்தது தகவல்.

இங்கிருந்து பத்து நிமிடங்களில் எந்தெந்தப் பகுதிகளுக்கு நடந்து செல்ல முடியும். ஆதம் மார்க்கெட்? வாய்ப்பு இல்லை. தாயார் சாகிபு தெரு? எல்லீஸ் சாலை? உள்ளுக்குள் எங்காவது? ஜாம்பஜார்? ராக் ஃபிட் ஜிம்முக்கு அருகில் எங்காவது? செல்லப்பிள்ளையார் கோயில் தெரு அவனுக்குத் தெரியவில்லை. பெரியவருக்குக் கண்டிப்பாக வீடு தெரிந்திருக்கும். வீட்டு முகவரி தெரியாமல் இத்தனை ஆண்டுகள் வேலையில் வைத்திருப்பார்களா? வீட்டு முகவரி அவனுக்குத் தெரிந்தால் மட்டும் என்ன நடக்கப்போகிறது? அந்தப் பக்கம் செல்ல முடியுமா? சென்றாலும், “சும்மா இந்தப் பக்கம் கடைக்கு வந்தேன் மேடம். உங்களைப் பார்த்துட்டுப் போகலாம்னு வந்தேன்” சொல்லிவிட்டு வீட்டுக்குள் நுழைந்து காபி குடித்துவிட்டுப் பொறுமையாகப் புறப்பட முடியுமா? ‘டெலிவரி பையன்’ ஆட்டோ ஓட்டுநரை யாராவது அப்படி அழைத்து காபி போட்டுக் கொடுப்பார்களா?

எப்பொழுதும் இங்கு இப்படியேவா இருப்பான். பரமேசுவரன் அழைத்தால் நிறுவனத்தில் நன்றி சொல்லிவிட்டு மௌலிவாக்கம் நோக்கிப் புறப்படவேண்டாமா? எதுவாக இருந்தால் என்ன? அவனுக்கு செல்வியை நினைப்பது பிடித்திருக்கிறது. செல்வியின் அதிகாரம் பிடித்திருக்கிறது. பெரியவரிடம் பேசும்போது பணிவாகவும் இந்தப் பக்கம் திரும்பி யாரிடமாவது வேலை சொல்லும்போது அதிகாரமாகவும் நொடியில் தோரணையை மாற்றும் பக்குவம் பிடித்திருக்கிறது. கண்டிப்பாக இருப்பது போல நடிப்பதை செல்வியிடம் கற்றுக்கொண்டான்.

பயணிகளிடம் பேரம் பேசும்போது முகத்தில் எந்த உணர்ச்சிகளையும் காட்டாமல் இருக்கக் கற்றிருந்த அவன், பணியாளர்கள் சலுகை கேட்கும்போது முகத்தில் எந்த உணர்ச்சியையும் காட்டாமல் பதில் சொல்லும் செல்வியை வியக்கின்றான். செல்வியின் ஆளுமை மட்டும் இதற்குக் காரணமாக இருக்கும் வரையில் இப்படியே தொடரலாம்.

ஆளுமைகளை வியப்பதில் பிழையில்லை. அவனுக்கு என்னவோ அது ஆளுமைக்கும் மேலாக ஏதோ ஒன்று போலத் தோன்றியது.

வேலையிலிருந்து விலகுகிறேன் என்றால் செல்வி எப்படி பார்ப்பார்? தான் சிபாரிசு செய்து பணியில் வந்தவன் விலகுவதை நினைத்து வருத்தப்படுவாரா? தன்னைப்போல் பலர் இருக்கிறார்கள். பொலிரோ ஓட்டுநரும் இருக்கிறார். அலுவலகத்தில் ஆள்கள் இருக்கிறார்கள். பட்டறையில் ஆள்கள் இருக்கிறார்கள். கடையிலும் இருப்பார்கள். இவர்களில் எத்தனை பேரை செல்வி வேலைக்கு வைத்தாரோ? தானும் அவர்களுள் ஒருவனைப் போலத்தான். செல்வி வேலையில் சேர்த்தார் என்பதற்காக இங்குதான் கடைசிவரையில் இருக்கவேண்டுமா? ‘ஹெவி’ எடுத்து சம்பளத்தைக் கூட்டித் தந்தால் இருக்கலாம் அல்லவா. செல்வி சொல்வதைச் செய்துகொண்டு இங்கேயே இருக்கலாம். ஆணழகன் போட்டி, பதக்கம், அரசு வேலை இவற்றை எப்படி மறந்தான்? அதில்தான் கவனமாக இருக்கவேண்டும். அங்கு சென்று சேரும் வரையில் ஆட்டோ ஓட்டலாம். இங்கு இருந்தால் ஆட்டோ ஓட்டலாம், பொலிரோ பிக்-அப் ஓட்டலாம், அதிகமாக ஏதாவது சுமையுந்து ஓட்டலாம், அதற்குமேல் முடியாது. அதனால் என்ன? செல்வி சொல்கின்ற வேலைகளை செய்யப்போகிறான். அதுதான் அவனுக்கும் பிடித்திருக்கிறதே. நாளை செல்வி வேலையை விட்டு விலகினால்? செல்வி இந்த வேலையிலிருந்து விலகுவாரா? செல்விக்கு திருமணம் ஆகியிருக்குமா? ஆகியிருக்கும். இவ்வளவு நல்ல அதிகாரமான வேலையில் இருந்துகொண்டு இன்னும் திருமணம் ஆகாமல் இருக்க வாய்ப்பு இல்லை. திருமணம் ஆகியிருந்தால் செல்வியின் கணவருக்கு மாற்றல் கிடைத்தால் செல்வி வேலையை விட்டு மாறவேண்டும் அல்லவா, அப்படி மாறினால்?

வேறு யாராவது செல்வியின் பதவிக்கு வந்து அவன் ஏதாவது வேலையை மறுக்கும்போது அவர்கள் அவனிடம் “அடிங்ங்..” என்றால் அமைதியாக அவன் கேட்டுக்கொண்டிருப்பானா? சாவியைத் தூக்கி முகத்தில் அடித்துவிட்டுக் கிளம்பியிருப்பானா?

செல்வியின் நினைப்பைத் துண்டித்து கனவிலிருந்து இயல்பு நிலைக்கு வந்தான்.

சீக்கிரமாக பரமேசுவரன் அழைத்தால் மௌலிவாக்கம் சென்று ஆர்.டி. ஜிம்மில் உடல் வளர்க்கலாம். இங்கு 'பல்க்கிங்' வேகமாகச் செல்கிறது. தாஸ் மாஸ்டர் கண்டிப்பாகத் தேவையான பயிற்சிகளைத் தந்து 'கட்டிங்'கும் வேகமாக நடக்கும். ஆனால், பரமேசுவரன் அவனை அழைப்பதற்கு நாள்காளாயின. பரமேசுவரனின் தம்பிக்கு ஆட்டோ இறங்க நாள்களானது. அவர்களுக்கு மட்டும் இல்லாமல் கூடவே நிறைய ஆட்டோக்களுக்கும் அப்போதைக்கு அனுமதி தாமதமாவதாகப் பேசிக்கொண்டார்கள். பினாமி ஆட்டோக்கள் நிறைய ஓடுவதால் அதனைக் கட்டுப்படுத்த இப்படித் தாமதம் என வதந்தி உலவியது. அப்படியல்ல, குறிப்பிட்ட தயாரிப்பில் ஏதோ குழப்பம், அதனால் மாசுக் கட்டுப்பாடு நிறுத்தி வைக்கிறது என இடையில் கொளுத்திப்போட்டார்கள். அது பற்றவில்லை. ஆட்டோ தயாரிப்பாளர்கள் அரசுடன் பேச்சு வார்த்தை நடத்தி விரைவில் வண்டிகளை இறக்க முயற்சி செய்வதாகத் தகவல் வந்தது. தொலைக்காட்சியிலும் 'புதிய ஆட்டோக்கள் வருவதில் தாமதம்' வார்த்தைகளில் செய்தி ஓடியது. எந்தச் செய்தியும் உறுதியான ஆதாரத்தை வைத்து இதுதான் காரணம் என்று சொல்லவில்லை. இந்தத் தாமதம் அவனுக்கு உடல் வடிப்பதில் உதவினாலும், இன்னொரு பக்கம் தொந்தரவு செய்தது.

"அடிங்ங்..." கனவில் யாரோ வந்து தூக்கத்தைக் கலைத்தார்கள். 'பல்லவன் கிளாசிக் 2012 பார்ப்பவனே! மாமல்லன் மகேந்திர பல்லவனைத் தெரியுமா?' யாரோ வந்து காதில் வந்து செந்தமிழில் கிசுகிசுத்தார்கள். என்ன படித்துள்ளார் என விசாரித்து அறிந்துகொள்ளும் நினைப்பில் உறக்கம் வருவதில்லை. இந்தத் தொந்தரவுகள் இருந்தாலும் அவன் செல்வியிடம்தான் இன்னும் சில நாள்கள் வேலை செய்யவேண்டும். அந்த வயதுக்கு எதையாவது நினைத்துக் கனவிலும் அடிக்கடி வீழவேண்டும்.

12

குறிப்பு:

1970 முதல் 1975 வரை தொடர்ந்து ஆறு ஆண்டுகள் மிஸ்டர் ஒலிம்பியா பட்டத்தைத் தக்கவைத்துக்கொண்டவர் அர்னால்டு ஷ்வார்ஸ்னெகர். அதற்குப் பின் மூன்றாண்டுகள் இடைவெளி விட்டு மீண்டும் 1980 ல் மிஸ்டர் ஒலிம்பியா பட்டத்தை வென்றார். அர்னால்டுக்குப் பின் தொடர்ச்சியாக மிஸ்டர் பட்டத்தை சில ஆண்டுகள் தக்கவைத்துக் கொண்டவர்கள், லீ ஹானெ, டோரியன் ஏட்ஸ், ரோன்னி கோல்மன், ஃபில் ஹீத்.

★

2012-ல் பல்லவன் கிளாசிக்கில் 75 கிலோ எடைப் பிரிவில் ‘டாப் ஃபைவ்’ என்று அழைக்கப்படும் முதல் ஐந்து இடங்களுக்குள் ஆர்.டி. ஜிம்மின் அரவிந்தன் இடம் பிடித்தான். அதன் பிறகு நடந்த போட்டிகள் அனைத்திலும் தவறாமல் இடம் பிடித்து, கடைசியில் தேசிய ஆணழகன் போட்டிக்காகத் தமிழக வீரர்களைத் தேர்வு செய்யும் போட்டியில் முதல் மூன்று இடங்களுள் ஒன்றைப் பிடித்தான். அரவிந்தனின் ‘மியூசிக் போஸ்’ (பின்னணியில் ஒலிக்கும் இசையுடன் இணைந்து தசைகளை முறுக்கிக்காட்டுதல்) அட்டகாசம், அவனுக்குதான் முதல் பரிசு என்றார்கள். இருப்பினும் முதல் மூன்றுக்குள்

ஒன்றாகத்தான் அவனாக வர முடிந்தது. தேசிய அளவில் செல்ல 'ரிசர்வ்'வில் இருந்தான். கடுமையாகப் பயிற்சிகளைச் செய்தான். மியூசிக் போஸில் ஆடி ஆடி அழகைக் கூட்டினான். அவனுடைய நல்ல நேரம் அவனுக்கு 75 கிலோ பிரிவில் தமிழ்நாட்டின் சார்பாகப் போட்டியில் கலந்து கொள்ள வாய்ப்புக் கிடைத்தது. வெண்கலம் கொண்டு வந்தான். ஆர். டி. ஜிம்மில் கொண்டாடினார்கள்.

ஆர்.டி. ஜிம், 2013 லும் இப்படிக் கொண்டாடவேண்டும். அந்தக் கொண்டாட்டத்தை நிகழ்த்திக் காட்டுவது அப்துலின் வெற்றியாக இருந்தால், அவனுடைய வேலை வாய்ப்புக் கனவு நிறைவேறும். உடலை உரமேற்றும் பயிற்சிகளை சிறப்பாகச் செய்கிறான். தேவைப்படும் அளவுக்குத் தசைகளை வளர்த்திருக்கிறான். 'செம பாடி. போலீஸ் மிலிட்டரி எதுனா இருக்கும். இல்லீனா பாடிகார்ட்' எனப் புதிதாகப் பார்ப்பவர்கள் சொல்லும் அளவுக்கு உடலை வடித்தான். ஆணழகன் போட்டிக்காக அதைச் செதுக்கத் துவங்கவேண்டும். அந்தச் செதுக்கல் நிகழ்ந்தால்தான் அவனால் போட்டியில் வெல்ல முடியும். காலம் அவனுக்கு வாய்ப்பு வழங்க ஆயத்தமாக இருந்தது.

88K பேருந்தில் அமர இடம் கிடைத்ததும் கைப்பேசியை எடுத்து *SIVAKAMEIN SAPATAM* தட்டித் தேடினான், அது *SIVA-GAMIYIN SABATHAM* காட்டியது. சொடுக்கினான். விவரங்கள் திரையில் குவிந்தன. வீடியோக்களைத் தொட நினைத்து டேட்டா கணக்கும் சேர்ந்து நினைவுக்கு வந்ததும் தமிழில் இருந்த சுட்டியைச் சொடுக்கினான். படித்தான். இணைப்பைத் துண்டித்துவிட்டு உதயகுமரனை அழைத்தான்.

"அண்ணா, கரீம் பேசறேன்."

"சொல்லு."

"சவாரில இருக்கீங்களா?"

"முடிச்சிட்டேன் சொல்லு."

“சிவகாமியின் சபதம் இது புஸ்தகமாண்ணே?”

“இப்ப ஏன் போனைப்போட்டு அதைக் கேக்குற? எரைச்சலா இருக்கு. பஸ்ல இருக்கியா?”

“ஆமா பஸ்ல இருக்கேன்.”

“சிவகாமியின் சபதம் கதை. கல்கி. படிக்க ரொம்ப இன்ட்டரஸ்டா இருக்கும். அதெல்லாம் படிக்கணும். பஸ் எங்க இருக்கு? நந்தனம் வொய்யெம்சியே கிராஸ் பண்ணிட்டியா?”

“அறிவாலயம் கிராஸ் பண்ணியாச்சு, தோ வொய்யெம்சியே.”

“எதுக்குக் கேட்டேன்னா, நீ சொன்னியே சிவகாமியின் சபதம் அது புத்தக் கண்காட்சில கெடைக்கும். பொன்னியின் செல்வன் கிடைக்கும். வொய்யெம்சியேல ஏறங்குனா புத்தகக் கண்காட்சிக்கு ஃப்ளெக்ஸ் வச்சிருப்பாங்க, கூட்டமா இருக்கும். மிஸ் பண்ண மாட்டே.”

“நந்தனம் இப்ப கிராஸ் பண்ணிட்டேன், சைதாப்பேட்டை...”

அது 2013-ம் ஆண்டு நடந்த புத்தகத் திருவிழா. அந்த ஆண்டுக்குள் விளையாட்டுத் துறை இட ஒதுக்கீட்டில் அப்துல் வேலைக்குச் சேரவேண்டும்.

★

பரமேசுவரனின் தம்பி அப்துலை அழைத்தார். சொன்னது போல் இரண்டு வண்டிகளுக்கு அனுமதி கிடைத்ததையும், அதில் ஒரு வண்டியை அவனுக்குக் கொடுப்பதாகவும் தகவல் தந்தார். அவன் நினைத்ததுபோல் மீண்டும் பாய்க்கடை, மீண்டும் ஆர்.டி. ஜிம்மில் தாஸ் மாஸ்டர் மேற்பார்வையில் பயிற்சிகளைத் தொடரலாம். ஆனால், அவனால் செல்வியிடம் வேலையை விட்டு விலகப்போவதைத் தெரிவிக்க முடியுமா?

செல்வியின் கண்களைப் பார்த்துக் குழப்பமில்லாமல் “மேடம் இவ்ளோ நாள் சான்ஸ் குடுத்ததுக்கு தேங்க்ஸ். எனக்கு

மௌலிவாக்கத்துல வண்டி கெடைச்சிருக்கு. வேலையை விடறேன்" சொல்ல முடியுமா? தடுமாறாமல் இருக்க முடியுமா? இன்னும் செல்வியின் படிப்பு குறித்த தகவல்களைத் திரட்டவில்லை. வீடு எங்கிருக்கிறது என்பதும் தெரியாது? இதுவரையில் கைபேசி எண்ணைக் கேட்கும் தைரியம் இல்லை. எதுவாக இருந்தாலும் அலுவலகத் தொலைபேசி வழியாகத்தான். ஒருமுறைகூட அலுவலக நேரமல்லாத நேரங்களில் வேறு எண்ணிலிருந்து அவர் அழைத்ததில்லை.

செல்வியிடம் கைபேசி இருக்கிறதா? அவர் எப்பொழுதாவது கைப்பேசியில் வேலை நேரத்தில் பேசி அவன் பார்த்திருக்கிறானா? கிங் சைக்கிளில் இருந்து அவனுக்கு வேலை வேண்டித் தகவல் அவருக்கு எப்படித் தெரிவிக்கப்பட்டது? அலுவலகத் தொலைபேசி வழியாகவா? எப்படி செல்விக்கு நிச்சயம் திருமணம் ஆகியிருக்குமோ, அப்படி நிச்சயம் அவருக்கென கைபேசி எண்ணும் இருக்கும். வேலையை விட்டுவிடுவதை சாக்காக வைத்துக் கைப்பேசி எண்ணைக் கேட்கலாமா? பேசாவிட்டாலும் எண் இருக்கட்டும்... என்ன குறை வரப்போகிறது. வேலையை விட்டு விலகுவதை செல்வி விரும்புவாரா?

"மேடம் ட்ரிப்பு முடிச்சிட்டு வரேன். உங்கள்ட்ட ஒரு விஷயம் பேசணும். ஆஃபீஸ்லதான் இருப்பீங்க. ஆடிட்டர் ஆஃபீஸ்க்கு வெளில எங்கியும் போவீங்களா?"

"அதுக்கென்ன ட்ரிப் முடிச்சுட்டு? இப்பவே சொல்லு. ட்யூ கட்டி ஆட்டோ எடுத்திருக்க, இங்க வேலையை விட்டுட்டு லைன்ல போகப்போற, அவ்வளவுதான?" கணினித் திரையில் இருந்து விழிகளை எடுக்காமல் சொன்னார்.

பட்டறையில் புல்லட் பாகங்களை மெருகூட்ட ஓடும் சாணைக்கல்லில் இருந்து வரும் சொய்ங் சத்தமாகக் காதில் விழுந்தது. எவ்வளவு இயந்திரத்தனம். பல்லவன் கிளாசிக் 2012 ற்கு அனுமதி அவ்வளவுதானா? இதற்கு எதற்கு சிவகாமியின் சபதம்? பேச்சை வளர்க்க நினைத்தான்.

“ஓன் வண்டி இல்ல. இன்னொருத்தர் வண்டிதான். மொதல்லயே கூப்புர்ரேன்னு சொல்லியிருந்தாங்க. அதுவரைக்கும் இங்க டெம்ப்ரவரியா...”

“ட்ரிப் முடிச்சிட்டு வா, கணக்கு முடிச்சுடலாம். பெரியவர் வரும்போது செக்ல சைன் வாங்கி வைக்கிறேன். ரெண்டு நாள் கழிச்சு வந்து வாங்கிக்க.”

“நாளைக்கு எதுனா ட்ரிப் இருந்தா, ஆளு...” இப்பொழுது கணினித் திரையிலிருந்து முகத்தைத் திருப்பி அவனைப் பார்த்தார். அவனால் அவரைப் பார்க்க முடியவில்லை. தரையில் வைக்கப்பட்டிருந்த உதிரிப் பாகங்களை நோக்கி முகத்தைத் தாழ்த்தினான். “ஒரு போன் பண்ணா டிரைவர் கெடைப்பாங்க. நீ கவலைப்படாத, கௌம்பு.” மீண்டும் அவருடைய கண்களை சந்திக்கும் பாக்கியத்தை கணினித் திரை பெற்றது, அப்துலுக்கு அது கிடைக்கவில்லை.

★

வண்டி எடுக்கையில், தினமும் ஆறு மணிக்கு எடுக்கச் சொன்னார்கள். அவர்களே பள்ளிக்குழந்தைகளை அழைத்துச் செல்லும் மூன்று நடைகளுக்கு ஏற்பாடு செய்தார்கள். வண்டியும் கொடுத்து வாடிக்கையாளரும் கொடுக்கும் முதலாளிகளை எல்லா ஓட்டுநர்களுக்கும் பிடிக்கும். அவனுக்கு உள்ள சிக்கல், ஆறு மணிக்கு வண்டி எடுப்பது. இப்பொழுது மாலையில் உடற்பயிற்சி செய்யவேண்டும் இல்லையென்றால் அதிகாலையில் வரவேண்டும். அதிகாலையில் ஐந்தரைக்கு உடற்பயிற்சிக்கூடம் சென்றாலும், ஆறு மணிக்குள் உடற்பயிற்சிகளை முடித்துவிட்டு வண்டி எடுக்க முடியாது. பயிற்சிகளை நாலரைக்குத் துவங்கினால், ஆறு மணிக்கு வண்டி எடுக்கலாம். ஐந்து மணிக்கு பயிற்சிக்கூடம் திறக்கப்படும். பயிற்சி நேரத்தில் அரைமணியைக் குறைக்கவேண்டும். அதற்குள் முடிக்க இயலுமா? பயிற்சி நேரத்தை இரவுக்கு மாற்றவேண்டுமா? கேட்கலாம்.

தாஸ் மாஸ்டர் புன்னகைத்து வரவேற்றார்.

“வா, அன்னிக்கு பல்லவன் கிளாசிக் வந்துட்டு அரவிந்தனுக்கு மட்டும் கைகுடுத்துட்டு ஓடிட்டியாமே?”

“ஆமா மாஸ்டர், உங்களைப் பார்த்தேன், அரசு சாரோட பிசியா பேசிக்கிட்டிருந்தீங்க, எதுக்கு டிஸ்டர்ப் பண்ணணும்னு பொறப்பட்டுட்டேன்.”

“அது சரி, பல்கிங் கேட்ட, நல்லா பண்ணியிருக்க. டயட் ஹெவியா எடுத்தியா?”

“இல்ல மாஸ்டர் சிக்கனும் முட்டையுந்தான். அங்க, பார்டர் தோட்டம் ஏரியால தள்ளு வண்டிக்கடைகள்ள எலும்பு சூப் கெடைக்குது மாஸ்டர்.”

“ஏன்? இங்கயுந்தான் கெடைக்குது. குன்றத்தூர்ல இருந்த பையனுக்கு இங்க எங்க சூப் கெடைக்கும்னு தெரியாதா?”

“மாஸ்டர் அப்ப எனக்கு டீயும் தேங்கா பிஸ்கெட்டுந்தான் நாஷ்ட்டா.”

“சரி அதை விடு. உனக்கு இதுவரைக்கும் போஸிங் நான் சொல்லவே இல்லைல்ல. அந்த கிளாசுக்கு நீ வர்ரதுக்குள்ள உன் லைன்ல டிஸ்டர்ப் ஆகிட்ட. ஸ்டாண்டுக்கு நீ வரவேணாம்னு சொன்னாங்களாமே. உனக்கும் சப்போர்ட் இருந்ததுதான?”

ஜிம்முக்கு வெளியே நடக்கும் நிகழ்வுகளைப் பெரும்பாலும் தாஸ் மாஸ்டர் ஜிம்முக்குள் கொண்டுவருவதில்லை. அன்று ஏனோ அவனுடைய பழைய கதையைப் பேசினார்.

“மாஸ்டர்...”

“இருக்கட்டும் இருக்கட்டும் பழசை அப்படியே விடுவோம். போஸிங்... எவ்ளோ பேரு இங்க செய்றது பார்த்திருப்ப. அன்னிக்கு காம்ப்படீஷன்ல எல்லா கேட்டகரியும் போஸிங் பண்ணும்போது மைக்ல அரசு சார் ஒவ்வொரு போஸிங் பேரும் சொன்னது கேட்டிருப்ப. பார்க்கலாம் உனக்கு எவ்ளோ ஞாபகத்துல இருக்குன்னு. கெட் ரெடி.”

சட்டையையும் கால்சட்டையையும் கழற்றி கொக்கியில் மாட்டினான். அரையில் இருந்த உள்ளாடையுடன் மட்டும் தாஸ் மாஸ்டர் முன்னே நின்றான். கழுத்திலிருந்து கால் வரையில் அவனுடைய உடம்பைப் பார்த்தார். திரும்பச் சொன்னார். உடம்பின் பின்பகுதியைப் பார்த்தார்.

“டேய், என்னடா லவ் ஹாண்டில் *(love handle* இடுப்பின் பக்கங்களில் கூடும் தசை) லைட்டா வெளில வருது?”

“கன்ட்ரோல்ல வெச்சனே.”

“கண்ணாடில பார்த்தியா?”

“இவ்ளோ பெரிய சைஸ் கண்ணாடில பார்க்க சான்ஸ் கெடைக்கல மாஸ்டர்.”

அவனுக்கு பார்த்திபன் சொன்னது நினைவுக்கு வந்தது. //காம்ப்படீஷன் கெனாக்கண்டுக்னு இருந்தியாகண்டி மொட்டமாடி செரியாவாது. ஜிம்முக்குப் போ//

“பாரு ரியர்ல. தெரியுதா? ஒண்ணும் பிரச்சனையில்லை ஆப்ஸ் எப்படியும் போடப்போற, இதெல்லாம் காணாமப் போயிரும்.”

“கெட் ரெடி, ஸ்டார்ட். ஃப்ரன்ட் டபுள் பைசப்.”

முன் புய இருதசை கைகளை உயர்த்தி மடக்கி புஜபலத்தைக் காட்டினான். நேப்பியர் பாலத்தின் வளவுகளைப்போல் தசைகள் வளைந்து வளைந்து சென்றன.

“ஃப்ரன்ட் லாட் ஸ்ப்ரெட்.”

முன் பட்டைப் பரவல். இடுப்பில் கையை அழுத்தித் தோள்களை நாகம் போல விரித்தான்.

“ரியர் லாட் ஸ்ப்ரெட்.”

பின் பட்டைப் பரவல். திரும்பி முதுகைக் காட்டி நின்று முன்னம் செய்ததையே செய்தான்.

"ரியர் டபுள் பைசப்ஸ்."

கைகளை உயர்த்தி மடக்கி புஜங்களைப் புடைக்க வைத்தான்.

"சைடு செஸ்ட்."

மார்பைப் புடைக்கவைத்து உயர்த்தி, கைகளை முறுக்கித் திரும்பி நின்று பக்கவாட்டு மார்பைக் காட்டினான்.

"சைடு ட்ரைசப்ஸ்."

அதே நிலையில் கைகளைப் பின்னால் கட்டி இறுக்கி, புஜங்களின் கீழ்ப்பகுதியைப் புடைக்க வைத்தான்.

"அப்டாமினல் அன் தைஸ்."

கைகளைத் தலைக்குப் பின்னால் கட்டிக்கொண்டு வயிற்றை இறுக்கினான். கால்களை அகட்டி வைத்து தொடைத் தசைகளை அசைத்துப் பின் இறுக்கி நின்றான்.

"குவார்ட்டர் டர்ன்."

அவனுக்கு இந்த நிற்றல் நிலை தெரியவில்லை, ஆனாலும் 'கால் திருப்பம்' வார்த்தையைப் புரிந்துகொண்டு உடலைக் கால் பகுதி திருப்பிக் காட்டினான்.

"ரிலாக்ஸ்."

போட்டியில் ஒவ்வொரு நிலைக்கும் இடையில் ரிலாக்ஸ் சொல்வார்கள், தாஸ் மாஸ்டர் இடையில் ரிலாக்ஸ் சொல்லாமல் தொடர்ந்து அவனை நிற்றல் நிலைகளை செய்துகாட்டச் சொல்லி, அவனுக்குத் தெரியாத கால் திருப்பத்தையும் சொல்லி கடைசியில் 'ரிலாக்ஸ்' சொன்னார்.

"டிரஸ் பண்ணிக்கோ. வா வந்து உக்காரு."

உடைகளை அணிந்துகொண்டு தாஸ் மாஸ்டரின் மேசைக்கு முன்னே அமர்ந்தான். முன்பு இப்படி ஒருநாள் அவன் அவர்

முன்னே அமர்ந்தபோது மேசையில் பத்திரிகை கிடந்தது. அதன் அட்டைப் படத்தில் இருந்த ஆணழகனின் பெயர் அவனுக்குத் தெரியாது. இப்பொழுதும் மாஸ்டரின் மேசை மேல் ஒரு பத்திரிகை கிடக்கிறது. அதன் அட்டையில் மொட்டைத் தலையுடன் மோஸ்ட் மஸ்குலர் போஸில் (அதிக தசைப் புடைப்பு) ஒற்றைப் புருவத்தை உயர்த்தி, பற்கள் தெரியும் அளவுக்கு சிரிக்கும் ஆணழகன் ஃபில் ஹீத் என்பது அவனுக்குத் தெரியும். கடந்த ஆண்டு மிஸ்டர் ஒலிம்பியா பட்டத்தை வென்றவர் அவர் என்பதும் தெரியும்.

“அப்துல், அப்செட் ஆகாமக் கேளு, சரியா? பாசிட்டிவ் பாசிட்டிவ்னு பாராட்டிப் பேசி மோட்டிவேட் பண்றது ஒரு டைப். இப்ப நாம அதைக் கொஞ்சம் மாத்துவோம். பல்கிங் நல்லா வந்திருக்கு ஓக்கே. சிமெட்ரி நல்லாருக்கு ஓக்கே அதெல்லாம் பேசவேணாம். நெகட்டிவ் மட்டும் பேசுவோம். தொடை ஏன் பம்ப்-அப் ஆகலை, ஒண்ணு, கட்டிங் சுத்தமாவே இல்லை ரெண்டு, போஸ் பண்ணும்போது ஏன் முகத்தை இறுக்கமா வைக்கற, மூணு, சைடு செஸ்ட்ல மாரை இன்னும் தூக்கி ஏத்திக்காட்டணும் நாலு, மேல படத்துல அர்னால்டைப் பாரு, எப்படி, அப்படி இருக்கணும்... இருக்கணும்னு நினைக்கணும். உனக்கு உடம்பு அட்டகாசமா இருக்கலாம், அது மத்தவங்க நீ போகும்போது வரும்போது உன்னைப் பார்த்து அப்ரிஷியேட் பண்ணவும் ஜெலஸ் ஆகவும், அவங்கவுங்க இஷ்டம், சரியா? பார்க்றதுக்கு நல்லா இருப்பே. ஓக்கே, ஆனா அது மட்டும் காம்ப்படீஷன்ல மெடல் குடுக்குமா?” தொடர்ந்தார்...

“குடுக்காது. போஸிங்கும் அதோட சேர்ந்தாத்தான் மெடல். எவ்ளோ அழகா உடம்பு வச்சிருந்தாலும் காம்ப்படீஷன்ல எவ்ளோ அழகா போஸ் பண்றேன்றதும் முக்கியம். பம்ப்-அப் பண்ணும்போது வலிக்கும், அது முகத்துல தெரியக்கூடாது, சிரிக்கணும். பல்லைக் காட்டிரு. ஸ்டேஜுல நிக்கும்போது நீ புன்னகைக்கிறியா இல்லியான்னு யாருக்கும் தெரியாது, எல்லார் கண்ணும் உன் உடம்பு மேலத்தான் இருக்கும். முகத்தைப்

பார்ப்பாங்க நீ புன்னகைச்சா தூரத்துலேர்ந்து தெரியுமா? பல்லைக் காட்டி சிரி, தப்பே இல்லை.” தொடர்ந்தார்,

“உனக்கு இன்னும் ஒரு வருஷந்தான் டைம். அதுக்குள்ள அடிக்கணும். டைம் போதும். நாளலேர்ந்து கிளாஸ் போடலாம். டயட் கொஞ்சம் குறைப்பேன். கஷ்டமா இருக்கலாம். பார்க்கலாம் எப்படிப் போகுதுன்னு. நாளைக்கு காலைல பார்க்கலாம்.” முடித்தார்.

“டைம் மாஸ்டர்.”

“சேம் டைம். ஃபைவ்.”

“பரமுண்ணா அவங்க தம்பி ஆறு மணிக்கு வண்டி எடுக்கச் சொல்றாங்க.”

“கஷ்டம். நீ ஈவினிங் வர்ரதுக்கு பாரு. காம்ப்படீஷன் பிரிப்பரேஷன்லாம் ஹாஃபனவர் ஃபார்ட்டிஃபைவ் மினிட்ஸ் க்ளாஸ் போட்டுட்டு அவசர அவசரமா ஓடறதுக்கு சரிப்படாது. நைட்டு கொஞ்சம் டைம் குடுத்து நல்லா தூங்கு. காலைல லைன்ல இரு. ஈவினிங் வா. ஃபுல்லா க்ளாஸ் போடலாம்.”

“ஓக்கே மாஸ்டர்.”

“அப்துல்.”

“மாஸ்டர்.”

“கான்ஃபிடென்ஸ்ஸு, பாடிலேங்குவேஜு, வேற லெவல்ல இருக்கடா. கீப் இட் அப்.”

★

“வா கரீமு வா வா” பரமேசுவரன் வாசலில் நின்றிருந்த கரீமை அழைத்தார்.

“நல்லா பண்ணியிருக்க பாடிய. இது கபடி டீம் ஃபிட்னஸ் இல்ல, பாடிபில்டிங் ஃபிட்னஸ்.”

“அண்ணா அடுத்த வருஷம் எப்படியும் நார்ம்ஸ்குள்ள வந்துருவன். வேலைக்கு...”

“ஒண்ணும் பிரச்சனையில்லை, மெடல் அடிச்சுட்டு வா பார்க்கலாம். அப்புறம், கெஜா மேட்டர்ல எதுக்கோ உன்னை என்கொயரி பண்ணி காக்கா உக்கார பனம் பழம் விழுந்த கதையா... உங்க மாமாகூட இயக்கம் மூலியமா என்னை வந்து பார்த்து, பேசி. செரி விடு இப்ப இதெல்லாம் ஒரு மேட்டரே கெடையாது.”

“மாமா வந்து பார்த்தாரா?”

“ஆமா.”

“எனக்குத் தெரியாதுண்ணா.”

“விடு விடு. இன்னும் ரெண்டு வருஷம் சொடுக்றதுக்குள்ள போயிடும், எலெக்ஷன் வந்துரும், அப்ப நீ ஆட்டோ எடுக்க வேணாம், வேற எதுனா உனக்கு அமையுதான்னு பார்ப்போம். முக்கியமான விஷயம் கரீமு, லைன்ல போகும்போது ஷர்ட்டும் பேன்ட்டும் லூசா போட்டுக்க.”

“உதயகுமரன் அண்ணாவும் லூசா டிரஸ் பண்ண சொன்னாங்க, அப்ப புரியல, இப்ப புரியுதுண்ணா.”

“உதயகுமரன், உன் நெருங்கிய நண்பன்தான? இன்னும் ஏன் அந்தப் பக்கம் நிக்கிறாரு? இந்தப் பக்கம் வரச்சொல்லு போஸ்டிங் எதுனாகூட மேல பேசி ஏற்பாடு செய்யலாம். படிச்ச ஆளு அந்த உதயகுமரன்.”

“அண்ணா, இதெல்லாம் நான் எப்படி அவர்ட்ட? கஷ்டம்.”

“சும்மா கிண்டலுக்குடா. உதயகுமரனா மாறுவாரு? சரி நீ கெளம்பு. நல்லா ஓட்டு, நல்லா சம்பாதிச்சு காசு சேரு.”

★

அப்துல் மீண்டும் மெளலிவாக்கத்திற்குத் திரும்பியதில் அம்மா

மொய்தீன் பாத்திமா மகிழ்ந்தார். மாமாவை பரமேசுவரனிடம் அனுப்பியது அவர்தான். அப்துலுக்கு மாமா வந்து பரமேசுவரனைப் பார்த்தது பிடிக்கவில்லை. அப்துலுக்கு உதவ யாரேனும் பரமேசுவரனிடம் பரிந்துரைக்க வேண்டும் என்ற நிலை கிடையாது. இது அனைவருக்கும் தெரியும். அப்படி இருந்தும் மாமா பரமேசுவரனை அப்துலுக்குத் தெரியாமல் சந்தித்தது ஏன் என அவனுக்குப் புரியவில்லை.

இப்பொழுதும் ஆணழகன் போட்டிகளுக்குத் தடைசொல்ல மாமா முற்படுவாரா? 'போஸிங்' பழகும்போது தாஸ் மாஸ்டர் முன்னால் 'ஜட்டி'யுடன்தான் நின்றான். மாஸ்டர் மட்டுமா அவனைப் பார்த்தார்? நிற்றல் நிலை பழகுகையில் அந்தப் பயிற்சிக்கூடத்தில் இருக்கும் சிலர் பயிற்சிகளை நிறுத்திவிட்டு ஆணழகர்களின் நிற்றல் நிலை உத்திகளைப் பார்ப்பது வழமை. அப்படிச் சிலரும் அவன் உடலைப் பார்த்தார்கள். போட்டியில் கலந்துகொண்டால் ஊரே பார்க்கும். மாமா தடை சொல்வாரா? இப்பொழுது தடை சொன்னால் அவன் கண்டிப்பாக அவரிடம் வாதம் செய்வான். சென்னையிலும் ஹைதராபாதிலும் இருக்கும் முஸ்லிம் ஆணழகர்களின் பட்டியலைக் கொடுப்பான். ஆணழகர் + உடற்கட்டு பன்னாட்டுச் சம்மேளனம் *(International Federation of Bodybuilding and Fitness)* 2013 ம் ஆண்டு நியூயார்க்கில் நடத்திய ஆணழகன் போட்டியில் முதலிடம் பெற்ற மம்தூஹ் அல்சிபாயி *(Big Ramy)* எகிப்திய ஆணழகர் முஸ்லிம்தானே என ஆதாரங்களைத் தூக்கிப்போடுவான். முகமது அலியும் அரைக்கால் சட்டை மட்டும் அணிந்துதானே குத்துச்சண்டைப் போட்டிகளில் கலந்துகொண்டார்.

உடலிலும், தொடர்பாடல்களிலும், புரிதலிலும் அவன் முன்னைக்கு இப்போது திறன்களை வளர்த்திருந்தும் பொருளாதாரத்தில் சொல்லும்படியான முன்னேற்றம் இல்லை. ஆட்டோ முதலாளி ஏற்பாடு செய்த பள்ளிக்கூட நடை மட்டும் அதிக வருமானம். புதிய வண்டி என்பதால் கைபேசி எண் வாங்கிவைத்து அழைக்கும் வாடிக்கையாளர்கள் அவன் வண்டியில் செல்ல முன்னுரிமை தந்து அழைக்கிறார்கள். இவை

தவிர பழையபடி வீட்டுக்கும், வாடகைக்கும், எரிபொருளுக்கும், பார்டர் தோட்டத்தில் அவன் உண்ட உணவுகளுக்கும் வரவு செலவு சரியாகச் செல்கிறது. சொந்த வண்டிக் கனவு நின்ற இடத்திலும், அரசு வேலை வாய்ப்புக் கனவு சற்று நெருங்கியும் இருக்கின்றன.

இரவில் ஆட்டோவை விட்ட பின்னர் ஆர்.டி. ஜிம்மில் அவன் பயிற்சிகள் செய்தான். அவனுடைய சிரமம் தாஸ் மாஸ்டருக்குத் தெரிந்தாலும் உடற்பயிற்சிக் கூடத்துக்கென இருக்கும் விதிகளை அவர் தளர்த்த முடியாது. யாரேனும் புரவலர் அவனுக்கு உதவ முன்வரவேண்டும். இருக்கும் தசைப்பிடிப்பு செதுக்கப் போதுமானது. பார்டர் தோட்டப் பணியில் புரதம் எடுத்து தசைகளை வளர்த்துவிட்டான். இப்பொழுது உணவைக் கொஞ்சம் குறைத்து துணையுணவுகளை அவர் பரிந்துரைக்கும்போது அவற்றை வாங்குவதற்கு அதிகப் பணத்துக்குப் புரவலர்களின் உதவியில்லாமல் நடக்காது. உடல் வளர்ந்தும் பழைய இடத்துக்கே வந்து நிற்கிறானா? இந்தப் போட்டியில் கண்டிப்பாக அவன் வெல்லவேண்டும்.

நான்கு பேர் ஒரே நேரத்தில் பயிற்சி செய்யும் 'மல்டி ஸ்டேஷன்' இயந்திரத்தில் புஜங்களின் கீழ்ப்பகுதியை உறுதிப்படுத்தும் நெம்புகோலில் இணைத்திருந்த கம்பி கழண்டுவிட்டது. மாஸ்டர் பராமரிப்பு ஆள்களை அழைத்தார். அன்றைக்கு வருவதாகச் சொன்னவர்கள் வரவில்லை. இயந்திரத்தின் மூன்று பகுதிகள் இயங்கின. இந்தப் பகுதி இயங்கவில்லை. இரவில் பயிற்சி முடித்துவிட்டு புறப்படுமுன், கம்பியை அப்துல் இழுத்துப் பார்த்தான்.

"விடுறா நாளைக்கு மெய்ண்டனன்ஸ்ல வருவாங்க" என்றார்

"ஒரு ட்ரை மாஸ்டர்."

கீழே சென்று மின்சார சாதனங்கள் விற்கும் கடையிலிருந்து அரை மீட்டர் துண்டு வயர் வாங்கி வந்தான். பல்லால் கடித்து இழுத்து முனையைத் திருகிக் கொக்கி போலாக்கி அறுந்து

உள்ளே கிடந்த கம்பியை வெளியே இழுக்கச் செலுத்தினான். கம்பிக் கொக்கியில் மாட்டி மாட்டிக் கழண்டு கடைசியில் சிக்கிய கம்பி, கொக்கியுடன் சேர்ந்து வெளியே வந்தது. குறடு கொண்டு பிடித்து இழுத்தான், ஒரு அளவுக்கு மேல் வராமல் நின்றது.

“அவ்லதாண்டா இதுக்கு மேல வராது. இப்ப அதை உள்ளவிட்டு ஸ்குரூவால டைட் பண்ணணும்”

இழுத்தான். ஸ்குரூ சென்று இறுக்கும் இடத்தில் கம்பி நைந்திருந்தது. அதை வெட்டி எறிந்துவிட்டு நையாத பகுதியில் ஸ்குரூவை இறுக்கினால் சரியாகும். உடனே வெட்டி எறியாமல் நீளத்தை இழுத்து அளவு பார்த்தான். கம்பியின் நீளம் அரை அங்குலம் கடுதலாக இருந்தது. முனையை மடக்கி உள்ளே செலுத்தினான், போகவில்லை. வெளியே எடுத்துக் குறடால் பிடித்துச் சுற்றிலும் அழுத்திப் பின்னர் பொருத்தினான். ஸ்குரூவை முடுக்கினான். இருக்கையில் அமர்ந்து, நெம்புகோலை இரண்டு கைகளாலும் அழுத்தி ‘ட்ரைசப்ஸ்’ செய்தான்.

“டெம்ப்ரவரியா ஃபிக்ஸ் பண்ணியிருக்கேன் மாஸ்டர். மெய்ன்டனன்ஸ் பண்றவுங்க வந்து கேபிள் லெந்த் சரியில்லைன்னா மாத்தட்டும்ல. அவங்க பார்த்துட்டு சொல்லட்டும். இது டெம்ப்ரவரி.”

தாஸ் மாஸ்டர் அவன் தோளில் தட்டினார்.

“ஈவினிங்ல கிளாஸ் போட்ட பின்ன, எல்லா மெஷின்சையும் துடைச்சே வெக்கிறியா? வாரத்துக்கு ரெண்டு நாள் துடைச்சா போதும். இல்ல, காலைல சுத்தம் பண்ண வராங்கல்ல அப்ப வர உனக்கு வசதிப்படுமா? அவங்க தரையெல்லாம் பெருக்கி சுத்தம் பண்ணட்டும், நீ மெஷின்ஸ் எல்லாம் துடைச்சு வெச்சுரு. வசதிப்படுமா? முடியும்னா செய். நான் பார்ட்னர்ஸ்ட்ட கேட்டு எதுனா காம்பன்சேஷன் தர ஏற்பாடு செய்றேன்.”

அவனுக்குக் கூடுதல் வருமானம் கிடைக்க இன்னொரு வழி பிறந்தது.

13

குறிப்பு:

மம்தூஹ் அல்சிபாயி, 2013 ல் நியூயார்க்கில் நடந்த ஆணழகன் போட்டியில் உலக அளவில் முதல் பரிசு பெற்ற பின், அதே ஆண்டில் நடந்த மிஸ்டர் ஒலிம்பியாவில் 8 வது இடத்தைப் பெற்றார். அதன் பின் பல முறைகள் மிஸ்டர் ஒலிம்பியாவில் கலந்துகொண்டு 2-ம், 4-ம், 5-ம், 7-ம் இடங்களைப் பெற்று முதலிடம் பெறாமல் இருந்தார். தன்னுடைய தொடர் முயற்சியால், ஆண்டு 2020 ல் மிஸ்டர் ஒலிம்பியாவில் முதலிடம் பெற்றார்.

★

2014ஆம் ஆண்டு முழுதும் அங்கங்கு நடந்த போட்டிகளில் பங்கேற்று வென்று பதக்கங்களையும் முதல் பரிசு உட்பட சில கோப்பைகளையும் பதக்கங்களையும் தாஸ் மாஸ்டரின் மேசையில் வைத்தவன், கடைசியாக மிஸ்டர் தமிழ்நாடு போட்டியில் முதலிடம் பெறவில்லை.

மூன்றாண்டுகளாகக் கண்ட கனவு கைகூடாமற் போனது. அந்தப் போட்டியில் அவன் தோற்றிருக்கக் கூடாது. 75 கிலோ எடைப் பிரிவில் முதல் பத்திலிருந்து முதல் ஐந்துக்கு முன்னேறியவன், அடுத்து முதல் மூன்றுக்கு முன்னேறவில்லை.

ஐந்திலேயே நின்றுவிட்டான். முதல் ஐந்துக்கான சான்றிதழுடன் மேடையிலிருந்து இறங்கினான்.

★

தசைப்பிடிப்பை ஏற்றிக்கொண்டு பார்டர் தோட்டப் பட்டறையிலிருந்து மௌலிவாக்கம் வந்து ஆர்.டி. ஜிம்மில் தாஸ் மாஸ்டர் முன்னால் ஆணழகன் நிற்றல் நிலைகளைச் செய்துகாட்டிய நாள் முதல், மிஸ்டர் தமிழ்நாடு போட்டியில் முதல் ஐந்து பேர்களுக்குள் ஒருவனாக நிற்கும் இந்த நாள் வரையில் அப்துல் உடற்பயிற்சிக்குக் கொடுத்த உழைப்பு அசாத்தியமானது. அதிகாலையில் ஜிம்முக்கு வந்து உடற்பயிற்சிக் கருவிகளைத் துடைத்து சுத்தம் செய்வான். ஐந்தரை மணிக்கு மாஸ்டர் வந்ததும் 'குட் மார்னிங்' சொல்லிவிட்டுப் புறப்படுவான். ஆறு மணிக்கு ஆட்டோவை எடுத்து பள்ளிக்கூடக் குழந்தைகளின் 'டியூஷன்' நடை, பள்ளிக்கூட நடைகளை முடிப்பான். யாராவது அழைக்கிறார்களா எனக் கைபேசி ஒலிப்பதற்குக் காத்திருப்பான். சில நேரங்களில் வாடிக்கையாளர் அழைத்து நீண்ட தூரப் பயணம் கிடைத்தால் நிறைவாக இருக்கும். அப்படி நிறைவாக இல்லாத நாள்களில் நிறுத்தத்தில் பயணியர் ஏற்றுவதும், பாய்க்கடை - போரூர் போய் வருவதுமாக நிற்காமல் ஓட்டுவான்.

இராயப்பேட்டை ஐஸ்ஹவுஸ் பகுதிகளுக்குப் பயணிகள் கிடைத்தால் அவர்களை இறக்கிவிட்டு, ஒருநடை முக்தார் பாயைப் பார்த்து வருவான். எத்தனை முறை ஜீபி சாலை வழியாகச் சென்றாலும் சற்றும் திரும்பி பார்டர் தோட்டத்துக்குள் நுழைந்து செல்வியைப் பார்ப்பதில்லை. மாலையில் வண்டியை நிறுத்தி, சாவியைக் கொடுத்துவிட்டு உடற்பயிற்சிக் கூடத்துக்குச் செல்வான். அவனல்லாமல் இன்னும் நான்கு பேர் 2014 ம் ஆண்டு நடக்கப்போகும் போட்டிகளுக்காக ஆயத்தமானார்கள். அவர்களுள் இருவர் காலையிலும் இருவர் மாலையிலும் பயிற்சிக்கு வருவார்கள். யாருடைய நேரமும் அவனது நேரத்துடன் ஒத்துப்போகாது. அவர்களில் இருவருக்குத் தனிப்பயிற்சியாளர்களும் உள்ளார்கள்.

இரவு எட்டு மணிக்கு மேல் பயிற்சியைத் துவங்கி பயிற்சிக்கூடம் மூடும் வரையில் பயிற்சி செய்ய யாருக்கு வசதிப்படும்? உடற்பயிற்சியில் கூட்டாளி இருப்பது அவசியம். உடலில் உரமேற்றும் அதிக பளு தூக்கும் பயிற்சிகளுக்கு சில நேரங்களில் தாஸ் மாஸ்டர் அவனுடன் இருப்பார். சில நேரங்களில் யாராவது கூட்டாளி கிடைப்பார்கள். அதிலும் துவக்க நாள்களில் அவனுடன் கூட்டாளியாக நிற்க யாரும் பிரியப்படவில்லை. நாள்களாக ஆகத்தான் சிலர் முன்வந்தார்கள். தசை வடிப்பிலும் பயிற்சிக்கான உடல் இயக்கங்களிலும் நவீன உடலியல் வெவ்வேறு முறைகளை அறிமுகப்படுத்திக் கொண்டே இருக்கிறது. கணினித் துறையில் எப்படித் தன்னை இற்றைப்படுத்துவது அவசியமோ அப்படித்தான் உடற்பயிற்சிக் கல்வியிலும். அடிப்படை மட்டும்தான் எப்பொழுதும் மாறுவதில்லை. உடல் இயக்கத்தில் சிறிய மாற்றத்தைக்கொண்டு வருவதன் மூலம் தசை வடிப்பில் பெரிய மாற்றங்கள் நிகழும். இதற்கு எடுத்துக்காட்டாக அர்னால்டு பிரஸ்ஸைச் சொல்லலாம்.

அர்னால்டு பிரஸ் என்னும் தோள் அழுத்தச் சுழற்றியை அறிமுகப்படுத்தியவர் புகழ் பெற்ற அர்னால்டு ஷ்வார்ஸ்னெகர். உடற்பயிற்சி உலகில் இந்தப் பயிற்சியை அர்னால்டுக்குக் கற்றுத் தந்தவர் லாரி ஸ்காட் என்றும் ஒரு செய்தி உலவுகிறது. எப்படியிருப்பினும் அர்னால்டு, ஸ்காட் இவ்விருவரின் காலகட்டத்துக்கு முன் தோள்களையும் தோளைச் சார்ந்த இடங்களையும் வலிவாக்க அந்தக் குறிப்பிட்ட உடலியக்கம் இல்லை. ஷோல்டர் பிரஸ் என்றழைக்கப்பட்ட தோள் அழுத்தப் பயிற்சியுடன் கை சுழற்சியையும் இணைத்து அர்னால்டு பிரஸ் அமைக்கப்பட்டது. அது புதிதாக அறிமுகப்படுத்தப்பட்டது. தாஸ் மாஸ்டர் இப்படியான நவீன அணுகுமுறைகளைத் தவறாமல் கவனிப்பவர். உடற்பயிற்சிக் கல்வியில் தொடர்ந்து படிப்பவர். பயிற்சிகள், உணவு முறைகள், முதலுதவி, எனத் தேவையான பட்டயங்களைப் பெற்று அந்தத் துறையில் தன்னை இற்றைப்படுத்திக்கொண்டிருப்பவர். அவருடைய அணுகுமுறை அப்துலுக்கு உதவியது.

அதிக பளுதூக்கி உடலை உரமேற்றும் பயிற்சியைத் தனி ஆளாக நின்று சாத்தியப்படுத்துவது அவனுக்கு சிரமமானது. குறிப்பாக, ஸ்குவாட் எனப்படும் தோப்புக்கரணப் பயிற்சியில் கூட்டாளி இல்லாமல் செயல்படுவது சிரமம். பெஞ்ச் ப்ரஸ் எனப்படும் மார்பழுத்தப் பயிற்சியில் ஸ்பாட்டர் இல்லாமல் செயல்படுவதை தாஸ் மாஸ்டர் அனுமதிப்பதில்லை.

அதிக எடைத் தட்டுகளை ஏற்றி இந்தப் பயிற்சிகளைத் தனி ஆளாகச் செய்வது சிரமம். தாஸ் மாஸ்டர் அதற்கு தீர்வைத் தந்தார். அவனால் எளிதில் தூக்கக்கூடிய அளவுக்கு எடைகளை ஏற்றி, பயிற்சியின் எண்ணிக்கையைக் கூட்டினார். அந்தப் புதிய அணுகுமுறை அவனுக்கு வேண்டிய உடல் உரத்தையும் தசை வடிவையும் தரத் துவங்கியது. சிறிது நாள்கள் தொடர்ந்தான். தாஸ் மாஸ்டர் தொடர்ந்து தன்னுடைய துறையில் நடப்பனவற்றை இற்றைப்படுத்திக்கொள்வதால் கிடைத்த நன்மை அது.

ஆர்.டி. ஜிம்மில் தனிப்பயிற்சியாளர் வைத்துப் பயிற்சி செய்யும் அளவுக்கு அப்துலுக்கு வசதி கிடையாது. இருக்கும் பணம், கிடைக்கும் நேரம், தாஸ் மாஸ்டரின் உதவி இம்மூன்றாலும் எந்த அளவுக்கு அதிகப் பலனை அடைய முடியுமோ அந்த அளவுக்கு அவன் அடைந்தான்.

தமிழ்நாடு அமெச்சூர் ஆணழகன் சங்கத்தின் கீழ் ஹை-பவர் ஜிம் தங்களுடைய 'ஸ்தாபகர் நினைவுக் கோப்பை' 'மிஸ்டர் சென்னை' போட்டியை நடத்தியது. ஆர்.டி. ஜிம்மிலிருந்து ஐவர் அதில் கலந்துகொண்டார்கள். அவர்களுள் தனிப்பயிற்சியாளர் உள்ள இருவரின் பயிற்சியாளர்களுடனும் தாஸ் மாஸ்டர் பேசினார். மற்ற மூவருக்கும் தாஸ் மாஸ்டர் வகுப்பெடுத்தார்.

உடற்பயிற்சிக்கு ஆயத்தப்படுத்தும் பயிற்சிகளில் கால்களை விரிப்பதும், உயர்த்தித் தாழ்த்துவதும் *(leg lifts)*, குனிந்து மாற்றி மாற்றி பாதங்களைத் தொடுவதும் *(alternate toe touch)*, எடைத்தட்டுகளைக் கைகளில் பிடித்து உடலைப் பக்கவாட்டில் வளைப்பதும் *(plate side bends)* முதன்மையாக இருந்தன.

சிலம்பத்தைத் தோளில் வைத்து உடலைச் சுழற்றும் பயிற்சியை *(body twist with stick)* அப்துலுக்குக் கூடுதலாகத் தந்தார். அனுமார் தண்டால் *(lunges)* பயிற்சியில் கால்களுக்கிடையில் கம்பி எடைத்தட்டுகள் இட்டும் *(lunge barbell between legs)*, தோள்களில் பளுவை ஏற்றியும் *(barbell loaded lunge)* பயிலச் சொன்னார். தொடைகள் முறுக்கேறின. கருவியில் அமர்ந்து காலுயர்த்தும் *(leg extension)* பயிற்சியில் சிறிது சிறிதாக எடைகள் கூடின. தொடைத் தசை பிளந்து வெட்டுகள் உருவாயின. போலவே பின்னங்கால் சுருட்டலில் *(leg curl)* கெண்டைத் தசைகள் செதுக்கப்பட்டன. முடித்ததும் தோப்புக்கரணம். எடை ஏற்ற ஒருவருக்கொருவர் உதவினார்கள். கால் அழுத்தப் பயிற்சி *(leg press)* வந்தது. உடற்பயிற்சி என்றால் என்ன என்றே தெரியாமல் இந்தப் பயிற்சிக்கூடத்துக்குள் அவன் நுழைந்தபோது அவனுக்கு அறிமுகமான பயிற்சி. அனாயாசமாக பரமேசுவரன் அண்ணன் கால்களை அழுத்தி எடையை உயர்த்தியதை நினைத்தான். தானும் ஒருநாள் அந்த அளவுக்குத் தன் கால்களில் வலுவேற்றுவான் என நினைத்தானில்லை. இப்போது அது சாத்தியமானது. பஞ்சடைத்த கட்டையில் படுத்து கால்களில் பளுவைத் தாங்கி, நெம்புகோலைப் படக்கென விலக்கினான். எடை கால்களில் ஏறியது. அழுத்தி உயர்த்தித் தாழ்த்தினான். இரும்புக் கம்பிகளில் ஏற்படும் உராய்வுச் சத்தம் கர் கர் எனக் கேட்டது. அன்றொரு நாள் காலையில் கேட்ட அதே கர் கர் ஒலி.

அனைத்துப் பயிற்சிகளும் ஒரே நாளில் கிடையாது. தாஸ் மாஸ்டரின் வழக்கப்படி அவர்களுடைய பயிற்சி அட்டவணை அவருடைய நினைவில்தான் இருக்கும். ஒவ்வொரு நாளும் அன்றைய பயிற்சியைத் தருவார். தோள்களுக்கும் பட்டைக்கும் ‘லாட் புல்’ முன்னும் பின்னும் இழுக்கச்சொல்லி, மார்பை விரிக்க ‘ஃப்ளை’ கருவியில் பயிற்சிகள் தந்தார். இயந்திரத்தில் நின்று இருபக்கமும் கைப்பிடியுடன் தொங்கும் கம்பிகளை வெவ்வேறு நிலைகளில் இழுக்க வைத்தார். ஒருநாள் முகத்துக்கு நேராக, மறுநாள் கீழே அழுத்தி, அடுத்த நாள் பக்கவாட்டில், ஒவ்வொரு இழுப்புக்கும் ஒவ்வொரு தசை தனித்தனியாகச்

செதுக்கப்பட்டது. முதுகுப் பயிற்சியில் அனைவரும் படகோட்டிகளானார்கள் *(t-bar row)*. பொதுவாக, எடைப் பயிற்சியில் மனதை அதிகம் ஈர்க்கும் பயிற்சிகள் இரண்டு. பெஞ்ச் பிரஸ், டீ-பார் ரோ. இவை இரண்டிலும் எடைகள் உயர்வதும் தாழ்வதும் கண்களுக்கு செங்குத்துக் கோணத்தில் நடக்கும். கண்களை இரும்புக் கம்பியிலிருந்து நகர்த்த மனம் வராது. இரும்பை வென்று அழுத்தித் தள்ளுவதும் இழுப்பதுமாக ஒரு சுற்றை முடித்து உடலை நிமிர்த்துகையில் வெற்றிக் களிப்பு ஒவ்வொரு முறையும் உண்டாகும்.

டம்பெல்ஸ்களை இழுத்துப் படகோட்டி *(dumbells row)*, எடைக் கம்பிகளை இழுத்துப் படகோட்டி *(barbell row)*, முதுகுப்புறத்தைச் செதுக்கினார்கள். ஆணழகன் போட்டியில் பின் பட்டைப் பரவலிலும் பின் புயத்தசைப் புடைப்பு நிலையிலும் நின்றார்களெனில் நடுவர்கள் மதிப்பெண்கள் வழங்கத் தயங்க மாட்டார்கள். பார்த்துப் பார்த்துப் பயிற்சிகளைத் தந்தது போல் பார்த்துப் பார்த்து உணவுப் பழக்கத்தைச் சொன்னார். அவரவர் உடலுக்கேற்ற உணவைப் பரிந்துரைத்தார். அப்துலுக்கு உணவைக் குறைத்து, திறனுக்காக அமினோ அமிலத் துணையுணவு *(BCAA drinks)* பானத்தையும் துணை உணவு மாவையும் பரிந்துரைத்தார். அவருக்குத் தெரியும் இந்த அதிகச் செலவை அவனால் தாங்க முடியாது.

துபையில் இருக்கும் பங்குதாரர் ரவிச்சந்திரனை அழைத்துப் பயிற்சிக்கூடத்தில் பகுதி நேரத்தில் வேலை செய்து அங்கேயே பயிற்சியும் செய்யும் இளைஞன் ஒருவனுக்குக் கடன் கொடுக்க அனுமதியும் ஆலோசனையும் கேட்டார், தாஸ் கேட்டு ரவி மறுக்கவா? தாஸ் நினைப்பதைச் செய்யலாம் என ரவி சொன்னார். பணம் கடன் கொடுத்து, கடனை மாதா மாதம் தவணை முறையில் அடைக்கும்படி தாஸ் மாஸ்டர் அப்துலிடம் சொன்னார். அவன் வாங்கக் கூச்சப்பட்டான். எப்பொழுதும் எடுக்கும் உணவிலே செய்கிறேன், வருவது வரட்டும் என்றான். தாஸ் மாஸ்டர் புன்னகைத்தார்.

மாதத் தவணையில் ஆட்டோ எடுப்பதற்கும் இதற்கும் வேறுபாடு இல்லை என சொல்லிக்கொடுத்தார். இரண்டும் முதலீடுதான், ஒன்று வண்டி என்னும் இயந்திரத்தை நமக்காக உழைக்க வைக்க முதலீடு செய்வது, மற்றொன்று உடலையே நமக்காக உழைக்க வைக்க முதலீடு செய்வது. உடல் எப்படி நமக்காக உழைக்கும்? உடல்தான் நமக்காக உழைக்கிறது. அன்றாட வேலைகளையும் உடல்தான் செய்கிறது, அதிகமான உடல் திறன் வேண்டும் வேலைகளையும் உடல்தான் செய்கிறது. ஒவ்வொன்றுக்கும் ஒவ்வொரு மூலதனம். போட்டியில் கலந்துகொள்ள ஆயத்தமாகும் ஆணழகன் உணவுக்காக செலவு செய்வது முதலீடுதான். அவனுக்கு ஓரளவு புரிந்தது. வேண்டுமென்றே அவர் வேலை வாய்ப்புக்கான முதலீடு அது என அப்பொழுது சொல்லவில்லை. முன்பு ஒருமுறையும் வேலை வாய்ப்புக்கான கல்வித் தகுதியைப் பேசும்போது பத்தாம் வகுப்பில் அவசியம் அவன் தேர்ச்சி பெறவேண்டும் என்பதை அழுத்தமாகச் சொல்லியுள்ளார்.

தாஸ் மாஸ்டர் அவனைப் பயிற்சியின் பக்கம் அதிகமாக இழுத்துப் போட்டியின் வெற்றி தோல்விகள் தரப்போகும் லாபநஷ்டங்களை எளிதாகக் கடக்கும் மனப்பக்குவத்தை உருவாக்க முயற்சி செய்தார். அதற்குக் காரணம் இருக்கிறது. செலவு செய்து பயிற்சி செய்தும் போட்டியில் வெல்லவில்லையெனில் மனம் துவளும். பயிற்சிக்கு ஆயத்தமாக இருக்கும் அவனுக்கு செலவுகள் சுமையாகத் தோன்றும். அப்படித் தோன்றினால், அவன் போட்டியில் கல்ந்துகொள்ளாமல் இருப்பது இருக்கட்டும் எனப் பயிற்சியை மட்டும் தேர்ந்துகொள்ள வாய்ப்பு உண்டு. பல ஆணழகர்கள் அப்படியும் உள்ளார்கள். அவன் தொடர்ந்து போட்டிகளில் பங்கேற்றால்தான் நினைக்கும் உயரத்தை அடைய முடியும். வசதியுள்ள மற்ற ஆணழகர்களுடன் சேர்த்து அவனையும் உயரத்துக்குக் கொண்டுபோக தாஸ் மாஸ்டர் நினைத்தார்.

போட்டி நாள் வந்தது. ஆர்.டி. ஜிம்மிலிருந்து பங்கேற்பவர்கள் மட்டும் காலையில் எடை பார்க்கச் சென்றார்கள். தேர்ந்தெடுத்த

எடைப் பிரிவைச் சரிபார்க்க ஒவ்வொரு வீரராக வந்து எடை பார்த்தார்கள். அவனும் மற்றவர்களைப் போலவே அரையாடையுடன் மட்டும் வந்து எடை பார்த்தான். 75 கிலோ பிரிவிலிருந்து மாறவில்லை. மாலையில் அரங்கில் கூட்டம் ஏறியது. ஆர்.டி. ஜிம்மிலிருந்து நண்பர்கள் கூட்டமாக வந்து சேர்ந்தார்கள்.

தாஸ் மாஸ்டர் சரியான நேரத்துக்கு வந்தார். நண்பர்களை சந்தித்துக் கைகுலுக்கிவிட்டு ஆர்.டி. ஜிம் மாணவர்களிடம் வந்தார். போட்டியில் பங்கேற்கும் ஐவரும் போட்டிக்கான அரையாடையுடன் நின்றார்கள். ஜட்டியில் சரியாக அடையாள எண் அட்டையைக் குத்தியுள்ளார்களா என இழுத்துப் பார்த்தார். எப்போது நேரம் வரும் என எல்லோருக்கும் தெரியுமா என்றார்; தெரியும் என்றார்கள். கடைசி வரை காத்திருக்காமல் முன்னதாகவே களிம்பைப் பூசிக்கொள்ளச் சொன்னார். தோளில் இருந்து பையைக் கீழே வைத்து உள்ளேயிருந்து வெவ்வேறு வண்ணங்களில் தடையிழுவைகளை *(resistance band)* எடுத்துப் போட்டார். அவற்றின் மேல் கால்களை வைத்து அழுத்தி நின்றுகொண்டு கைகளால் இழுத்துப் பயிற்சி செய்தால் ரப்பர் நீண்டு சுருங்கி எடைப்பயிற்சியில் எப்படி தசைகள் முறுக்கேறுமோ அப்படி முறுக்கேற்றும். தடையிழுவையில் பயிற்சி செய்து காட்டினார். ஐவரையும் அப்படி பயிற்சி செய்யச் சொன்னார்.

"டம்பெல்ஸ் கொணாரச் சொன்னனே கொணாந்தீங்களாடா?" அவர்கள் செய்யும் பயிற்சிகளைப் பார்ப்பதிலிருந்து விழிகளை நகர்த்தாமல் யாரிடமோ கேட்டார்.

முத்து ஒரு கட்டைப்பையைப் பிரித்து வார்ப்பிரும்பு டம்பெல்லை எடுத்துக் கீழே வைத்தான். ஐந்து கிலோ டம்பெல்ஸ். அதை எடுத்து முன்னே உயர்த்திப் பயிற்சியைக் *(dumbbell front raise)* காட்டினார். அதையும் ஒருவர் மாற்றி ஒருவராக செய்யச் சொன்னார். அறிவிப்பைக் கேட்டு சரியாக எடைப் பிரிவில் இணையச் சொன்னார். மேடையில் ஏறும்போது அனைத்தையும்

மறந்து நினைவில் தான் ஒரு ஆணழகன் என்பது மட்டும் நினைவில் இருக்கவேண்டும் என்றார்.

முத்துவும் அருணும் களிம்பை எடுத்து ஒவ்வொருவராக நிற்க வைத்து ஐவர் உடலிலும் பூசினார்கள். வியர்வையும் களிம்பும் கலந்து உடம்பில் மினுமினுப்பைக்கொடுத்தது. செய்த பயிற்சியில் தேவையான தசைகள் எடுப்பாயின. ஐவரும் தங்கள் எடைப் பிரிவுக்கான அழைப்புக்குக் காத்திருந்தார்கள். ஆர்.டி. ஜிம்மிலிருந்து 65 கிலோ பிரிவில் இருவர் மேடையேறினர். முதல் சுற்றில் வென்று முதல் பத்து வரையில் ஒருவர் தாக்குப் பிடித்தார்.

75 கிலோ எடைப் பிரிவில் அப்துலும் இன்னொருவரும் மேடையேறினர். இருவரும் முதல் சுற்றில் வென்று முதல் பத்துக்கு முன்னேறினர். இன்னொருவர் அதுவரையில் தாக்குப் பிடித்தார், அப்துல் மட்டும் முதல் ஐந்துக்கு முன்னேறினான். ஆர்.டி. நண்பர்கள் கைதட்டிக்கொண்டிருந்தார்கள். அடுத்த சுற்றில் முதல் ஐந்திலிருந்து இருவர் வெளியேறினர். அப்துல் மேடையில் இருந்தான். கடைசிச் சுற்று வெற்றியாளர்களை அறிவிக்கையில் அப்துலின் எண் முதலில் அறிவிக்கப்பட்டது. போட்டிக்கென ஏறிய முதல் மேடையில் அவன் வெண்கலப் பதக்கம் வென்றான். எல்லோரும் கைதட்டினார்கள். தாஸ் மாஸ்டர் கைத்தட்டவில்லை.

'இந்தப் பையன் மட்டும் போஸிங்ல கொஞ்சம் கிரேஸ் கொணாந்தான்னா இனிமே கோல்ட் மெடலே அடிப்பான். சரி ஃபேர்ஸ்ட் காம்ப்படீஷன், ஃபேர்ஸ்ட் ஸ்டேஜ். எக்ஸ்பீரியன்ஸ் ஆகட்டும்' தனக்குத்தானே மனதுக்குள் பேசினார். 85 கிலோ எடைப் பிரிவில் கடுமையான போட்டி இருந்தது. ஆர்.டி. ஜிம்மிலிருந்து மேடையேறியவர், முதல் சுற்று, முதல் பத்து, முதல் ஐந்து வரையில் முன்னேறினார்.

மேடையேறிய ஐவரில் ஒருவருக்குப் பதக்கம், இருவர் முதல் பத்தைத் தொட்டார்கள், ஒருவர் முதல் ஐந்தைத் தொட்டார். அது ஆர்.டி. ஜிம்மின் மகுடத்தில் இன்னொரு சிறகு. குழுவாக

நின்று படம் பிடித்தார்கள். கொண்டாடினார்கள். களிம்பைத் துடைத்துவிட்டு உடை அணிந்தார்கள். தாஸ் மாஸ்டர் அனைவரையும் வாழ்த்திவிட்டு, முதல் சுற்றில் தோற்றவரை அழைத்து ஆதரவாக 'நெக்ஸ்ட் டைம் அடிக்ற, நெக்ஸ்ட் டைம்' சொல்லிவிட்டு, அவருடைய நண்பர்களைப் பார்க்கப் புறப்பட்டார். ஏகப்பட்ட இரைச்சல் இருந்த அரங்கிலிருந்து வெளியே வந்தார்கள். அப்துலைத் தவிர அனைவரும் இருசக்கர வாகனத்தில் வந்திருந்தார்கள். அவன் மட்டும் காலையில் பேருந்தைப் பிடித்து வந்திருக்கிறான்.

"பைக்ல வந்தியா?" ஒருவர் கேட்டார்.

"இல்ல."

"நான் டிராப் பண்ணிர்றேன்."

"உங்களுக்கு எதுக்கு கஷ்டம். நான் பஸ் பிடிச்சு..."

"ப்ரோ, எனக்குத் தெரியும். பாய்க்கடைல ட்ராப் பண்றேன். வாங்க. இங்க விட்டா எடுக்கத்துக்கு பேஜாராய்டும்னு வண்டிய தூரத்துல விட்டுட்டு நடந்து வந்தேன். கொஞ்ச தூரம் நடக்கணும்."

★

அம்மாவிடம் அவனுடைய முதல் வெற்றிப் பதக்கத்தைக் காட்டினான். அவருடைய முகம் மலர்ந்தது. எதிர்பார்த்தது போல், "ஜட்டியோடத்தான் எல்லார் முன்னயும் நின்னு அதை வாங்குனியாடா?" என்றார். அவன் அவரிடம் எதுவும் பேசவில்லை. நியாயப்படுத்த முற்படவில்லை.

அப்பா பதக்கத்தை வாங்கிப் பார்த்தார். "நம்ம குடும்பத்துலயே இப்படி மெடல் வாங்குன முதல் ஆளு நீதாண்டா" அதற்குமேல் அவருக்கும் எதுவும் சொல்லத் தோன்றவில்லை. பரமேசுவரனுடன் வெற்றிச் செய்தியைப் பகிர்ந்துகொண்டான். உதயகுமரன் வாழ்த்தினார். காலையில் பயிற்சிக்கூடத்தில்

தாஸ் மாஸ்டர் மேசையை அவன் பதக்கமும் அலங்கரித்தது. அடுத்த நாள் அனைத்தும் வழமையாயின. அதிகாலையில் எழுந்து பயிற்சிக்கூடம் வருவதும் துடைப்பதும் ஆட்டோ ஓட்டுவதும், மாலையில் பயிற்சி செய்வதும் தொடர்ந்தது. அடுத்தடுத்து இரண்டு போட்டிகள் வந்தன. தமிழ்நாடு + புதுச்சேரி இரண்டுக்குமாகச் சேர்த்து புதுவையில் ஒரு போட்டி வந்தது. சோழிங்கநல்லூர், திருமழிசை, ஆலந்தூர். அனைத்திலும் கலந்துகொண்டான். பதக்கமோ, சான்றிதழோ கட்டுடல் ஆணழகன் சிலையுள்ள வெற்றிக் கோப்பையோ ஏதோ ஒன்றைக் கொண்டுவந்தான். ஒரு போட்டியில் முதல் சுற்றிலேயே தோற்றான். அவன் பயணம் தொடர்ந்தது.

★

“தாஸ், ஐ நீட் எ பி.டி. (பர்சனல் ட்ரைனர்)”

“நீ பிசியோவுக்குல்ல போகணும், பி.டி. ஈஸ் நாட் யுவர் கப் ஆஃப் டீ.”

“ஜோக் போதும். சீரியஸ். எனக்கு வேணும்.”

“இட்ஸ் லக்சுரி. உனக்குத் தேவையான எக்சர்சைசுக்கு பி.டி. தேவையில்ல.”

“லெட் இட் பீ லக்சுரி, எனக்கு ஆள் அனுப்பு.”

“24 செஷன்ஸ் பர் மந்த்?”

“நோ. டூ செஷன்ஸ் பர் வீக்.”

“பாடி வெய்ட் ஓர்க்கவுட் தான. லைட்டா பண்ணு போதும். ஒரு பையனை அனுப்புறேன், ஆனா, பி.எஸ்ஸி கிராஜுவேட் இன் ஸ்போர்ட்ஸ் கோச்சிங்லாம் கேக்கக்கூடாது. சர்டிஃபிகேட்லாம் கெடையாது. பையன் தமிழ்தான் பேசுவான். சண்டேல எப்பன்னாலும் கூப்டு வருவான். வீக் டேஸ்ல நைட் எட்டு மணிக்கு மேல வருவான். ஒக்கேன்னா அனுப்புறேன்.”

“ஈஸ் ஹீ குட்?”

“மெடல் ஹோல்டர். டுக் டிரைனிங் அண்டர் தாஸ்.”

“சார்ஜஸ்?”

“கூகுள் இட். அதிகம் வேணாம், கொறச்சும் வேணாம். பேலன்ஸ் பண்ணி குடு. இட் வில் ஹெல்ப் ஹிம்.”

தனது நண்பர் ஒருவருக்கு தனிப்பயிற்சியாளர் தேவைப்பட, தாஸ் மாஸ்டர் அவனை அனுப்பிவைத்தார். அவனுக்கு உடற்பயிற்சியிலிருந்தும் வருமானம் வரத் துவங்கியது.

★

படிப்படியாக முன்னேறியவன், 2014 ம் ஆண்டில் தான் விரும்பிய மிஸ்டர் தமிழ்நாடு பட்டத்தைப் பெறும் போட்டியில் முதல் ஐந்து இடங்கள் வரையில் மட்டும் செல்ல முடிந்தது. தேசிய அளவிற்கு இனி செல்ல இயலாது. அரசு வேலை வாய்ப்பு அத்துடன் முடிந்ததை நினைத்து உடைந்தான்.

அது நடக்கக்கூடாது என நினைத்துதான் தாஸ் அவனை சில மாதங்களாகப் பக்குவப்படுத்தி வந்தார். இருந்தும் அவன் உடைந்தது அவருக்குப் பிடிக்கவில்லை. அதிகாலையில் எதிர்பார்த்ததைப் போல் அவன் பயிற்சிக்கூடத்துக்கு வரவில்லை. அவரும் அவனை அழைக்கவில்லை. இரவில் வந்தான். சிரமப்பட்டுப் புன்னகையை வரவழைத்து தாஸ் மாஸ்டருக்கு ‘குட் ஈவினிங்’ சொன்னான். உடையை மாற்றிக்கொண்டு ஆயத்தப் பயிற்சிகள் செய்தான். சிலர் அருகில் வந்து ‘நெக்ஸ்ட் டைம் ப்ரோ’ சொன்னார்கள். முகத்தில் புன்னகையைப் பொருத்த முயற்சி செய்தான், அது இளித்தது.

தாஸ் மாஸ்டர் அமைதியாகப் பார்த்துக்கொண்டிருந்தார். அனைவரும் சென்றதும் அவனை அழைத்தார்.

“ஒண்ணு கேக்குறேன் கோச்சுக்க மாட்டல்ல. நானும் ரொம்ப அமைதியா இருந்து பார்த்தேன்... ஓவரா சீன் போர்ர. வேலை

வேலை வேலை... தப்பு இல்ல, ஒரே ஒரு கேள்வி. நீ இங்க ஜாயின் பண்ணும்போது கேட்ட அதே கேள்வி. பத்தாங்கிளாஸ் பாஸ் பண்ணிட்டியா?"

"இல்ல மாஸ்டர்."

"முதல்ல அதைச் செய்."

"மாஸ்டர்."

"மிஸ்டர் தமிழ்நாடு அவ்ளோ முயற்சி பண்ணியும் உனக்குக் கெடைக்கல. எனக்கும் ரொம்ப வருத்தம்தான். நம்ம ஜிம் ஆளு அவ்ளோ தூரம் போயி நேஷனல்ஸுக்குப் போகலைன்னு எனக்கும் வருத்தம்தான். விட்டுட்டுப் போயிட்டே இருக்கணும். நீ என்னடான்னா வேலை போச்சு, வேலை போச்சு. என்ன சீன் இது? பரமேசுவரன் என்ன சொன்னார்? முக்தார் என்ன சொன்னார்? பாடிபில்டிங்கை ஒரு பேஷனா வெக்கணும். அதுல கெடைக்ற வெற்றியைக் கொண்டாடணும். வெற்றி கிடைக்கலையா, பேஷனைக் கண்டின்யூ பண்ணணும். எந்த பேஷனேட் பாடிபில்டரும் இதைத்தான் செய்வான். நீ என்ன செய்யப்போற?"

"சரி மாஸ்டர், வேலைக்குன்னு வேணாம் மாஸ்டர், மிஸ்டர் தமிழ்நாடு அடிச்சு, நேஷனல் லெவல்ல தமிழ்நாடு சார்பா கலந்துக்கணும். ஒரு நேஷனல் லெவல் மெடலாவது வாங்கணும்."

"அது என்ன நேஷனல் லெவல்ல ஒரு மெடல்? ஏன்டா, மிஸ்டர் இண்டியாவுக்கெல்லாம் எய்ம் பண்ணவே மாட்டியா?"

"மாஸ்டர்..."

14

குறிப்பு:

ஆணழகனின் வாழ்க்கைப் பின்னணியைக் கதைக்களமாக வைத்து எடுக்கப்பட்ட தமிழ்த் திரைப்படம் 'ஐ'. இயக்கம்: சங்கர், நடிகர்கள்: விக்ரம், எமி ஜாக்சன். இந்தத் திரைப்படத்தில் உள்ள வில்லன்களுள் 'பட்டினப்பாக்கம் ரவி'யாக நடித்த காமராஜ், 'மிஸ்டர் இண்டியா' பட்டம் வென்றவர். இராணுவத்தில் பணியில் இருக்கும் அவர், மெர்சல், மாரி 2, சுல்தான் திரைப்படங்களிலும் நடித்துள்ளார். ஆணழகன் போட்டிகளில் தமிழ்நாடு அளவிலும் இந்திய அளவிலும் பதக்கங்களை வென்றுள்ள பலர் தமிழ்த் திரைப்படங்களில் பங்கேற்கின்றனர். நடிகர்களாகத் திரையில் தோன்றுவதும், கதாநாயகர்களுக்கு உடலை வடிக்கும் பயிற்சியாளர்களாகத் திரைக்குப் பின்னால் செயல்படுவதுமாக அவர்கள் பணி தொடர்கிறது.

★

அப்துலின் திருமணப் பேச்சைத் துவக்கியபோது அவன் ஒப்புக்கொள்ளவில்லை. மிஸ்டர் தமிழ்நாடு பட்டம் வென்ற பின் யோசிக்கச் சொன்னான். மொய்தீன் பாத்திமாவுக்கு அவன் அப்படிப் பேசப்போவது தெரியுமாதலால், மாமாவைத் துணைக்கு அழைத்து அவனை வற்புறுத்தச் சொன்னார். எப்படியும் மாமா போட்டியில் அணியும் உடைகள் குறித்துப்

பேசுவார் என நினைத்தான். அவர் பொதுவாக திருமணத்தின் அவசியம் குறித்துப் பேசிவிட்டு உடை தொடர்பான பேச்சுகளைத் தவிர்த்தார்.

குடும்பத்தினரின் தொடர்ந்த வற்புறுத்தலால், இரண்டு நிபந்தனைகளுடன் ஒப்புக்கொண்டான்.

ஒன்று:

உடலில் வலு உள்ள வரையில் உடற்பயிற்சியும், மிஸ்டர் இண்டியா பட்டத்தை வெல்லும் வரையில் போட்டிகளில் பங்கேற்பதும் தொடரும். யாரும் அதில் தலையிடக்கூடாது.

இரண்டு:

மணப்பெண் +2 படித்திருக்கவேண்டும்.

பத்தாம் வகுப்பில்கூடத் தேர்ச்சி பெறாமல், காலையில் ஆட்டோவும், மாலையில் பயிற்சிக்கூடமுமாகப் பொழுதைக் கழிக்கும் அவனுக்குப் பெண் கிடைப்பது கடினம். நாள்கள் ஓடின.

தனிப்பயிற்சியாளராக அவனுக்கு வாய்ப்புக் கிடைத்த பின், மீண்டும் ஒருமுறை தாஸ் மாஸ்டர் அவனுடைய படிப்பு தொடர்பாகப் பேசினார். முறைப்படி தனிப்பயிற்சியாளராகும் தகுதிச் சான்றிதழுக்கு அவசியம் பத்தாம் வகுப்பில் தேர்ச்சி பெற்றிருக்க வேண்டும் என வற்புறுத்தினார். அவருடைய பரிந்துரையால் கிடைக்கும் வாய்ப்புகளும் பயிற்சிக்கூடத்துக்குள் கிடைக்கும் வாய்ப்புகளும் தற்போதைய பணத் தேவைகளை சரிக்கட்டப் பயன்பட்டாலும், உடற்பயிற்சியைக் கொண்டு தொடர்ந்து சம்பாதிக்க வேண்டுமென்றால் முதல்கட்டமாகப் பத்தாம் வகுப்பில் தேர்ச்சி பெறச் சொன்னார். பத்தாம் வகுப்பில் தேர்ச்சி பெற்று சான்றிதழும் பெற்றால், தெரிந்தவர்களிடம் சொல்லிவைத்து எங்காவது பயிற்சியாளர் வேலைக்கும் ஏற்பாடு செய்வதாகச் சொன்னார்.

அவனுக்குக் கல்வியின் அவசியம் தெரியாமல் இல்லை. *75* கிலோ எடைப் பிரிவில் எத்தனையோ பட்டதாரிகளுடன் மேடையில் நின்றிருக்கிறான். காவல் துறையில் உதவி ஆய்வாளராக இருக்கும் ஒரு ஆணழகனுக்கு அருகில் நின்று மேடையில் அவருக்குப் போட்டியாக ‘போஸிங்’ செய்திருக்கிறான். *ACE* சான்றிதழ் *(American Council Exercise)* பெற முயற்சி செய்யும் ஆணழகர்களுடன் போட்டியிட்டுள்ளான். அவர்களுடன் உரையாடியிருக்கிறான். இருப்பினும், ‘படிப்பு எனக்கு சுட்டுப் போட்டாலும் வராது’ என்னும் தாழ்வு மனப்பான்மை அவனைப் பத்தாம் வகுப்பைத் தாண்டாமல் வைத்துள்ளது.

★

ராபியா, *DMLT (Diploma in Medical Laboratory Technology)*, துணிச்சலான பெண். பழைய ஸ்கூட்டி வைத்திருக்கிறார், ஓராண்டுக்கு முன் அந்த ஸ்கூட்டியை அவர் வாங்கும்போதே அது பழைய ஸ்கூட்டிதான். அவருடைய வீடு கொலப்பாக்கத்தில் உள்ளது. விருகம்பாக்கத்தில் ஒரு இரத்தப் பரிசோதனைக்கூடத்தில் ஆய்வகத் தொழில்நுட்பப் பணியாளராக இருக்கிறார்.

காலையில் கொலப்பாக்கத்திலிருந்து குட்டிக்குட்டிச் சந்துகளில் நுழைந்து லிட்டில் ஃப்ளவர் மெட்ரிகுலேஷன் பள்ளிக்கூடம் வழியாக குன்றத்தூர் சாலையைப் பிடித்து, போரூரைக் கடந்து ஆற்காடு சாலையில் ஏறி விருகம்பாக்கத்தில் ஐநாக்ஸ் நேஷனல் திரையரங்கத்திற்கு முன்பாக இடப்புறம் திரும்பி ஒரு இரத்தப் பரிசோதனைக்கூடத்தின் முன் அந்த ஸ்கூட்டி நிற்கும். அதற்கு மேல் யார் நினைத்தாலும் அது ஒரு அடி நகராது. மாலையில் சென்ற வழியே திரும்பி கொலப்பாக்கத்தில் வீட்டின் முன்னே நிற்கும், அதற்கு மேல் நகராது.

+2 முடித்த பின் என்ன படிக்கலாம் எங்கு படிக்கலாம் என திசை தெரியாமல் இருந்தபோது தாம்பரத்தில் இந்தப் பட்டயப் படிப்பில் சேரச் சொன்னார்கள். உதவித்தொகை பெற்றுப் படித்தார். விருகையில் வேலை கிடைப்பதற்கு முன் பாய்க்கடையில் ஆயத்த ஆடைகள் விற்கும் கடையின்

மாடியில் இரண்டடி நடக்க வழிவிட்டு வரிசையாகக் கட்டப்பட்ட கடைகளுக்கு இடையில் இருந்த இரத்தப் பரிசோதனைக்கூடத்தில் வேலை செய்தார். கொலப்பாக்கத்தில் இருந்து பாய்க்கடைக்கு நடந்து வருவார். அப்போது அவரிடம் அந்த ஸ்கூட்டி இல்லை. விருகம்பாக்கத்தில் இருக்கும் குளிரூட்டப்பட்ட பரிசோதனைக்கூடத்தில் வேலை கிடைத்த பின், பாய்க்கடை வேலையிலிருந்து விலகினார்.

இரண்டு ஆண்டுகள் கொலப்பாக்கத்திலிருந்து விருகம்பாக்கத்திற்கு பேருந்தோ. ஷேர் ஆட்டோவோ முதலில் எது வருகிறதோ அதில் செல்வார். வீடு திரும்பும்போது கண்டிப்பாகத் தடம் எண் *M88*. சிறுகச் சிறுகக் காசு சேர்த்து கொலப்பாக்கம் மெக்கானிக்கிடம் சொல்லிவைத்து அந்த ஸ்கூட்டியை வாங்கி அதில்தான் இப்போது சென்றுவருகிறார்.

மௌலிவாக்கத்தில் ஒரு ஜிம் மாஸ்டர், பெயர் அப்துல் கரீம். வீடு பட்டூர். அம்மா, அப்பா, பெரிய வசதி இல்லாவிட்டாலும் அமைதியான குடும்பம். பையன் பரமேசுவரனின் வட்டத்தில் இருக்கிறார். அவ்வளவுதான் தகவல் சொன்னார்கள். ஆட்டோ ஓட்டுவது குறித்து எதுவும் சொல்லவில்லை. ஷேர் ஆட்டோவிலோ, பாய்க்கடை பரிசோதனைக்கூடத்தில் வேலை செய்யும்போதோ, குன்றத்தூர் சாலையில், ஆற்காடு சாலையில் ஸ்கூட்டி ஓட்டும்போதோ என்றேனும் அவரும் அப்துலும் ஒருவரை ஒருவர் பார்த்திருக்கலாம். அப்படித்தான் அவரிடம் செய்தி சொன்னார்கள். அப்பாவிடம் இப்போது திருமணம் அவசியமா? செலவுகளைத் தாங்க முடியுமா? என எல்லாப் பெண்களும் கேட்கும் கேள்விகளைக் கேட்டுக் கடைசியில் ‘பார்க்கலாம்’ சொல்லி ஒப்புக்கொண்டார்.

பேச்சுவார்த்தைக்கு முன்பே மொய்தீன் பாத்திமாவிடம் மாமா இந்தச் சம்பந்தம் வேண்டாம் என்றார். பாய்க்கடையில் பரிசோதனைக்கூடத்தில் அந்தப் பெண்ணைப் பார்த்திருக்கிறேன், ஆண்களுடன் சரிக்கு சமமாக அது பேசும் என்றார். மாமா வேண்டாம் என்பதாலேயே அப்துல் ஒத்துக்கொண்டான்.

இரண்டு தரப்பிலும் பேச்சு வார்த்தைகள் துவங்கின.

அப்துலின் கைபேசி எண் ராபியாவுக்கும், ராபியாவின் கைபேசி எண் அப்துலுக்கும் தரப்பட்டன. இருவரும் கைபேசியில் பேசினார்கள். எங்கோ துவங்கி சம்பந்தமில்லாமல் எதுவோ பேசிக் கடைசியில் ராபியா அவனிடம் ஒரு கேள்வி கேட்டார்.

“எவ்ளோ நாளா பாடிபில்டிங்?”

“அஞ்சு வருஷத்துக்கு மேல”

“ஸ்டிராய்டு எடுப்பீங்களா?”

உடல் வளர்த்த எந்த ஆணழகனுக்கும் சற்றும் பிடிக்காத கேள்வி அது. பிடிக்காத கேள்வியையும் பெண் கேட்டால் ஆண்களுக்குப் பிடிக்கும், அதிலும் தன்னை மணமுடிக்க அத்தனை சாத்தியங்களையும் கொண்டிருக்கும் பெண் கேட்டால் பிடித்துதான் தீரும்.

“இப்ப நான் உண்மை பேசணுமா? பொய் பேசணுமா?”

“முதல்ல பொய் சொல்லிட்டு அப்புறம் உண்மை சொல்லலாம்”

“கொஞ்சமும் எடுக்கலை, எடுக்றதில்லை. போதுமா?”

“போதும். ஜிம் வொர்க்கிங் ஹவர்ஸ்?”

சொன்னான். ஜிம்மில் பணிபுரிவதுடன் தான் ஆட்டோ ஓட்டுவதையும் சொன்னான். ஆட்டோ ஓட்டுவதை யாரும் முன்பே ராபியாவிடம் சொல்லவில்லையாம். ராபியாவுக்கு அதில் வருத்தமும் இல்லையாம். இதற்கு மேல் மற்றதைப் பெரியவர்கள் பார்த்துக்கொள்ளட்டும் என முடித்துவிட்டார்கள்.

★

இன்னார்க்கு இன்னார் என்று முடிவான பின், மாமாவின் அணுகுமுறை அப்துலுக்கு மிகவும் பிடித்துப்போனது. திருமணம் ஆடம்பரமாக நடக்கக் கூடாது என்றார். பெண் வீட்டிலிருந்து

எதையும் கேட்டுப் பெறக்கூடாது, திருமணம் எளிமையாக பள்ளிவாசலில் நடக்கட்டும், திருமண விருந்து வைப்பது பெண் வீட்டார் விருப்பம், ஆனால் கண்டிப்பாக மாப்பிள்ளை வீட்டார் 'வலிமா' என்னும் விருந்து வைக்கவேண்டும், திருமணப் பத்திரிகையில் முகமது பாரூக் மொய்தீன் பாத்திமா மகனுக்கும், இன்னார் இன்னார் மகளுக்கும் திருமணம் என அச்சடித்தால் போதும், நீட்டி முழக்கி வாசகங்கள் தேவையில்லை என்றார். இவ்வளவு தெளிவாக உதயகுமரனைப் போல் பேசும் இவர் எப்படி, சமயத்தில் அப்படி?

முதல் பத்திரிகையை எடுத்துக்கொண்டு காலையில் பரமேசுவரனைப் பார்க்கச் சென்றான். தேர்தல் வரப்போவதாகவும், தேர்தல் பணிகளில் பங்கேற்க வேண்டுமென்றும் அன்புக்கட்டளை இட்டார். பாய்க்கடை ஆட்டோ ஸ்டாண்டில் உதயகுமரன் முதல் சங்கர் வரை அனைவரையும் அழைத்தான். மீர்சாகிப்பேட்டைக்குச் சென்று முக்தார் பாய்க்கு பத்திரிகை வைத்தான்.

செல்வதா வேண்டாமா என்னும் குழப்பத்தில் பார்டர் தோட்டம் சென்று செல்வியை அழைத்தான். இப்பொழுதும் பல்லவனைப் பார்க்க மகாபலிபுரம் செல்கிறாயா எனச் செல்வி நினைவாகக் கேட்டார். இப்பொழுதெல்லாம் பார்ப்பதற்கு அல்ல; போட்டியில் கலந்துகொள்ளச் செல்கிறேன் என்றான். "கீப் இட் அப். பெஸ்ட் விஷஸ். ஐ வில் ட்ரை டூ அட்டெண்ட்" என்றார். அனிச்சையாக மனதுக்குள் சொல்லிப்பார்த்தான் 'கீப் இட் அப். பெஸ்ட் விஷஸ். ஐ வில் ட்ரை டூ அட்டெண்ட். அடிங்க்...'

பார்த்திபன், முதியவர், பட்டறை நண்பர்கள் என அனைவரையும் பார்த்து அழைத்தான். 'ரொம்ப லாங்குபா, வருவோம்' என்றனர். தாஸ் மாஸ்டர் சிறிய ஆணழகன் சிலையைத் திருமணப் பரிசாக அளித்தார்.

ராபியா - அப்துல் கரீம், தம்பதிகளானார்கள்.

ஆர்.டி. ஜிம்மில் இருந்த தனிப்பயிற்சியாளர் வேறு பயிற்சிக்கூடத்துக்குச் சென்றார். தாஸ் மாஸ்டருக்கு ஆர்.டி.யில் காலையிலும் மாலையிலும் பயிற்சியாளர் தேவைப்பட்டது. அப்துலிடம் கேட்டார். அப்துல், பரமேசுவரனிடம் கேட்டுதான் எதுவும் சொல்லமுடியும் என்றான். பரமேசுவரனிடம் நான் பேசவா என தாஸ் மாஸ்டர் கேட்டார். அது சரியாகாது, எனது விஷயத்தை நான் அவரிடம் சொல்கிறேன், தேவைப்பட்டால் நீங்கள் பேசுங்கள் என்றான். பரமேசுவரன், இதை எதிர்பார்த்துக்கொண்டிருந்தது போல் பேசினார். தேர்தல் பணிகளில் முழுமையாக ஆட்டோக்கள் தேவைப்படும், அதனால் இந்த மாற்றம் நல்லதுதான் என்றார். ஆட்டோவைத் தம்பியின் வீட்டில் நிறுத்தச் சொன்னார். தாஸ் மாஸ்டரிடம் விசுவாசமாக இருக்கச் சொல்லி அறிவுரை சொன்னார். தேர்தல் பணிக்கு வரவேண்டும் என்பதை நினைவுபடுத்தினார்.

அவன் ஆர்.டி. உடற்பயிற்சிக்கூடத்தில் முழுநேரப் பயிற்சியாளர் ஆனான். அவனுடைய தகுதிகளை தாஸ் மாஸ்டர் ரவிச்சந்திரனுக்கு அனுப்பினார்.

dass, the same boy, impressive. pls hlp him to get cert. in gym fitns instructor. its good for rd.

தகவல் வந்தது.

அவன் எப்படி சான்றிதழ் பெறப்போகிறான் என நினைத்தவர் அவன் அத்தனை வேகமாகப் பாடப்புத்தகங்களைத் தொட்டது குறித்து ஆச்சரியப்பட்டார்.

பெண்ணால் ஆணை நினைத்தபடி வளைக்க முடிகிறது. ராபியா ஒரு இரவில் ஸ்டிராய்டுகளைப் படம் வரைந்து பாகங்கள் குறித்து விளக்கிய பின் பத்தாம் வகுப்புத் தேர்வை மீண்டும் எழுதி வெற்றி பெற நினைத்தான். ராபியா அவனுக்குப் புத்தகத்திலிருந்தும் பாடங்கள் சொல்லித் தந்தார். 2016 தேர்தல் பணிகளுடன் சேர்த்துத் தேர்வையும் எழுதினான்.

சென்னை மாவட்டம் + தமிழ்நாடு அளவில் நடக்கும்

போட்டிகளில் கலந்துகொள்வதும் சில நேரங்களில் தவிர்ப்பதுமாக இருந்தான்.

“நம்ம ஜிம் பசங்களும் 75 கிலோல உள்ள வராங்க மாஸ்டர், இந்த முறை வேணாம். 75 கிலோல யாரும் இல்லைன்னா பார்க்கலாம்”

“குட் அப்ரோச். பட் ஐ டோன்ட் லைக் இட்”

2017 ம் ஆண்டு துபை மஸுல் ஷோவைக் (*Dubai Muscle Show*) காண தாஸ் மாஸ்டரை ரவிச்சந்திரன் அழைத்தார். இந்த முறை ஆர்.டி. பயிற்சிக்கூடத்தில் ஆணழகர்களுக்கு முன்பே திட்டமிட்டு பயிற்சி அட்டவணை போட்டுவிடும்படி கேட்டுக்கொண்டார். யாராவது நல்ல பயிற்சியாளர், அட்டவணைப்படி பயிற்சிகள் தந்து போட்டிக்கு அழைத்துச் சென்றால் போதும். தேவையென்றால் மற்றதை ‘வீடியோ’ அழைப்பில் பார்த்துக்கொள்ளலாம் என்றார்.

ஏற்பாடுகள் பரபரப்பாக நடந்தன. தாஸ் மாஸ்டருக்கு விசா வந்தது. விமானப் பயணச் சீட்டு வந்தது. தாஸ் மாஸ்டரின் பயணத்தின்போது உடற்பயிற்சிக் கூடத்தைப் பார்த்துக்கொள்ள யாரை நியமித்துப் போவது என யோசிக்கையில் அப்துலை அதற்கு நியமிக்கலாம் என எல்லோரும் சொன்னார்கள். சாதகமான விஷயம் என்னவென்றால் அவன் இந்த ‘ஏரியா’ ஆள். ஆர்.டி. ஜிம் ஆள்களில் ரவிச்சந்திரன், தாஸ் மாஸ்டருக்கு அடுத்து மௌலிவாக்கம் சுற்று வட்டாரத்தில் அறியப்பட்ட முகம் அப்துலின் முகம். அடுத்து, ஏழாண்டுகளாக இந்த உடற்பயிற்சிக் கூடத்துக்கும் அவனுக்கும் தொடர்பு உண்டு. சென்னை மாவட்ட ஆணழகர் வட்டமும் அவனுக்கு அறிமுகமானது. தேவையென்றால் தலைவரையோ செயலாளரையோ அணுகமுடியும்.

தாஸ் மாஸ்டர் துபைக்குப் புறப்பட்டார். அவன் ஆர்.டி. உடற்பயிற்சிக் கூடத்தின் தற்காலிகப் பொறுப்பாளரானான். பத்தாம் வகுப்புத் தேர்வில் தேர்ச்சி பெற்றிருந்தான்.

தாஸ் மாஸ்டர் துபையில் இருக்கும்போது சென்னையில் நடந்த 'மிஸ்டர் சென்னை' போட்டிக்கு மாஸ்டர் போட்டுத் தந்த 'கார்டு'படி ஒவ்வொருவருக்கும் பயிற்சி தந்தான். தாஸ் மாஸ்டர் 'வீடியோ' அழைப்பில் வந்தார். பயிற்சிக்கூடத்தைச் சுற்றிக் கைபேசியை உயர்த்திக் காட்டினான்.

"ஜிம்மைப் பார்க்க நான் கூப்புடலைடா, நீ எப்படி இருக்கேன்னு கேட்கக் கூப்புட்டேன்."

"நான் நல்லாருக்கேன் மாஸ்டர்."

"பசங்க டிரைனிங் எப்படிப் போகுது?"

"கார்டு போட்டபடிக்கு அப்படியேதான் மாஸ்டர் ஒரு செட் கூடக் கொறைய இல்ல."

"குட். போஸிங் பார்த்துட்டியா?"

"இன்னும் இல்ல."

"ஒருநாள் முன்ன? நீங்க செய்றாப்லதான்."

"ரெண்டு நாள் முன்ன பாரேன். தேவைன்னா போஸ்ச்சர் கொஞ்சம் மாத்தி, டைம் குடுத்து அகெய்ன் ஒன் டைம் பார்த்துரு."

"ஓக்கே மாஸ்டர்"

போட்டிகளில் தாஸ் மாஸ்டர் எப்படி இயங்குவாரோ அதை அப்படியே நகல் எடுத்தான். தடையிழுவைப் பட்டைகளைத் தருவது முதல் டம்பெல்ஸ் வரையில் அவர் செய்தது போல் செய்தான். வீரர்களின் உடம்பு முழுவதும் கண்களை ஓட்டி, ரோலரை எடுத்து அவர்கள் உடம்பில் உருட்டிக் களிம்புகளை சீராக்கினான்.

ஒவ்வொரு எடைப் பிரிவின் அறிவிப்பு வரும்போதும் கவனமாக ஆர்.டி. ஆள்கள் உள்ளே செல்கிறார்களா எனப் பார்த்தான். யாரோ வந்து தோளைத் தட்டி...

“தாஸ் எங்க?”

“மாஸ்டர் பாடிபில்டிங் ஷோவுக்கு போயிருக்காரு.”

“பார்ட்டிசிப்பேட் பண்றாரா?”

“இல்லல்ல ரவி சார் மாஸ்டரை துபைக்கு கூப்பிட்டாங்க, பாடிபில்டிங் ஷோ பார்க்கப் போயிருக்காரு.”

“ஓக்கே ஓக்கே.”

கலந்துகொண்டவர்கள் மூன்றாமிடம், முதல் ஐந்து, முதல் பத்து, எனச் சில பதக்கங்களையும் வென்று வந்தார்கள். அனைத்தையும் படம் பிடித்து தாஸ் மாஸ்டருக்கு அனுப்பினான். தாஸ் மாஸ்டர் ‘தம்ஸ் அப்’ அனுப்பினார். அடுத்த நாள், வென்றவர்கள், கலந்துகொண்டவர்கள் அனைவரையும் அழைத்து வரிசையாக நிற்கவைத்து தாஸ் மாஸ்டரை வீடியோ அழைப்பில் தொடர்புகொண்டான். உயர்த்திக் காட்டிய கைப்பேசித் திரையில் ஜிம்மில் இருந்த அர்னால்டு படமும் தெரிந்தது. தாஸ் மாஸ்டரும் ரவிச்சந்திரனும் பேசினார்கள்.

“கீப் இட் அப் கைஸ்.”

“அப்துல், கம் டூ ஸ்கிரீன் ஐ வான்ட் டு சீ யுவர் ஃபேஸ்” ரவிச்சந்திரன் சொன்னார்.

முகத்தைக் காட்டினான்.

“வெல்டன் கய். கீப் இட் அப். பை.”

★

ராபியா அப்துல் கரீம் தம்பதியருக்கு அழகிய ஆண் குழந்தை பிறந்தது. வாழ்வின் அனைத்து வசந்தங்களும் ஒரே நாளில் கையில் கிடைத்தது போல் மகிழ்ந்தார்கள்.

துபையிலிருந்து திரும்பிய தாஸ் மாஸ்டர், அவனை இருசக்கர வாகனம் வாங்கிக்கொள்ளச் சொன்னார்.

“ஈயெம்மை மாஸ்டர். இப்ப கொழந்தை இருக்கு செலவு அதிகம். வைஃப் மேட்டர்னிட்டி லீவுலதான் இன்னும் இருக்கு”

‘மேட்டர்னிட்டி லீவ்... அப்துலா இது? திருமணத்துக்குப் பின் அவனிடம் நிறைய முன்னேற்றங்கள்.’

“ஈயெம்மை பார்த்துக்கலாம் அப்துல். ஜிம்லேர்ந்து குடுக்கலாம்ன்றாங்க. கொட்டேஷன் வாங்கிட்டு வா. பாடிபில்டர்ஸ்லாம் புல்லட் வச்சிருப்பாங்க, நீ என்ன எடுப்ப?”

“மாஸ்டர் ஒரு ரிக்வொஸ்ட். எனக்கு ஈயெம்மைக்கு அலவன்ஸ் தரப்போறீங்கனா, நான் ஸ்கூட்டி எடுக்கறேன்.”

“ஸ்கூட்டியா? டேய், நீ உக்காந்து போனா பொம்மை வண்டி மாதிரி இருக்குமடா?”

“கெருகம்பாக்கம் ஜிம்ல ஒரு டிரைனர் இருக்காரு மாஸ்டர். இங்க பாய்க்கடை தாண்டித்தான் போறாரு. பிங்க் ஸ்கூட்டி.”

“அது என்னிக்காவது புல்லட் இல்லாதப்ப ஸ்கூட்டி எடுத்திருப்பாரு.”

“நான் ஸ்கூட்டி எடுத்தாலும் ஈயெம்மை தருவீங்கன்னா, நான் ஸ்கூட்டி எடுக்குறேன்.”

“அப் டூ யூ. காசு தர்ரது மட்டுந்தான் ஜிம்மோட ரெஸ்பான்சிபிலிட்டி. வண்டி நீ எதுனா வாங்கிக்க.”

பேறுகால விடுமுறைக்குப் பின் காலையில் ராபியாவின் புதிய ஸ்கூட்டி விருகம்பாக்கத்தில் இரத்தப் பரிசோதனைக்கூடத்துக்கு முன் நின்றது. மாலையில் பட்டூரில் நின்றது. அடுத்த நாள் காலை வரையில் ஒரு அடியும் நகராமல் நிற்கவில்லை. பட்டூர் கடைத் தெரு வரையில் மாமியாரை உட்கார வைத்து அழைத்துச் செல்லவும், தடுப்பூசி போடுவதற்குக் குழந்தையை மருத்துவமனைக்கு அழைத்துச் செல்லவும், சின்னச்சின்ன வேலைகளுக்கு அங்கும் இங்கும் போய்வந்து ஓடிக்கொண்டிருந்தது.

★

உடற்பயிற்சி என்றால் என்னவென்றே தெரியாமல் ஜிம்முக்குள் நுழைந்து ஒவ்வொன்றையும் பார்த்து ஆச்சரியப்பட்டு, தண்டால் எடுக்கையில் என்ன செய்கிறோம் என்று தெரியாமல் ஒரு கையை ஊன்றி சட்டைப் பொத்தானைக் கழற்ற முயன்று கீழே விழுந்த பையன், ஏழாண்டுகளில் தாஸ் மாஸ்டர் இல்லாத வேளையில் ஆணழகர்களைப் போட்டிக்கு அழைத்துச் சென்று முன்னின்று குழுவை நடத்திப் பரிசுகளும் கொண்டு வந்து மாஸ்டரின் மேசையில் வைத்திருக்கிறான்.

ஆட்டோ நின்றுவிட்டால் வருமானத்துக்கு என்ன செய்வது எனக் குழம்பி வேலை தேடி, பார்டர் தோட்டத்துக்குச் சென்றவன். அவனாகச் சென்று பரமேசுவரனிடம் 'ஜிம்'மில் தாஸ் மாஸ்டரிடம் பயிற்சியாளராகச் சேருவதாகச் சொல்லி ஆட்டோவை நிறுத்துகிறான். 2011 தேர்தல் பணிக்கு ஆட்டோ ஓட்டியவன், 2016 தேர்தலில் களப்பணிக்குச் செல்கிறான். பத்தாம் வகுப்புத் தேர்வுப் பேச்சை எடுத்தால் பதறியவன், அதில் தேர்ச்சி பெற்றிருக்கிறான். இவை அனைத்தையும் பெற்றிருந்தும் அவனால் பெற முடியாத ஒன்று மிஸ்டர் தமிழ்நாடு. மிஸ்டர் தமிழ்நாடு வெற்றியைத் தவறவிட்ட நாள்களில் தாஸ் மாஸ்டர் அவனிடம் பேசியதை மறக்கமாட்டான். 'பேஷனேட் பாடிபில்டர்' அது அவன் தான், சந்தேகமில்லை. ஆனால், அவனுடன் இன்ஸ்டாகிராமில் இருக்கும் ஆணழகர்கள் *4 X Mr. Tamilnadu* (நான்கு முறைகள் மிஸ்டர் தமிழ்நாடு) *3 X Mr. India* போன்ற பதாகைகளுடன் வலம் வருகையில் அவனுக்கு எங்கோ வலிக்கிறது.

எத்தனை கோப்பைகள் பதக்கங்கள் வென்றாலும், அனைத்தும் இரண்டாமிடத்துக்கும் கீழாகவே இருந்து அவனைத் தூங்கவிடாமல் செய்கின்றன. நேஷனல்ஸ் சென்றால் போதும் என நினைத்தவனை மிஸ்டர் இந்தியாவை நினைக்கச் சொன்னவர் தாஸ் மாஸ்டர். அவர் சொன்னதுபோல நினைத்தான். ஆனால், கனவு காணத் துவங்கி மூன்றாண்டுகளாகியும் இன்னும் மிஸ்டர் தமிழ்நாட்டையும் தொடாத நிலையில், அதே பாதையில், அதே கனவுடன் தொடர்கிறான்.

15

குறிப்பு:

உலக அளவில் கொண்டாடப்படும் ஆணழகர் சிலர் இதுவரையில் மிஸ்டர் ஒலிம்பியா போட்டியில் முதலிடம் பெறவில்லை.

ஷான் ரே,
கை கிரீன்,
நாசர் அல் சொன்பத்தி,
டெனிஸ் வுல்ஃப்,
விக்டர் மார்டினெஸ், இன்னும் சிலர்.

பெயர்ப் பட்டியலின் நீளம் கருதி எடுத்துக்காட்டாக ஐந்து ஆணழகர்களின் பெயர்கள் மட்டும் இங்கு தரப்பட்டுள்ளன.

★

இரண்டாமிடம் கொடுமை. முதலிடம் பெறுவதற்கான அனைத்துத் தகுதிகளும் இருந்தும் ஏதோ ஒரு நொடியில் எதுவோ உட்புகுந்து இரண்டாமிடத்துக்குத் தள்ளுவது தண்டனை. புகழின் உச்சத்தில் வெற்றிக் கொடிகட்டிப் புன்னகைக்கும் முதலிடத்துக்கும் இரண்டாம் இடத்துக்கும் அப்படி என்ன திறனில் வேறுபாடு இருக்கும்? வாழ்நாள் முழுதும் முதலிடத்துக்கு வரமுடியாமல் இரண்டாம் இடத்தில் நிற்பவர்களின் மனம்

என்ன நினைக்கும்? தோல்வியை ஒப்புக்கொண்டு முதலிடத்துக்கு வழிவிட்டு ஒதுங்கச் சொல்லுமா? இரண்டாமிடத்திலிருந்து முதலிடத்துக்கு முன்னேறும் ஊக்கத்தை உயிரும் திறனும் இருக்கும்வரையில் கொடுக்குமா?

அவனுக்கு இந்த நினைப்பு எதுவும் இருக்காதா?

அவன் உடற்பயிற்சியைக் காதலிக்கிறான். உடலை முறுக்கிக் காட்டும்போது அரங்கில் எழும் கைத்தட்டல் ஒலி அவனை இயக்குகிறது. கண்ணாடியின் முன்னே நின்று தசைச் செதுக்கல்களின் ஆழத்தைப் பார்க்கப் பிடித்திருக்கிறது. கொழுப்புகளை வழித்தெடுத்து எறிந்துவிட்டு தசைகளின் மேல் சன்னமான துணியைப்போல் தோல் போர்த்தப்பட்டிருக்க, உள்ளிருக்கும் தசையின் வரிகள்கூடத் தெளிவாகத் தெரியும் உடலமைப்பு பிடித்திருக்கிறது. பட்டுக் கயிறைக் கொத்தாகப் போட்டதுபோல் புஜங்களிலிருந்து புறப்பட்டு நெளிந்து நெளிந்து முன்னங்கை வரையில் ஓடும் நரம்புக்கூட்டம் அழகூட்டுகிறது.

இப்படி வரிவரியாக உடலைச் செதுக்கி எடுப்பது அவனுடைய ரசனைக்கும் விருப்பத்துக்கும் மட்டும் எனில் போட்டிகளில் அவன் ஏன் பங்கேற்க வேண்டும்? 3 x Mr. India என நண்பர்கள் இன்ஸ்டாகிராமில் சிரிக்கும்போது, தனக்கும் இப்படிப் பெயர் கிடைக்காதா என ஏன் நினைக்க வேண்டும்? தொடர்ந்து அந்த முயற்சியில் ஏன் ஈடுபட வேண்டும்?

அவன் இரண்டும் கலந்த கலவை. அவன் மட்டுமல்ல, அவனைப் போலவே இரண்டாம் இடத்தில் நின்று ஒவ்வொரு முறையும் அடுத்த முறை வெல்வேன் என மேடையிலிருந்து இறங்கும் ஆணழகர்கள் ஆயிரக்கணக்கில் இருக்கிறார்கள். அனைவரையும் இயக்குவது உடல் வடிப்பதிலும் முதல் இடத்திலும் இருக்கும் தீராக் காதல்.

★

2018லும் ஒன்றிரண்டு மிஸ்டர் சென்னை போட்டிகளில் கலந்துகொண்டான், வென்றான். இந்திய அளவில்

செல்வதற்கு ஆணழகர்கள் தேர்ந்தெடுக்கப்படும் மிஸ்டர் தமிழ்நாடு போட்டியில் வழமை போலவே முதலிடத்தைத் தவறவிட்டான். ஆர்.டி. ஜிம்மிலும் வெளியிலும் அவனுக்கு ரசிகர்கள் கூடினார்கள். *Missed my flight to Mumbai* என இன்ஸ்டாகிராமில் படம் போட்டதும் *better luck nxt time bro. cheers* ஐந்நூறு ஆயிரம் என விருப்பங்கள் குவிந்தன. *3 x Mr. Chennai* இலிருந்து அவன் நிலை மாறவில்லை. ஒருமுறை *Mr. Tamilnadu, 3rd place* போட்டு உடனே அதை நீக்கினான்.

2018 ல் ஒருமுறை தாஸ் மாஸ்டர் துபை சென்று வந்தார். கடந்த ஆண்டு சென்றதைப் போல் அதிக நாள்கள் தங்காமல் வியாழக்கிழமை புறப்பட்டுச் சென்று செவ்வாய்க்கிழமை திரும்பிவிட்டார். திரும்பிய அடுத்த நாள் பரமேசுவரனைப் பார்க்கச் செல்வதாகச் சொல்லி காலை ஆறு மணிக்குச் சென்றுவந்தார். ஜிம்மில் பரபரப்பாகச் சில வேலைகளைச் செய்தார். ஆவணங்களை ஒழுங்குபடுத்தினார். பயிற்சிக் கருவிகளைப் பராமரிப்பவர்களை அழைத்து அனைத்தையும் சோதித்து அறிக்கை தரச் சொன்னார். அவர் அமர்கின்ற மேசையை ஒழுங்குபடுத்தினார், பயிற்சியாளர்களின் பதிவேட்டை, உறுப்பினர்களின் பெயர் பட்டியலை அனைத்தையும் சரி பார்த்தார். அப்துலும் உடனிருக்கும் பயிற்சியாளர்களும் யாரோ ஆய்வுக்காக வருவார்கள் எனக் கணித்தனர். அது உரிமத்தைப் புதுப்பிக்கும் நாள் அல்ல என அறிவார்கள், இருப்பினும் ஏன் இந்தப் பரபரப்பு?

தாஸ் மாஸ்டரின் சமீபத்திய பரபரப்புக்குக் காரணம் வெளியில் கசிந்தது. அவர் நீண்ட நாள்களுக்கு துபையில் தங்கப் போகிறார். ரவிச்சந்திரன் சில ஆண்டுகளாகவே தாஸ் மாஸ்டரை துபைக்கு வரச் சொல்லி அழைக்கிறார். பிரபல துணையுணவு நிறுவனத்தில் தாஸ் மாஸ்டரின் தகுதிக்கும் திறனுக்கும் ஏற்ற பணி இருப்பதாகச் சொல்லி அழைத்தார். அந்த நேரத்தில் மாஸ்டரால் செல்ல இயலவில்லை. நிமிடத்துக்கு நிமிடம் பரந்து விரியும் துபையில் உடற்பயிற்சிக் கூடங்களும் குடியிருப்புப் பகுதிகளில் துவங்கப்படுவதாகவும்

அங்கு பயிற்சிக்கு வருபவர்களுக்கு முறையான அட்டவணை தயாரித்து செயலாக்க தாஸ் மாஸ்டரைப் போல ஒருவருக்கு வாய்ப்பு இருப்பதாக ரவிச்சந்திரன் அழைக்க, அவர் சமீபத்தில் துபை சென்று பேச்சுவார்த்தை நடத்தியிருக்கிறார். அங்கங்கே இருக்கும் பயிற்சிக்கூடக் கிளைகளை இணைத்துப் பயிற்சிகள் முன்னேற்றங்கள் போன்றவற்றை உள்ளிட்டுக் காக்கும் செயலிக்கும், களத்தில் நடக்கும் பயிற்சிகளுக்கும் இடைமுகமாக நின்று, பயிற்சிகளை முறைப்படி ஒருங்கிணைத்துத் தருகின்ற வேலை என்றார்கள். அது துவக்கம்தானாம், அதற்குப் பின் அங்கேயே கிளைகளின் ஒருங்கிணைப்பாளராகத் தங்கப்போகிறார் என்றும் தகவல் வந்தது.

அனைத்து வணிக நிறுவனங்களைப் போல உடற்பயிற்சிக் கூடங்களும் மாநில, மாவட்ட, வணிக, அரசு விதிமுறைகளுக்குட்பட்டவை. வேலை நேரம் முதல் வாகன நிறுத்த வசதி வரை தகவல் தெரிவிக்க வேண்டும். பயிற்சியாளர் முதல் பிராவிடன்ட் ஃபண்ட் வரை கணக்கு வைக்க வேண்டும். என்னென்ன பயிற்சிக் கருவிகள் இருக்கின்றன என்னும் பட்டியலைச் சமர்ப்பிக்க வேண்டும். அனைத்துக்கும் மேலாக, இதுவரையில் குற்றவியல் பிரிவில் வழக்குகள் உள்ளனவா இல்லையா என்னும் தகவலும் தரப்பட வேண்டும். வாஞ்சையாக இருந்தாலும் அது வணிகம்.

உடற்பயிற்சி, மனச்சாய்வு, சேவை, விளையாட்டு வீரர்களை உருவாக்குகிறார்கள், உடல் உறுதிமிக்கத் தலைமுறையை உருவாக்குகிறார்கள், பேஷனேட் பாடிபில்டர்ஸ், என என்ன சொன்னாலும், கடைசியில் உடற்பயிற்சிக் கூடம் ஒரு வணிக நிறுவனம். அது மாவட்ட/வருவாய்/வணிக விதிகளுக்கு உட்பட்டு நடக்கவேண்டும். அதை அப்படி நடத்த, வாஞ்சையை வணிகமாகவும் நடத்தும் கலை தெரிந்த ஒருவர் தேவை. ரவிச்சந்திரனுக்கும் சேவியர் தாசய்யனுக்கும் அந்தக் கலை துவக்கத்திலிருந்தே வசப்பட்டது. ரவிச்சந்திரன் துபை சென்ற பின்னும் ஆர்.டி. ஜிம் தொடர்ந்தது. தாஸ் மாஸ்டருக்கும் துபை செல்லும் வாய்ப்பு வந்த பின் பயிற்சிக்கூடத்தை

வணிக ரீதியிலும் வெற்றிகரமாக நடத்த ஒரு திறமைசாலி தேவைப்படுகிறார்.

பரமேசுவரன் அவர்கள் இருவருக்கும் அறிமுகமானவர். அவர்கள் வளர்ச்சியை அங்கீகரிப்பவர். அவருடைய கபடிக்குழு விளையாட்டு வீரர்கள் சிலரும் அங்கு உடலில் உரமேற்ற வருகிறார்கள். முன்பு பரமேசுவரனும் அங்கு பயிற்சிகள் செய்தாரல்லவா? அரசியலில் இப்பொழுது அவர் பரபரப்பாக இருப்பதால் ஆர்.டி. ஜிம் பக்கம் வருவதில்லை. அறிமுகமானவர், அந்தப் பகுதியில் செல்வாக்கு உள்ளவர் அருகில் இருக்கையில் முதலில் அவருக்குத் தகவல் தெரிவிக்க ரவிச்சந்திரனும் தாஸ் மாஸ்டரும் முடிவு செய்தார்கள்.

உடற்பயிற்சிக் கூடம் நடத்துவதில் அனுபவம் உள்ள சிலரை அணுகியிருப்பதாகவும், அவர்கள் வந்து கூடத்தைப் பார்த்து உறுப்பினர்கள் எண்ணிக்கை, பயிற்சியாளர்கள், கருவிகளின் தற்போதைய நிலை, வரவு செலவு அனைத்தையும் பார்த்த பின் முடிவுகள் எடுக்கப்படும் என்றும் தெரிவித்தார்கள். தாஸ் மாஸ்டரும் தன்னுடைய பயண விபரங்களை அவரிடம் சொன்னார். அவர்களுக்குக் கசிந்த தகவல் வதந்தி அல்ல, உண்மை என்பது இன்னொரு பயிற்சிக்கூடத்தின் ஆள்கள் வந்து ஆர்.டி. ஜிம்மைப் பார்த்துவிட்டுச் சென்றபோது உறுதியானது.

நிர்வாகத்துடன் புரிதல் இல்லாமை, நல்ல வாய்ப்பு இவற்றால் பயிற்சியாளர்கள் அவ்வப்போது உடற்பயிற்சிக் கூடத்தை மாற்றலாம். அங்கும் அது முன்பு நிகழ்ந்துள்ளது. இப்பொழுது நிர்வாகம் மாறினால் மீண்டும் அப்படி நடக்கலாம். இது மற்றவர்களுக்கு ஒரு பொருட்டல்ல, ஆனால் அப்துலுக்கு?

உடற்பயிற்சிக்காகத் தனியாக உடைகள் வாங்குவதற்கும் வசதியில்லாத நிலையில் அங்கு வந்து சேர்ந்தான். அதன் பின் அவனுடைய வளர்ச்சியைச் சுற்றி நின்று அனைவரும் பார்த்துள்ளார்கள். நிர்வாக மாற்றத்தால் அவனும் மாறவேண்டிய நிலை வருமா? இக்கேள்விகளைக் கேட்க இன்னும் நாள்கள் உள்ளன. எந்த நிர்வாகத்தில் இப்படி மாற்றங்கள் நடந்தாலும்

பணியாளர் மனதில் சில எண்ணங்கள் ஓடுவது இயல்பு. இனிமேல் அவை வதந்திகள் அல்ல. வெளிப்படையாகவே பேசினார்கள். முதலீட்டாளர்கள் வருவதும் போவதுமாக இருந்தார்கள். நேரடிப் பெயர் மாற்றத்தையும், 'இன்னொரு நிர்வாகத்தின் கீழ் நடக்கும் ஆர்.டி. ஜிம்' என மறைமுகப் பெயர் மாற்றத்தையும் தாஸ் மாஸ்டர் விரும்பவில்லை. நாள்கள் கடந்தன, சாதகமாக எந்த முடிவும் நெருங்கவில்லை.

எந்த மாற்றமும் இல்லாமல் அப்படியே தொடர்ந்தது. ஒரு ஆண்டில் தாஸ் மாஸ்டரும் ரவிச்சந்திரனும் குறிப்பிட்ட இடைவெளியில் சென்னைக்கு வந்து கணக்கு வழக்குகளைப் பார்த்துச் சென்றால் என்னவென ஒரு பார்வையை வைத்தார்கள். அப்படியெனில் பொறுப்பாளராக யாரை நியமிப்பது? அரவிந்தனுக்கும் தாஸ் மாஸ்டருக்கும் அலைவரிசை ஒத்துப்போகும், ஆனால் அரவிந்தன் அரசுப்பணியில் கேரளத்தில் இருக்கிறான். மற்ற பயிற்சியாளர்கள் அவர்களாகவும் நண்பர்களுடன் சேர்ந்து கூட்டாகப் பயிற்சிக்கூடத்துக்கு வருவார்கள், பயிற்சி செய்வார்கள். பொறுப்பைக் கொடுத்தால், அவர்களுக்கு ஆர்.டி. ஜிம் முக்கியமாகவும் மற்றவை இரண்டாம் பட்சமாகவும் மாறுமா?

தாஸ் மாஸ்டரின் முந்தைய பயணத்தில் அவன் ஜிம்மை நடத்திய விதம் அவன் மீது நம்பிக்கையை உண்டாக்கியிருந்தது. அன்றைய தேதியில் அவனுக்கு நான்கு ஆண்டுகள் பயிற்சி தருவதில் அனுபவம் உண்டு. ஜிம்முடன் உள்ள தொடர்பு எட்டு ஆண்டுகள். அப்துலுக்குப் பொறுப்பைத் தருவதாக முடிவு செய்தார்கள். நண்பர்கள் அனைவருக்கும் அது நல்ல முடிவாகப்பட்டது. "நம்ம பையன்ல அவன், செய்வான்" என்றார் பரமேசுவரன்.

"அப்துல் பான் கார்டு வெச்சிருக்கியா?"

"இல்ல மாஸ்டர். ஆதார், வோட்டர் ஐடி, டிரைவிங் லைசென்ஸ், ரேஷன் கார்டு இருக்கு."

“பான் கார்டு அப்ளை பண்ணிரு. பாய்க்கடைல லெஃப்ட் திரும்புனவுடன ரியல் எஸ்டேட் போர்டு போட்டு அதுக்கு மேல பர்த் சர்டிஃபிகேட், பான் கார்டு, ஆதார் கார்டு விண்ணப்பிக்கப்படும்னு எழுதி வெச்சிருப்பாங்களே… அங்க போயி பான் கார்டு அப்ளை பண்ணணும்னு கேளு. ஹெல்ப் பண்ணுவாங்க”

“ஆமா அனைத்துக் கார்டுகளும்னு படிச்ச ஞாபகம்.”

“நீ போகும்போது பான் கார்டோட சேர்த்து கிரீன் கார்டு அப்ளை பண்ண முடியுமான்னு கேளு?”

“மாஸ்டர்.”

“ஜோக்குடா டேய், சிரிச்சுடு.”

அவனுடைய வாழ்க்கையில் இது மிகவும் முக்கியமான திருப்பம். அனைத்து நெறிமுறைகளும் துபையிலிருந்து வரும். அங்கிருந்து வரும் ஆணைகளை இங்கு சரியாகச் செயல்படுத்தி உடற்பயிற்சிக் கூடத்தை மேற்பார்வை செய்தால் போதுமானது.

பரபரவென வேலைகள் நடந்ததால் உடனே முடிவுகள் எடுத்தாயிற்று, அதனால் உடனடியாக அவன் பொறுப்பேற்றுச் செயல்பட வேண்டிய அவசியம் இல்லை. மாஸ்டர் துபை புறப்பட நாள்களாகும், அதுவரையில் படிப்படியாக அவரிடமிருந்து நிர்வாகம் பயின்றான். அவரும் அவனை முன்னிறுத்தி, தான் பின்னால் இருந்து கற்றுத் தந்தார்.

தாஸ் மாஸ்டர் துபைக்குப் புறப்பட்டார்.

முதல் நாள் பயிற்சிக்கூடத்துக்குள் நுழைந்தவனுக்கு நடுக்கமாக இருந்தது. பொறுப்பாளரின் நாற்காலியை அவன் மாஸ்டரின் நாற்காலியாகப் பார்த்தான், அமரவில்லை. எதிரில் பார்வையாளர்களுக்காகப் போட்டிருக்கும் நாற்காலியில் அமர்ந்து அர்னால்டு படத்தைப் பார்த்தான். உடலை வடித்ததனால் மட்டும் அர்னால்டு உலகப்புகழ் பெற்றுவிடவில்லை. அதனுடன்

சேர்த்து மற்றவர்களிடம் இல்லாத பல குணங்கள் அர்னால்டின் தொடர்ந்த முன்னேற்றத்துக்கும், தொடர்ந்து ஊடகங்களில் பேசப்படுவதற்கும் காரணம். மாஸ்டர் படிக்கும் பத்திரிகையின் அட்டைப் படத்தைப் பார்த்தான். ஃபில் ஹீத், பல்லைக் காட்டினார். மாஸ்டர் சொன்னது நினைவுக்கு வந்தது.

கூடத்தை சுத்தப்படுத்தும் பணியாளர் வந்தார். அப்துல் அமர்ந்திருப்பதைப் பார்த்து ஒதுங்கினாற் போல உள்ளே சென்று பொருள்களை எடுத்து வந்தார். அவர் சங்கடப்படுவதுபோல் தோன்றியது. எழுந்து வெளியே வந்தான். வாசலில் நின்று, "நீங்க முடிச்சுட்டு இருங்க. இங்க டீக்கடை வரைக்கும் போயிட்டு வரேன்." ஆனால், தேநீர்க் கடைக்குப் போகவில்லை. வாசலில்தான் இருந்தான். தூய்மைப் பணிகள் முடிந்ததும் உள்ளே வந்தான். பார்வையாளர் நாற்காலியில் அமர்ந்தான். காலையில் பயிற்சி எடுப்பவர்கள் ஒவ்வொருவராக வரத் துவங்கினார்கள்.

"குட்மார்னிங் மாஸ்டர்."

"குட்மார்னிங்."

"க்ளாஸ்."

"நேத்து என்ன க்ளாஸ் போட்டீங்க?" அவனுடைய தோரணை தாஸ் மாஸ்டரைப் போலவே இருந்தது. வென்றுவிடலாம் என்னும் நம்பிக்கை பிறந்தது. உள்வட்டத்திலிருந்து செய்தி வெளிவட்டத்துக்குச் சென்றது. அவர்களுடைய சுற்றுவட்டாரப் பயிற்சிக்கூடங்களில் அது நல்ல முடிவெனப் பேசப்பட்டது. கணிசமான உறுப்பினர் எண்ணிக்கையுடன் இருக்கும் பயிற்சிக்கூடம், அமெச்சூர் போட்டிகளில் எப்படியாவது ஒன்றிரண்டு பதக்கங்களை, சான்றிதழ்களை வெல்லும் பயிற்சிக்கூடம், அதன் மேற்பார்வை தங்களுக்குக் கிடைக்காமற் போனதென்று சிலர் "அதென்ன பெரிய ஜிம்? எல்லா எக்விப்மென்ட்ஸும் கண்டம்" என சலித்துக்கொண்டார்கள். அப்துலையும் கொஞ்சம் குத்தினால்தான் என்ன எனும் நினைப்பில் குத்தினார்கள்.

"ஆட்டோதான ஓட்டிகினு இர்ந்தான். பெரிய டைட்டில் எதும் இன்னும் அடிக்கலியே. வருஷா வருஷம் காம்ப்படீஷனுக்கு வர்ரான். மிஸ்டர் தமிழ்நாடுல ஃபர்ஸ்ட் பிளேசுக்கு இன்னும் வரலியே. இவன் எப்படி மோட்டிவேட் பண்ணி பசங்கள எறக்கி, செரி வுடு."

சீண்டப்பட்டால்தான் வெல்லும் வெறி அதிகமாகுமா? ஆணழகர் வட்டத்தில் கடுமையான பயிற்சியை மிருகத்தனம் *(beast mode)* என்பார்கள். அப்படி மிருகத்தனம் வெளிப்பட அடிபட வேண்டுமோ? அடிபட்ட புலி என்று சொல்வது இதைத்தானா? என்றாவது மிஸ்டர் தமிழ்நாடு கிடைக்கும் எனப் பயிற்சிகளைத் தொடர்ந்தவன், எப்படியும் வென்றாக வேண்டும் என மிருகத்தனத்துக்குச் சென்றது காயப்பட்டதால். சிறிய குத்துதான், அவனுடைய தன்மானத்தைத் தொட்டதால் பெரிய காயமாகிவிட்டது. 2019-ல் வெறித்தனமாகக் களமிறங்க முடிவு செய்தான். இறங்கினான்.

★

நிர்வாகம், பயிற்சிகளின் மேற்பார்வை, தன்னுடைய பயிற்சி. இம்மூன்றிலும் அவன் கவனம் செலுத்த வேண்டும். தன்னுடைய பயிற்சியில் புதிதாக எதுவும் கிடையாது, அதற்கான நேரத்தை ஒதுக்கவேண்டும். மற்ற ஆணழகர்களின் பயிற்சி மேற்பார்வையை முன்பே திட்டமிடுதல் நல்லது. மாஸ்டர் தன்னுடைய முதல் துபை பயணத்தின்போது திட்டமிட்டதைப் போல் தனித்தனியாக ஒவ்வொருவருக்கும் பயிற்சிகளை அன்றன்றைக்குச் சொல்லாமல் முன்கூட்டியே திட்டமிட்டான்.

தனிப்பயிற்சியாளர்களுக்குப் புதிதாக எதுவும் சொல்லவில்லை. இதற்கு முன்பு எப்படி இருந்தீர்களோ அதில் எந்த மாற்றமும் இல்லை, தொடரலாம் என்றான். நேற்று பொறுப்பேற்று இன்று தேவையில்லாத மாற்றத்தைக் கொண்டு வந்தால், நாளை பிரச்சனை.

தன்னுடைய பயிற்சியில் மாற்றங்கள் தேவையில்லை.

எப்பொழுதும் செய்வதைத் தொடர்ந்தால் போதும். வெறித்தனம் ஏற்றுவதற்கு எடைகளைக் கூட்டுவதற்கு மட்டும் எண்ணினான்.

“எடைகளைக் கூட்டுகிறேன், கவனமாகச் செய்கிறேன். இந்த மாற்றம் ஏற்புடையதா?” தாஸ் மாஸ்டருக்கு செய்தி அனுப்பினான்.

“எதில்?”

“அனைத்து எடைப்பயிற்சிகளிலும்.”

“வேண்டாம்.”

“ஏன்.”

“ஸ்பாட்டர் யார்?”

“கிருஷ்ணகுமார்.”

“வெரி குட். தோப்புக்கரணத்தில் மட்டும் அனுமதிக்கிறேன்.”

“நன்றி. மற்றதில்?”

“பழையபடிக்கு எண்ணிகையைக் கூட்டு. அழுத்தம் கொடு. டெம்ப்போ டெம்ப்போ.”

“நன்றி.”

போஸிங்கில் இந்த முறை அதிகக் கவனம் செலுத்தினான். பல்லை நன்றாகக் காட்டினான். உணவில் கவனம் செலுத்தி சரியான அளவில் உண்டு 75 கிலோவுக்குள் இருக்கும்படி பார்த்துக்கொண்டான். மனவழுத்தம் இல்லாமல் ஓய்வாக உணர நினைத்துத் தோற்றான். வெறித்தனத்தை பயிற்சியில் மட்டும் காட்டும் பக்குவம் அவனுக்கு இன்னும் கைகூடவில்லை. பயிற்சி இல்லாத போதும் வெறித்தனம் ஏறியது. வெறித்தனம் இல்லாதிருக்க வேண்டுமெனில் அவனுக்கு மகனைக் கொஞ்சவேண்டும். அந்த நேரத்தில் மட்டும் அமைதியாக உணர்ந்தான். ராபியா அவனைப் புரிந்துகொண்டு

அனுசரணையாக நடந்தார். அம்மா வழமை போலவே. அப்பா அவன் வெற்றியைத் தள்ளி நின்று பார்த்து ரசித்தார். பட்டூருக்கு வரும்போது, கிங் சைக்கிளில் காவலாளியாக சேரும்போது அவர்களிடம் என்ன இருந்தது என்பதை அவர் மறக்கவில்லை. இப்பொழுது எப்படி இருக்கிறோம் என நினைத்து நினைத்து மனைவியிடம் சொல்லிப் பெருமைப்படவும் தயங்குவதில்லை.

போட்டி நாளன்று கிருஷ்ணகுமாருக்கு அதிகமான பொறுப்புகளைக் கொடுத்தான். மேடையேறும் ஆர்.டி. ஜிம் ஆணழகர்களைக் கவனித்துக்கொள்ளச் சொன்னான். களிம்பு பூச முத்து, அருண். அந்த வேலைகளிலிருந்து விடுபட்டு கற்பனையில் போஸிங்கில் ஆழ்ந்தான். கடந்த ஆண்டு மிஸ்டர் ஒலிம்பியா ஷான் ரொடெனின் டபுள் பைசப்ஸ் எப்படி இருந்தது? அர்னால்டுக்கு மட்டும் சைடு செஸ்ட் ஏன் அப்படி புடைக்கிறது? அந்த நேரத்துக்குத் தேவையற்ற கேள்விகள். அவன் அளவுக்கு உடல் வடிப்பதில் வளர்ந்திருக்கும் அனைவருக்கும் விடைகள் தெரியும், இருப்பினும் சம்பந்தமில்லாமல் கேட்டுக்கொண்டான். அலைந்த மனதை இழுத்து மீண்டும் போஸிங்கிற்குக் கொண்டு வந்தான். அனைத்தையும் ஓட்டிப்பார்த்தான்.

75 கிலோ எடைப்பிரிவுக்கான அறிவிப்பு வந்ததும் மேடையேறினான். அதன் பிறகு நடந்தவை அனைத்தும் அனிச்சையாக நடந்தன. முதல் பத்து, முதல் ஐந்து, முதல் மூன்று, அமைதியாக நின்றான். இரண்டிரண்டாக போஸிங்கில் மாற்றினார்கள்.

மூன்றாமிடத்துக்கான அறிவிப்பில் அவன் பெயர் இல்லை. மூச்சை இழுத்துவிட்டான். இதயத்துடிப்பு வேகமாக அடித்தது. வியர்வை பெருகி உடலில் தேய்த்திருந்த களிம்புடன் கலந்தது. அடுத்த அறிவிப்புக்கு மிகச் சிறிய இடைவெளிதான். மணிக்கணக்கில் மேடையில் நிற்பதுபோல் உணர்ந்தான். தலையை அசைக்காமல், புன்னகையை மாற்றாமல் நடுவர்களைப் பார்த்தவண்ணம் இருந்தான். இரண்டாமிடத்துக்கான அறிவிப்பில் அவன் பெயர் படிக்கப்பட்டது. மீண்டும்

உடைந்தான். இந்த முறை ஆகக் கேவலமாக உடைந்தான். *Mr. Tamilnadu 2nd Place* இன்ஸ்டாகிராமில் போட முடியாது. அரங்கிற்குள் யாரோ மனதுக்குள் வாணவேடிக்கை விட்டுக் கொண்டாடியிருப்பார்கள். முதலிடத்தைப் பாராட்டினான். விழாக் குழுவினர் எடுத்த அனைத்துப் படங்களிலும் புன்னகையைப் பதிவுசெய்துவிட்டு அழுதுகொண்டே கீழே இறங்கினான்.

2020 ம் ஆண்டுக்கான மிஸ்டர் தமிழ்நாடு + மிஸ்டர் இந்தியா போட்டிக்குச் செல்லும் தேர்ச்சி இரண்டுக்கும் காத்திருக்கத் துவங்கினான்.

அந்த ஆண்டு இயற்கை இந்த உலகத்தையே வீட்டுக்குள் காத்திருக்க வைத்தது.

★

16

குறிப்பு:

மிஸ்டர் யூனிவர்ஸ் பட்டம் பெற்ற முதல் இந்தியர் மொனோதோஷ் ராய். 1951 ம் ஆண்டு அந்தப் பட்டத்தைப் பெற்றார்.

‘பாக்கெட் ஹெர்க்குலெஸ்’ பட்டப்பெயருள்ள இந்தியர், மனோகர் ஐஷ். இவர் குறைவான உயரம் உள்ளவர்களுக்கான (Pro-Short division of the NABBA Mr. Universe) மிஸ்டர் யூனிவர்ஸ் பட்டத்தை 1952-ல் வென்றவர். அவருடைய உயரம் 4’ 11”.

★

ஆண்டு 2020 இந்த உலகை உலுக்கிப் போட்டது. கொரோனா வைரஸ் பரவியதில் உலகம் தன்னுடைய இயக்கத்தை நிறுத்தியது. உலகம் இயங்குவது நின்றுவிட்டால் எப்படி இருக்கும் என அனைவரும் உணர்ந்த காலகட்டம். பயணத்தில் இருந்தவர்கள் சிக்கினார்கள், பணியில் இருந்தவர்கள் சிக்கினார்கள், சுவாசித்ததில் தன்னை இழுத்தவர்கள் அனைவரையும் கொல்ல முயற்சி செய்தது கொரோனா. மருத்துவமனைகள் கொத்துக்கொத்தாக உயிரற்ற உடல்களை எண்ணி அறிக்கை கொடுத்தன. அவரவர் தங்கள் புரிதலுக்குட்பட்ட கருத்துகளை அள்ளித் தெளித்தனர் சமூக ஊடகம் மாபெரும் அனுமானக் காடாக மாறியது.

தொழிலாளர்கள் வயிற்றுப்பாட்டை மறந்து உயிர்காக்க ஓடினார்கள். ஓடியவர்களை ஒட்டியபடி வைரஸும் துரத்தியது. புறமுதுகு காட்டினாலும் மார்புதான் சேதமடைந்தது. மருந்து உண்டா இல்லையா? வருமா வராதா? பிழைப்போமா மாட்டோமா? கிளைக் கேள்விகள் எதுவும் இல்லாமல் உண்டா இல்லையாவுக்கு உலகம் வந்து நின்றது.

ஊரடங்கு, முழுமுடக்கம். கண்டம், நாடு, மாநிலம், மாவட்டம், வட்டம், ஊர், தெரு, வீடு என மனிதன் தனிமைப்பட்டது போக மனிதனாகவும் தனிமைப்படுத்தப்பட்டான். அதுவரையில் மக்கட்கூட்ட இயக்க ஆவணங்களில் தகவலுக்காகச் சொல்லப்பட்ட சமூக இடைவெளி உலகம் முழுதும் கட்டாயமாக்கப்பட்டது.

அனைவரும் ஊரடங்கால் வருமானம் இழந்ததைப்போல் உடற்பயிற்சிக் கூடங்களும் வருமானம் இழந்தன. எல்லோருக்கும் எதிர்காலம் கேள்விக்குறியானதுபோல், உடற்பயிற்சிக் கூடங்களைத் தங்கள் வருமானத்துக்கு ஆதாரமாக வைத்திருந்தவர்களுடைய எதிர்காலமும் கேள்விக்குறியானது. இனி திறப்போமா என்பது அல்ல கேள்வி, இருப்போமா என்பதுதான் கேள்வி. உயிருக்காக ஆலாய்ப் பறக்கையில் உடலுக்காக யோசனை செய்பவன் மூடன்.

போரூரில் இருந்து குன்றத்தூர் செல்லும் சாலையில் மதனந்தபுரத்தில் தடுப்பு அடித்துப் பிரித்தார்கள். இருசக்கர வாகனங்களும் செல்ல முடியாமல் காவல் காத்தார்கள். குன்றத்தூரிலிருந்து உள்ளே வரும் வழியும் மூடப்பட்டது. கிளைச்சாலைகளும் ஒவ்வொன்றாக தகரத் தடுப்புகளால் மூடப்பட ஆர்.டி. ஜிம் இருந்த சாலையும் தனித்தீவானது.

abdul don't go out. will see evrything later. how is ur prince. tc. துபையிலிருந்து தாஸ் மாஸ்டர் தகவல் அனுப்பினார். தோன்றும்போதெல்லாம் அழைத்தார். ஜிம் இருக்கும் கட்டிட உரிமையாளர் அண்ணாச்சியுடன் தொடர்பில் இருப்பதாகவும் பயிற்சிக்கூடம் மூடியிருப்பதால் ஒன்றும் பிரச்சனை இல்லை

எனச் சொன்னார். வைரஸ் தாக்காமல் பாதுகாப்பாக இருக்கச் சொன்னார். அறிவிக்கப்பட்டிருந்த அனைத்து ஆணழகன் போட்டிகளும் காலவரையின்றித் தள்ளிவைக்கப்பட்டன.

பயிற்சி எடுப்பவர்களின் உற்சாகம் குறையாமல் இருக்க மூத்த ஆணழகர்கள் தாங்கள் தங்கள் இல்லங்களில் உடற்பயிற்சி செய்யும் காணொலியை சமூக ஊடகத்தில் பகிர்ந்தார்கள். சங்கங்கள் தங்கள் பொதுக்குழுக்கூட்டத்தை இணையத்தின் வழியாக நடத்தின. உடற்பயிற்சிக் கூடங்களை வாழ்வாதாரமாகக் கொண்டிருக்கும் ஆயிரக்கணக்கானவர்களுக்கு உதவும் வகையில் ஏதாவது உதவி வழங்க அரசிடம் விண்ணப்பம் வைக்கும்போது தமிழகத்தை 2020 ம் ஆண்டின் கத்தரி வெயில் அடித்துச் சுட்டெரித்து முடித்து விடைபெற்றது.

நகைச்சுவை உணர்வுள்ள உடற்பயிற்சிக்கூட ஆர்வலர்கள் நடிகர் வடிவேலுவின் மீம்ஸ்களை பயிற்சிக்கூடங்களுக்கு ஏற்றபடி அமைத்து சமூக ஊடகங்களில் சுற்றலில் விட்டார்கள். தொலைபேசியைச் சுழற்றியபடி வடிவேலு, "கடையை எப்ப திறப்பீங்க" கேட்கும் படம், *ANNA GYM EPPO THORAKKUMNAA GYM_LOVER* எனத் தமிங்கிலத்தில் போட்டு கன்னாபின்னாவென முன்னனுப்பினார்கள். அந்த ரணகளத்திலும் அதை ஒவ்வொரு முறை பார்க்கும்போதும் சிரிப்பு வந்தது.

2020, ஆகஸ்ட் மாதம் எட்டாம் தேதி, அரசு அறிவித்துள்ள கட்டுப்பாடுகளுக்கு உட்பட்டு சமூக இடைவெளியைக் கடைப்பிடித்து உடற்பயிற்சிக் கூடங்கள் திறக்கப்படலாம் என அறிவிப்பு வந்தது. ஆர்வமாக ஆணழகர்கள் மீண்டும் எடைகளோடு பயிற்சிக்கூடத்தில் எடைகளோடு உறவாடினர்.

குரூப் 'சி' பிரிவுக்கான வேலைவாய்ப்பில் விளையாட்டு இட ஒதுக்கீட்டு அறிவிப்பில் விளையாட்டுகளின் பெயர் பட்டியலில் 'பாடிபில்டிங்' அகர வரிசையில் ஒன்பதாவது இடத்தில் இருந்தது. முன்பும் 'பாடிபில்டிங்' அந்தப் பட்டியலில் இருந்ததுதான். விளையாட்டுத் துறை அமைச்சகம் மேலும் சில விளையாட்டுகளைப் பட்டியலில் இணைத்ததால்

இற்றைப்படுத்தப்பட்ட பட்டியலைப் பகிர்ந்தார்கள். ஒவ்வொரு முறை பட்டியலைப் பார்க்கும்போதும் பழைய நினைவுகளுக்குச் செல்வான். இப்பொழுதும் அப்படியே. ஒரு சொட்டுக் கண்ணீர் பார்வையை மறைத்தது. பட்டியல் மங்கலாகத் தெரிந்தது. அடுத்த நொடி இயல்புநிலைக்கு வந்து, படத்தைக் கைப்பேசியில் இறக்கி, மீண்டும் திறந்து ஒன்பதாம் எண்ணில் சிகப்பு நிறத்தில் வட்டமிட்டு மீண்டும் சேமித்தான். *updated list fyi guys* பயிற்சிக்கூடக்குழுவில் படத்தைப் பகிர்ந்தான்.

வேலைவாய்ப்பு விவரங்கள் தொடர்பான அனைத்து வீடியோக்களையும் குழுவில் பகிர்வான். *listen all norms. update urself guys.* அன்றைக்கு ஏதும் புதிதாகத் தகவல்கள் வந்துள்ளனவா எனத் தேடினான், பகிர்ந்தான். தன்னைத்தான் இற்றைப்படுத்திக்கொள்வதையும் அதை உடனே தேவைப்படுவோருடன் பகிரும் பழக்கத்தையும் அவனிடம் தாஸ் உண்டாக்கியிருந்தார்.

மீண்டும் போட்டிகளின் அறிவிப்புகள் வரத்துவங்கின. மாலத்தீவில் ஆசிய அளவில் ஆணழகன் போட்டி 2021 ம் ஆண்டு நடக்கவிருக்கும் அறிவிப்பு வந்தது. இன்னும் வட இந்தியாவைப் பார்க்கவில்லை. பெங்களூருக்கு மேல் இரயிலில் சென்றதில்லை. விமானம் பறக்கும்போது அண்ணாந்து பார்த்தது. ஆலந்தூருக்குப் போட்டிக்குச் செல்லும்போதும் விமான நிலையத்திற்கு அருகில் பயணிகளை ஏற்றும்போதும் இறக்கும்போதும், தாஸ் மாஸ்டரை வழியனுப்பும்போதும் பார்த்ததுதான் விமானம். மாலத்தீவு? சென்னை, காஞ்சிபுரம், திருவள்ளூர் மாவட்டங்களில் நடக்கும் போட்டிகளுக்கான அறிவிப்புகளைப் பார்த்து எதெதில் தான் கலந்துகொள்வது என முடிவு செய்தான். ஒரு போட்டியைத் தேர்ந்தெடுத்தான்.

டிசம்பர் மாதம், காஞ்சிபுரம் மாவட்டம், டாக்டர் அம்பேத்கர் நினவுநாளை முன்வைத்து நடக்கும் போட்டியில் கலந்துகொள்ளத் தீர்மானித்தான். அந்தப் போட்டிக்குச் செய்யும் பயிற்சிகளைத் தொடர்ந்தால் உடனே அதற்கடுத்து வரப்போகும்

மிஸ்டர் தமிழ்நாடு (நேஷனல்ஸ் தேர்வு) போட்டிக்கும் உடல் ஆயத்தமாகிவிடும். டிசம்பர் போட்டிக்காக வடிக்கப்பட்ட உடற்கட்டுடன் மேலும் கூடும் பயிற்சிகள் இந்த முறை வெற்றியைத் தரும்.

எப்படி உடம்பைக் காட்டுகிறோம் என்பதுதான் முதன்மை. தாஸ் மாஸ்டர் சொன்ன ஒவ்வொன்றும் நினைவுக்கு வந்தன. கிருஷ்ணகுமார், முத்து, அருண் மூவரையும் அழைத்துப் பயிற்சிகள் குறித்துப் பேசினான். அம்பேத்கர் நினைவு நாள் போட்டிக்கு யாரும் செல்கிறார்களா, ஆர்வம் உள்ளதா எனக் கேட்டான். 75 கிலோ பிரிவில் ஆர்.டி. ஜிம்மிலிருந்து யாரும் இல்லாததை உறுதி செய்தான். தாஸ் மாஸ்டரை அழைத்தான்.

★

'உன் வொர்க்கவுட்டு எனக்கு வார்ம்-அப்பு, தள்ளி நில்லு' என உடற்பயிற்சிக்கூடக் குழுமங்களில் ஒருவருக்கொருவர் விளையாட்டாகப் பேசுவார்கள். அதில் உண்மையும் இருக்கும்.

போட்டிகளுக்காகப் பயிற்சியைத் துவங்கி உடம்பை வளைத்து நெகிழ்வுத் தன்மையை ஏற்படுத்தும் பயிற்சிகளைச் செய்தான். அனுமார் தண்டாலின் ஒரு வகையில் கால்களை முன்னும் பின்னும் நீட்டிவைத்து அழுத்தினான், எவ்வளவு இயலுமோ அவ்வளவு அழுத்தினான். அதற்கு மேலும் சிறிது அழுத்தினான். பின் தொடைத் தசைகள் *(hamstring)* இழுக்கப்பட்டன. 'ஆ' அவனையுமறியாமல் கரகரப்பாக ஒலியெழுப்பினான். ஊரடங்கிற்குப் பின் புதிதாகப் பயிற்சிக்கூடத்துக்கு வந்தவர்கள், அவன் ஒலியெழுப்பியதைக் கேட்டு சில நொடிகள் நின்று பிறகு பயிற்சியைத் தொடர்ந்தார்கள். பழையவர்களுக்கு அவ்வொலி பழக்கமானது. போட்டிக்காகச் செய்யும் பயிற்சிகளில் இயலும் அளவுக்கு இழுப்பதும், சிறிதளவே உயர்த்துவதும் சென்ற முறை தாஸ் மாஸ்டர் அவனுக்குச் சொல்லாமல் சொன்னது. அனுமார் தண்டாலில் சிறிதளவே இயன்றதைவிடக் கூட்டி தசைகளை இழுத்தான். தொடைத்தசைகள் ஆயத்தமாயின. முன் தொடைத் தசைகள் *(quadriceps)* நீண்டு சுருங்கி ஏராள

எடைக்கற்களை அடுத்தடுத்த பயிற்சியில் தூக்க ஆயத்தமானது.

சிலம்பத்தைத் தோள்களில் வைத்துப் பிடித்து உடலைத் திரும்பும் அடிப்படைப் பயிற்சியால் *(body twist with stick)* இடுப்பின் வளைவுத்தன்மையை உறுதிசெய்தான். எத்தனை ஆண்டுகள் ஆனாலும் வடிவம் மாறாத ஜெம் கிளிப் போல அடிப்படைப் பயிற்சிகள் எதிர்காலத்திலும் அப்படியேதான் இருக்கும். இந்தப் பயிற்சி அவன் முதல் நாள் இந்தக் கூடத்துள் கால்வைத்த அன்று செய்த பயிற்சி. ஒரு முறை சிலம்பத்தைத் தோள்களில் வைத்து அவன் பிடித்திருந்த போது, யாரோ எம்.ஜி.ஆர். மாட்டுக்கார வேலனில் பிடித்துள்ளதைப்போல் இருப்பதாகச் சொன்னார்கள்.

இழுத்து உறுதிப்படுத்தும் பயிற்சிகளுக்குப் பின், அவனுடைய அணுகுமுறையான கால்களைச் செதுக்கும் பயிற்சிகளுக்குச் சென்றான். வழமையான காலுயர்த்தும் பயிற்சியும், பின்னங்கால் சுருட்டும் பயிற்சியும் செய்தான்.

“கேகே (கிருஷ்ணகுமார்), ஸ்குவாட் போகட்டுமா? கொஞ்சம் வர வசதிப்படுமா?”

“செய்லாண்ணா.”

மர ஸ்டூலில் அமர்ந்து கால்களை நீட்டினான். அரைக்கால் சட்டைக்குக் கீழிருந்து சாக்ஸின் மேல் வரை தெரிந்த தசையைப் பார்த்தான். இறுக்கினான். கால் முட்டியிலிருந்து தொடையில் தசைகள் இரண்டாகப் பிளந்து தனித்தனியாக நின்றன. தலையை வளைத்துத் தொடையின் பக்கவாட்டைப் பார்த்தான். தொடையில் கூடுதலாக முழங்கையைத் தோலுக்குள் செருகி வைத்தது போல் தசை புடைத்து நின்றது. திருப்தியடைந்தவனாக, கருப்பும் சிவப்பும் கலந்த எலாஸ்டிக் முட்டிக்காப்பை *(knee support wrap)* முட்டியைச் சுற்றிக் கட்டி இறுக்கினான்.

“ரெடி கேகே. போடலாமா.”

எடைக்கற்கள் கம்பியில் ஏற்றப்பட்டு அவன் உயரத்துக்குச்

சரியாக படுக்கை வசத்தில் எடைதாங்கியில் தயாராக இருந்தன. நேரெதிரே கண்ணாடியில் அவனும் அவன் பின்னால் நிற்கும் கிருஷ்ணகுமாரும் தெரிந்தனர். குறைவான எடையில் துவங்கினான். ஒலிம்பிக் வகைக் கம்பியின் நடுவில் இருந்த கோட்டுக்கு நேராக மூக்கு இருக்கும்படி நின்று பார்த்துப் பின் தலையைக் குனிந்து கம்பியின் கீழ் கழுத்தைக் கொடுத்து, இரும்பின் அழுத்தம் தோள்களில் ஏறுவதை ரசித்து எடையைத் தூக்கி நின்றான்.

"ஈசி ஈசிண்ணா" பின்னாலிருந்து கேகே குரல் கொடுத்தான். "ஒன் ஒன், டூ டூ, த்ரீ த்ரீ... லாஸ்ட் ஒன், லாஸ்ட் ஒன். சூப்பர்ணா". அடுத்தடுத்த செட்களில் எடையை ஏற்றினான்.

கடைசி செட்டில் உடலின் மொத்த இரத்தமும் முகத்துக்கு வந்தது போல் முகம் உப்பிச் சிவந்தது. கழுத்து நரம்புகள் புடைத்து நெளிந்தன. கேகே அவனைப் பின்னாலிருந்து அணைத்துப் பிடித்திருந்தான். "நீங்கதான் லிஃப்ட் பண்றீங்க ஈசி ஈசிண்ணா" அணைத்துப் பிடித்திருந்த கேகேயும் அப்துலுக்கு உதவி அவனுடனேயே எழுந்தான். "ஆ" கரகரப்பாக அப்துல் ஒலியெழுப்பினான். அந்த ஒலி பயிற்சிக்கூடத்தில் இருந்தவர்களுக்குப் பழகிவிட்டது.

டம்பெல்ஸ், உடல் வடிப்போரின் காதலி. அதை வைத்துக்கொண்டு வித்தைகள் செய்யலாம். பயிற்சிக்கூடங்களில் டம்பெல்ஸ் கிடைப்பதற்கு வரிசையில் நிற்கவேண்டி வந்தாலும் வரலாம். அவன் டம்பெல்ஸுக்கு வந்தான். உடம்பின் மேற்பகுதித் தசைகள் ஒவ்வொன்றையும் டம்பெல்ஸால் செதுக்கினான்.

மர ஸ்டூலில் அமர்ந்து கைகளைத் தொங்கவிட்டு இரண்டு கைகளிலும் டம்பெல்லை ஏந்தினான். டம்பெல்ஸ் கைகளை இழுத்துப் புவியீர்ப்பை நிரூபித்தது. கைகள் தொங்கிய நிலையில் சிறிய உயர்த்தலாக தோள்களை உயர்த்தித் தாழ்த்தினான்.

பலகையில் ஒரு காலால் முட்டி போட்டு ஒரு கையை ஊன்றி,

இன்னொரு காலைக் கீழே வைத்து நின்று நிலைப்படுத்தி, அடுத்த கையில் டம்பெல்லை ஏந்தித் துடுப்பு வலித்தான். அர்னால்டு பிரஸ் செய்தான். "ஆ" ஒலியெழுப்பினான்.

பலகையில் படுத்த நிலையில் சம்மட்டியால் அடிப்பது போன்ற அசைவில் டம்பெல்லை தலைக்குப் பின்னால் இழுத்துப் பின் உயர்த்தி நெற்றிக்கு நேராகக் கொண்டுவந்து கீழ்ப் புயத்தசையின் வடிவத்தில் மெருகூட்டினான். கண்ணாடிக்கு முன் நேராக நின்று டம்பெல்ஸ் ஏந்திய கைகளை மாற்றி மாற்றி மடக்கி நீட்டி *(alternate biceps curl)* புயத்தசை புடைப்பதை ரசித்தான்.

ஓட்ஸ் களி, பச்சைக் காய்கள், முட்டைகள், மசாலா சேர்க்காத கோழியிறைச்சி, துணை உணவு, சப்பாத்திகள், அமினோ அமிலம். சரியான எடைப்பிரிவில், சரியான அளவுகளில், சரியான தாக்குப்பிடிக்கும் திறனில் சரியான தசைச் செதுக்கலில், நிற்கத் தேவைப்படும் உணவுகளை மட்டும் உண்டான். எதுவாக இருப்பினும் அதில் நாவைக் கட்டுப்பாட்டில் வைப்பது நல்லது.

ஒவ்வொரு பயிற்சியாகச் செய்து, வலியை ரசித்து, பயிற்சியை ரசித்து, அவற்றால் முறுக்கேற்றப்படும் தசையின் அழகை ரசித்து, அவன் பயிற்சிக்கூடத்தில் உலவினான். டிசம்பரில் வெற்றிக்கோப்பை ஆர்.டி. ஜிம்முக்கு வரவேண்டும். அதைத் தவிர வேறு எதிலும் அவனுக்குக் கவனம் இல்லை. கேகேயும் முத்துவும், அருணும் அவனுக்குத் துணை நின்றார்கள்.

டிசம்பர் 2020, காஞ்சிபுரம் மாவட்டம், டாக்டர் அம்பேத்கர் நினவுநாளை முன்வைத்து நடந்த தமிழ்நாடு அளவிலான மாபெரும் ஆணழகன் போட்டியில் 75 கிலோ எடைப்பிரிவில், முதலிடம், அப்துல் கரீம், ஆர்.டி. ஜிம், மௌலிவாக்கம்.

போட்டி ஏற்பாட்டாளர்கள் அவனைக் கோப்பையுடன் படங்கள் எடுத்து முடித்த பின், மேடையிலிருந்து இறங்கியதும், களிம்பு குறித்து சிறிதும் கவலைப்படாமல் கேகே தூக்கிக்கொண்டான். முத்துவும் கருணாவும் கைகொடுத்தனர்.

"சூப்பர்ணா இதுக்குதான் வெய்ட் பண்ணிர்ந்தோம்."

துபைக்குத் தொலைபேசினான். தாஸ் மாஸ்டர் வீடியோ அழைப்பில் வரச்சொன்னார். வீடியோவில் பெரிய கோப்பையைக் காட்டினான். மாஸ்டர் முகக்கவசத்துடன் அலுவலகத்தில் இருப்பதுபோல் தோன்றியது. பெற்ற வெற்றிக்கும் பெறப்போகும் வெற்றிக்கும் வாழ்த்தினார்.

“நேஷனல்ஸ் செலக்ஷன்ல இந்த முறை நீ இருக்ற.”

“தேங்க்ஸ் மாஸ்டர்.”

அனைவரும் எதிர்பார்த்த போட்டியின் அந்த அறிவிப்பு வந்தது.

மார்ச் மாதம், திருமழிசை, மிஸ்டர் தமிழ்நாடு 2021, தமிழ்நாடு அளவிலான மாபெரும் ஆணழகன் போட்டி. இதில் தேர்வாகும் ஆணழகர்கள் தேசிய அளவில் நடக்கும் மிஸ்டர் இண்டியா போட்டியில் தமிழ்நாட்டின் சார்பாகக் கலந்துகொள்வார்கள்.

சென்ற போட்டியில் கிடைத்த முதலிடம் தந்த உற்சாகத்தில் இதிலும் முதலிடம் பெறுவதற்குப் பயிற்சிகளைத் தொடர்ந்தான். நாள் நெருங்க நெருங்க அவனுக்கு மனவழுத்தம் கூடியது. பயிற்சியால் மூச்சிரைப்பதுடன் பயிற்சி இல்லாத சில நேரத்திலும் தான் முதலிடம் பெறுவோமா என்னும் நினைப்பு அவனுக்கு வருகையில் இதயத் துடிப்பு அதிகமாகும். மூச்சை உள்ளிழுத்து உதடு குவித்து கன்னம் உப்ப உஃப் உஃப் என மூச்சுவிடுவான்.

அந்த நாளும் வந்தே விட்டது.

எடை பார்ப்பதற்கு சனிக்கிழமையே வரச்சொன்னார்கள். ஸ்கூட்டியில் சென்று வந்தான். 75 கிலோ பிரிவில்தான் இருந்தான். அது கவனமாக அவன் இதுநாள்வரையில் தொடரும் எடை.

அடுத்த நாள் கேகே, முத்து, அருண் கூட்டணி காலையிலிருந்தே திருமழிசையில் காத்திருந்தது. முகக் கவசத்துடன் மூவரும் வரிசையாக நின்று செல்ஃபி எடுத்து *waiting for abdul anna*

எனக் குழுவில் போட்டார்கள். பயிற்சிக்கூடத்து நண்பர்களும் மாணவர்களும் மாலையில் இணைந்துகொள்ள ஏற்பாடு.

சமூக இடைவெளி இருப்பினும் குழந்தையை அந்தச் சூழலில் ஊரடங்குத் தளர்வில் அழைத்துச் செல்ல யாரும் விரும்ப மாட்டார்கள். அம்மா குழந்தையுடன் வீட்டில் இருப்பது நல்லதென முடிவு செய்தார். மாலையில் அப்பாவை அழைத்துக்கொண்டு ராபியா ஸ்கூட்டியில் திருமழிசை வருவதாக ஏற்பாடு.

எந்த வழியில் ஸ்கூட்டியில் திருமழிசைக்கு வருவாய் என ராபியாவிடம் கேட்டான். மாங்காடு சாலையில் திரும்பி நெடுஞ்சாலையின் கீழ் வலப்புறம் எடுத்து நாசரேத்பேட்டையில் நெடுஞ்சாலையில் இணைந்து திருமழிசைக்குத் திரும்புவேன் என்றார். அவன் புன்னகைத்தான். பதினொரு ஆண்டுகளுக்கு முன் அந்த வழியில் செல்லும்போதுதான் பரமேசுவரனிடன் உடற்பயிற்சி குறித்துப் பேசினான். இன்று மிஸ்டர் தமிழ்நாடு போட்டியில் கலந்துகொள்ள நண்பர்கள் அவனை அதே பாதையில் அழைத்துச் செல்லப்போகிறார்கள். ராபியாவும் அதே பாதையில் வந்து போட்டியைப் பார்க்கப் போகிறார்.

அறிவுபூர்வமாக அணுகினால் இந்தப் பாதை தொடர்பான மனச்சாய்வுகள் தேவையற்றதாகத் தோன்றலாம். திருமழிசைக்குச் செல்ல இருக்கின்ற இரண்டு வழிகளுள் இது ஒன்று, அவ்வளவுதான். ஆனால், எப்படியோ எதற்கோ துவக்கி அந்தப் பாதையில் வெற்றி பெற்று, தொடர்ந்து அதில் பயணம் செய்யும் அவனுக்கு அந்தப் பாதை குறித்த மனச்சாய்வு இருக்கலாம்.

திருமழிசையை நெருங்கினான். போட்டி நடக்கும் மண்டபத்தை அடைந்தான். தமிழ்நாட்டின் புகழ்மிக்க ஆணழகர்கள் சிரித்துக்கொண்டே உடலை முறுக்கிக் காட்டும் மாபெரும் பதாகை வரவேற்றது. வரிசையாக இருசக்கர வாகனங்கள் நின்றன. அவனுடைய நண்பருக்கு நிறுத்த இடம் கிடைக்கவில்லை. மண்டபத்தின் பக்கத்தில் நீண்ட செம்மண் பாதைக்குள் சென்று நிறுத்தினார்கள். இப்பொழுதே இப்படியென்றால், ராபியா வந்து

சேரும்போது நிறுத்த இடம் கிடைக்குமா? அந்த நினைவிலிருந்து வெளியே வந்து சாலையைப் பார்த்தான். அழகான கார்கள் வரிசையாக நின்றன. சில கார்களில் பயிற்சிக்கூடத்தின் பெயரும் எழுதப்பட்டிருந்தது. கார்களைத் தாண்டி உள்ளே நுழைந்து வருகையை உறுதி செய்தான்.

துணையுணவு நிறுவனங்கள் ஃப்ளெக்ஸ் விரித்து கிலோ கணக்கில் அடுக்கி வைத்திருந்தார்கள். வாசலிலேயே களிம்பு விற்பனை துவங்கியது. வெள்ளை நிறத்தில் பெண்கள் அழகு சாதனத்தைப் போல் இருக்கும் சின்னச்சின்ன வட்ட டப்பாக்களை ஆணழகர்கள் உடலில் வண்ணம் பூச வாங்கினார்கள். அவன் முன்னமே வாங்கியிருந்த களிம்பு பையில் இருக்கிறதாவெனப் பார்த்தான்.

முதல் தளத்தில் போட்டி, தரைத்தளத்தில் ஆணழகர்கள் ஆயத்தமானார்கள். ஒவ்வொரு ஆணழகருக்கு அருகிலும் நண்பர்கள் நின்று களிம்பு பூசினார்கள். பூசிய களிம்பை சரி செய்தார்கள். சிலர் தடையிழுவைகளை இழுத்திழுத்து மேடையில் ஏறுவதற்கு முன் தசைகளை எடுப்பாக்கினார்கள். வியர்வை பெருகும் உடலுக்கு விசிறினார்கள். குடும்பத்துடன் வந்திருந்த பார்வையாளர்கள் சிலர் முதல் மாடிக்குச் சென்று மின்விசிறி இருக்கும் இடமாகப் பார்த்து அமர்ந்தார்கள். காண்கின்ற இடமெல்லாம் களிம்பு பூசப்பட்டு மினுமினுக்கும் கட்டுடல் தென்பட்டு திருமூலர் பாடிய ‘உடலை வளர்த்தேன் உயிர் வளர்த்தேனே’ வரிகளுக்கு விளக்கம் சொல்லி நின்றன.

பெரிய போர்க்களம் போல் தரைத்தளம் காட்சியளித்தது. முதல் மாடி அதற்கு மாறாக வெள்ளைக் குழல்விளக்கில் மேடையில் பிரம்மாண்ட பெயர்ப்பலகை இருக்க, அதன் எதிரில் கீழே வெள்ளைச் சட்டையும் டையும் அணிந்த நடுவர்கள் அமர்ந்திருக்க பளபளப்பாக இருந்தது. மேடையிலிருந்து கீழே இறங்கும் ஆணழகர்களிடம் “சார் எங்க சப்ளிமென்ட் சாம்பிள் ஃப்ரீயா தர்றோம்... மசுல் பில்டாகுதான்னு பாருங்க” துணையுணவு விற்கும் முயற்சிகள் நடந்தன. பார்வையாளர்கள்

சமூக இடைவெளிவிட்டு நிற்க முயற்சி செய்தார்கள்.

முதலில் ஆணழகர்கள் ஏறும் மேடை, அதன் எதிரில் தலைமை விருந்தினருக்கான முதல் வரிசை. அதன் பின்னால் முக்கியப் புள்ளிகளுக்கான வரிசைகள், அதன் பின்னால் நடுவர்களின் மேசைகள், நாற்காலிகள். நாற்காலிகளில் அன்றைக்குப் பலருக்கு வெற்றிக்கோப்பை கிடைக்கக் கையெழுத்திடப்போகும் நடுவர்கள். அவர்களுக்குப் பின்னால் பார்வையாளர்கள்.

நேரத்தைக் கணக்கிட்டு அப்துல் ஆயத்தமானான். உடைகளைக் கழற்றிவிட்டு அரையாடையில் போட்டி எண் அச்சடித்த வில்லையைப் பொருத்தினான். இரண்டு கைகளிலும் ரப்பர் கிளவுஸ் மாட்டியிருந்த முத்துவும் அருணும் களிம்பு டப்பாவைத் திறந்து ஐந்து விரல்களையும் உள்ளே நுழைத்து களிம்பைக் கொழுவி எடுத்து அவன் உடலில் புள்ளி புள்ளியாக வைத்தார்கள். ஜிம் நண்பர்கள் தந்த டிஷ்யூ பேப்பரில் கிளவுஸ் கைகளைத் துடைத்துவிட்டு முத்து ரோலரைப் பிடித்து அவன் உடம்பில் உருட்டினான். புள்ளிகளாக இருந்த களிம்பு பரவலாகி மின்னியது. கழுத்திலிருந்து பாதம் வரையில் ஒரு புள்ளி இடம்கூட விடாமல் களிம்பால் நிறைத்தார்கள். விடுபட்ட இடங்களில் ரோலரை உருட்டி நிறைத்தார்கள்.

டம்பில்ஸ்ஸை உயர்த்தி இறுக்கித் தசைகளை முறுக்கேற்றினான். அனைவருக்கும் நன்றி சொல்லிவிட்டு முதல் மாடிக்குப் படியேறினான். 75 கிலோ பிரிவுக்கு அழைப்பு வரக் காத்திருந்தான்.

“செவன்ட்டி ஃபைவ் கிலோ கேட்டகரி.”

அவனுக்கு உடல் சிலிர்த்து எல்லோருடனும் வரிசையில் நின்று மேடையேறினான். அவனுடைய அத்தனை புடைப்புகளையும் மேடையில் கால்வைத்த நொடியிலிருந்து வெளிக்கொணர்ந்தான். இதற்கு மேல் அணுவளவு புடைத்தாலும் தசை தோலைக் கிழித்து வெளியே தங்கும் அளவுக்குப் புடைத்தான்.

முதல் சுற்றில் வென்றான். முதல் பத்து நிலைக்கு முன்னேறினான்.

“ஃப்ரன்ட் டபுள் பைசப்.”

புஜங்கள் தெறித்தன.

ரிலாக்ஸ்.

“ஃப்ரன்ட் லாட் ஸ்ப்ரெட்.”

பருந்து இறக்கை விரித்தது, நாகம் படமெடுத்தது.

ரிலாக்ஸ்.

“சைடு செஸ்ட்.”

ஆர்.டி. ஜிம்மிலிருந்த அர்னால்டு படம் அவனுக்குக் கண்ணில் தெரிந்தது. மார்பைப் புடைத்துத் தூக்கி நிறுத்தினான்.

ரிலாக்ஸ்.

“சைடு ட்ரைசப்.”

கரங்கள் துடித்தன.

ரிலாக்ஸ்.

“பேக் டபுள் பைசப்.”

புஜங்கள் மீண்டும் புடைத்தன.

ரிலாக்ஸ்.

ஒவ்வொன்றாகத் தொடர்ந்தன. மற்ற ஃப்ரீ போஸ்களிலும் கலக்கினான்.

அறிவிப்பில் முதல் பத்துக்கு முன்னேறியிருந்தான். அமைதியாக இருந்தான் அடுத்த சுற்று தொடர்ந்தது. ஒரு முறை ‘ஸ்விட்ச் பொசிஷன்’ சொன்னார்கள். முன்பு செய்து காட்டிய இடத்திலிருந்து இரண்டு ஆணழகர்கள் இடம் மாறி நிற்பார்கள். முதல் ஐந்திலிருந்து இருவர் சான்றிதழும் கோப்பையும் பெற்று

மேடையிலிருந்து கீழே இறங்கினார்கள். அதில் அவன் இல்லை, இன்னும் மேடையில் நின்றிருந்த முதல் மூவருள் அவனும் ஒருவன். வெண்கலப் பதக்க அறிவிப்பு வந்தது. அவன் பெயர் அழைக்கப்படவில்லை. வெள்ளிப் பதக்க அறிவிப்பு வந்தது, அதிலும் அவன் பெயர் இல்லை.

மிஸ்டர் தமிழ்நாடு, 75 கிலோ எடைப்பிரிவு, முதலிடம், அப்துல் கரீம், காஞ்சிபுரம் மாவட்டம்.

இந்த முதலிடம் மிஸ்டர் இண்டியாவில் போட்டியிடத் தேர்வானதைப் பிறகு முறைப்படிப் பகிர்வார்கள்.

புன்னகைத்தான், பெருமூச்சு விட்டான். பதக்கமும் கோப்பையும் வாங்கினான். புகைப்படங்கள் எடுத்து முடிக்கப்பட்டதும் மேடையிலிருந்து கீழே இறங்கினான். விழிகள் கலங்கிக் கண்ணீர் மேடைப்படிகளை மறைத்தது. கண்களை மூடித்திறந்து ஆனந்தக் கண்ணீரை அழுத்தித் தள்ளி மேடைப்படிகளைப் பார்த்துக் கீழே இறங்கினான்.

கேகே, முத்து, அருள், ஆர்.டி. ஜிம் ஆள்கள் அள்ளிக் கொண்டார்கள்.

“வைஃபும் அப்பாவும் வந்திருப்பாங்க, பார்தீங்களா?”

“பார்த்து ஃபேனுக்குக் கீழ உக்கார வெச்சுட்டுதான் கைதட்ட மேடைகிட்ட வந்தோம்.”

ராபியா வந்தார், புன்னகைத்தார்.

“கங்கிராட்ஸ்.”

“தேங்க்ஸ்.”

நண்பர்களுடன் சேர்ந்து அப்பாவும் கைகொடுத்தார்.

செல்ஃபிகள் பறந்தன. ஃபேஸ்புக் நிறைந்தது. இன்ஸ்டாகிராம் எகிறியது.

★

ஏப்ரல் 2021, சென்னை விமான நிலையத்திலிருந்து வடக்கே பறந்த ஒரு விமானத்தில் தமிழ்நாட்டைச் சேர்ந்த ஆணழகர்கள் இருந்தார்கள். அவர்கள் மிஸ்டர் இண்டியா ஆணழகன் போட்டியில் கலந்துகொள்ளச் செல்பவர்கள். அவர்களுள் அப்துலும் இருந்தான். அது அவனுடைய முதல் விமானப் பயணம்.

அபுல் கலாம் ஆசாத்

சார்பட்டா பரம்பரையில் அடிப்படை சிலம்பப் பயிற்சி பெற்றவர். குத்துச்சண்டைப் போட்டிகளைக் காண்பதில் ஆர்வம் உள்ளவர். திரைப்படங்களில் இடம்பெறும் சண்டைக்காட்சிகள் குறித்தும், பன்னாட்டுக் குத்துச்சண்டைப் போட்டிகள் குறித்தும் இணைய இதழ்களில், சமூக ஊடகங்களில் அவ்வப்போது எழுதுகிறார். வளைகுடா நாடுகளில் ஜித்தா, துபை இரண்டு நகரங்களிலும், சென்னையிலும் உடற்பயிற்சிக்கூடங்களில் பயிற்சி மேற்கொண்டவர். மிஸ்டர் கெய்ரோ, மிஸ்டர் மும்பை, மிஸ்டர் தமிழ்நாடு பட்டம் பெற்ற 'மாஸ்டர்'களின் மேற்பார்வையில் பயிற்சி செய்தவர். இவர் சவூதி அரேபியாவிலும், ஐக்கிய அரபு அமீரகத்திலும் முன்னணி மின்தூக்கி நிறுவனங்களில் பொறியியல் மேலாளராகப் பணிபுரிந்தவர். தற்போது சென்னையில் வசிக்கிறார்.

www.ingramcontent.com/pod-product-compliance
Lightning Source LLC
LaVergne TN
LVHW100227051026
849517LV00006B/1825
* 9 7 8 9 3 9 1 7 4 8 6 2 3 *